सांस्कृतिक संघर्ष

(शिवाजी महाराज, महात्मा फुले, राजर्षी शाहू महाराज,
बाबासाहेब आंबेडकर व संत तुकाराम ह्यांच्या बदनामीच्या प्रकरणांची चिकित्सा)

संपादक
डॉ. शरणकुमार लिंबाळे

दिलीपराज प्रकाशन प्रा. लि.

२५१ क, शनिवार पेठ, पुणे - ४११०३०.

सांस्कृतिक संघर्ष
SANSKRUTIK SANGHARSHA

ISBN : 978-81-7294-695-1

प्रकाशक । राजीव दत्तात्रय बर्वे । मॅनेजिंग डायरेक्टर ।
दिलीपराज प्रकाशन प्रा. लि. । २५१ क, शनिवार पेठ । पुणे ४११०३०.
दूरध्वनी क्रमांक (फॅक्ससहित)
२४४७१७२३ । २४४८३९९५ । २४४९५३१४
Email - diliprajprakashan@yahoo.in
Web - www.diliprajprakashan.in

लेखक

शरणकुमार लिंबाळे
सुयोगकुंज । समर्थनगर,
नवी सांगवी । पुणे ४११०२७
sharankumarlimbale@yahoo.com

मुद्रक । Repro India Ltd,
Mumbai.

तृतीयावृत्ती । ६ डिसेंबर २०१४

प्रकाशन क्रमांक । १६४९

अक्षरजुळणी । सौ. मधुमिता राजीव बर्वे
पितृछाया मुद्रणालय । ९०९, रविवार पेठ । पुणे ४११००२.

मुखपृष्ठ । भ. मा. परसावळे

रेखाटने । भ. मा. परसावळे

डॉ. जनार्दन वाघमारे ह्यांना

❑ शरणकुमार लिंबाळे यांचे प्रकाशित साहित्य

कविता : उत्पात (१९८२), श्वेतपत्रिका (१९८९), उद्रेक (२००८)

कथा : बारामाशी (१९८८), हरिजन (१९८८), रथयात्रा (१९९३), दलित ब्राह्मण (२००४).

कादंबरी : भिन्नलिंगी (१९९१), उपल्या (१९९८), हिंदू (२००३), बहुजन (२००६), झुंड (२००९)

आत्मनिवेदने : अक्करमाशी (१९८४), राणीमाशी (१९९२), पुन्हा अक्करमाशी (१९९९).

संपादने : दलित प्रेम कविता (१९८६), दलित पँथर: भूमिका आणि चळवळ (१९८९), दलित चळवळ (१९९१), दलित साहित्य (१९९१), प्रज्ञासूर्य (१९९१), भारतीय रिपब्लिकन पक्ष: वास्तव आणि वाटचाल (१९९२), विवाहबाह्य संबंध: नवीन दृष्टिकोन (१९९४), गावकुसाबाहेरील कथा (१९९७), ज्ञानगंगा घरोघरी (२०००), शतकातील दलित विचार (२००१), साठोत्तरी मराठी वाङ्मय प्रवाह (२००६), सांस्कृतिक संघर्ष (२००९), भारतीय दलित साहित्य (२०१३).

समीक्षा : दलित साहित्याचे सौंदर्यशास्त्र (१९९६), साहित्याचे निकष बदलावे लागतील (२००५), ब्राह्मण्य (२००६), दलित आत्मकथा- एक आकलन (२००९), वादंग (२०१०)

❑ शरणकुमार लिंबाळे यांच्या साहित्याचे भाषांतर

इंग्रजी : द आऊटकास्ट (२००३), टुवर्डस् अॅन अॅस्थिटिक्स ऑफ दलित लिटरेचर (२००४), हिंदू (२०१०)

हिंदी : अक्करमाशी (१९९१), देवता आदमी (१९९४), दलित साहित्य का सौंदर्यशास्त्र (२०००), नरवानर (२००३), हिंदू (२००४), दलित ब्राह्मण (२००४), छुआछूत (२००८), बहूजन (२००९), दलित साहित्य : वेदना और विद्रोह (२०१०), झूंड (२०१२), प्रज्ञासूर्य (२०१३)

कन्नड : आक्रम संतान (१९९२), दलित ब्राह्मण (२०१३), हिंदू (२०१४)

पंजाबी : अक्करमाशी (१९९६).

मल्याळम : अक्कमाशी (२००५), हिंदू (२००५), बहुजन (२०१२)

तमिळ : अक्करमाशी (२००३), दलित साहित्याचे सौंदर्यशास्त्र (२००८)

गुजराती : अक्करमाशी (२०००), दलित साहित्याचे सौंदर्यशास्त्र (२००९)

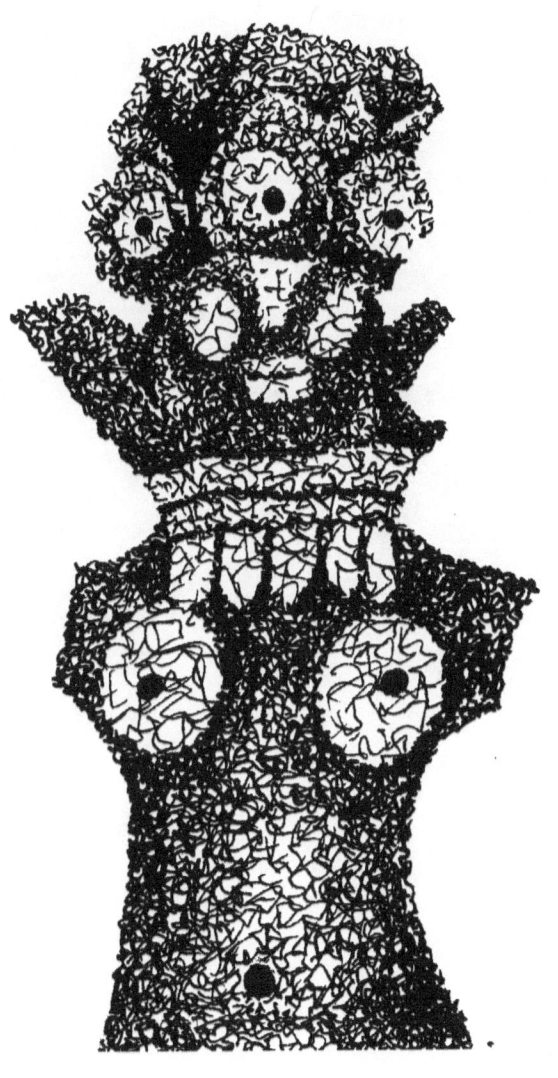

इडा पिडा टळो । बळीचे राज्य येओ ।।

डॉ. शरणकुमार लिंबाळे

'सांस्कृतिक संघर्ष' हा संपादित ग्रंथ वाचकांच्या हाती देताना मला आनंद होतोय. ह्याचे कारण, ह्या ग्रंथात समग्र जनजीवन ढवळून काढणारी पाच प्रकरणं आहेत. ह्या पाच प्रकरणांचा एकत्रित विचार करायला लावणारे हे संपादन आहे. विसाव्या शतकाच्या सुरुवातीला राजर्षी शाहू महाराजांची बदनामी करणारे प्रकरण जसे घडले, तसे एकविसाव्या शतकाच्या सुरुवातीलाही छत्रपती शिवाजी महाराजांच्या बदनामीचे प्रकरण घडले. ह्या शंभर वर्षांच्या कालखंडात सनातन प्रवृत्तीमध्ये तसूभरही फरक पडला नसल्याचे दिसेल. 'वेदोक्त की पुराणोक्त?' ह्या प्रकरणातला जळफळाट 'जेम्स लेन' ह्या प्रकरणापर्यंत सतत धगधगताना दिसतो. विसाव्या शतकाच्या शेवटच्या पर्वात बाबासाहेब आंबेडकर आणि म. फुले ह्यांची बदनामी करणारी प्रकरणे घडली. तर एकविसाव्या शतकाच्या सुरुवातीला संत तुकारामांची बदनामी करणारे प्रकरण घडले. ह्या पाचही प्रकरणांत अनादी कालापासून चालत आलेला 'सांस्कृतिक संघर्ष' दिसून येतो. ह्या पाचही प्रकरणांमुळे तत्कालीन समाजामध्ये प्रचंड क्षोभ निर्माण झाला. जनमानसात प्रचंड घुसळण झाली. सर्वांनाच ह्या प्रकरणांमधली स्फोटकता जाणवली. ह्या सगळ्याच प्रकरणांमागे तत्कालीन परिस्थितीचे संदर्भ दडलेले दिसतात. ब्रिटिश भारतात सामाजिक समतेचा विचार ज्या हिरिरीने मांडला गेला, तो स्वतंत्र भारतात क्षीण झालेला दिसतो. अशा वेळी पुन्हा एकदा भूतकाळाचा मागोवा घेणे आवश्यक होते. परिवर्तनवादी चळवळी हतबल आणि दुर्बल होताना सामाजिक जागराची तीव्र निकड भासू लागते.

क्रांति-प्रतिक्रांतीच्या वाटावळणांनी भारतीय समाजाची धारणा झालेली आहे. त्यातही प्रतिक्रांतिवादी स्थितिशील विचार अधिक प्रबळ आणि दीर्घकाळ टिकलेला दिसतो. आधुनिक समाजाच्या नवनिर्माणामध्ये अदृश्य होणाऱ्या परंपरा अधोरेखित करणे, शोषितांच्या लढायांना वैचारिक रसद पुरवणे आणि

नव्या परंपरेची दिशा स्पष्ट करणे ह्यासाठी सदर संपादन महत्त्वाचे ठरते. छत्रपती शिवाजी महाराज, महात्मा ज्योतिबा फुले, राजर्षी शाहू महाराज, बाबासाहेब आंबेडकर व संत तुकाराम ह्या महापुरुषांच्या विरोधात जी कटकारस्थाने झाली, त्यांमागील सनातन प्रवृत्तींचा पंचनामा करणे, ह्या प्रवृत्तीला आरोपीच्या पिंजऱ्यात उभे करणे आणि इतिहासाकडे पाहण्याची नवी दृष्टी निर्माण करणे ह्यांसाठी सदर संपादन महत्त्वाचे ठरते. जन्माने शूद्र असणाऱ्या संत तुकारामांच्या गाथेला इंद्रायणीत बुडवणारी हीच ती व्यवस्था होती. ही व्यवस्था आधुनिक काळात अधिक अस्वस्थ आणि अधिक उग्र झाल्याचे दिसते. राजर्षी शाहू महाराजांना 'धेडांचा राजा' म्हणणारी, महात्मा फुल्यांना 'ब्रिटिशांचे हस्तक' म्हणणारी आणि बाबासाहेब आंबेडकरांना 'निजामाचे हस्तक' म्हणून हिणवणारी हीच ती व्यवस्था आहे. ह्या व्यवस्थेवर प्रहार करणारी पाच प्रकरणे ह्या संपादनात समाविष्ट केलेली आहेत. त्यांतील खंडनमंडन, विचारांची स्पष्टता, त्यांतील नवे आत्मभान देणारी डोळस चिकित्सा, प्रतिपक्षाचा पाडाव करणारी आक्रमक शैली, आपल्या भूमिकेवर असलेला ठाम विश्वास, परिणामांची पर्वा न करता सत्याला सामोरे जाण्याची वृत्ती आणि प्रतिपक्षाचा यथेच्छ समाचार घेण्याचे बौद्धिक सामर्थ्य, ह्यांमुळे ह्या संपादनातील जगतराव सोनवणे, रमेश ढावरे, उत्तम कांबळे, अरुण कांबळे आणि श्रीमंत कोकाटे ह्यांचे लेखन विचारप्रवर्तक झाले आहे. शिवराय ते भीमराय ही परंपरा बळकट करण्याचा ह्या संपादनाचा उद्देश आहे. हे संपादन म्हणजे एक प्रकारे वैदिक आणि अवैदिक परंपरेच्या संघर्षाचा आढावाच आहे.

वैदिक परंपरा म्हणजे ब्राह्मण्यवादी परंपरा होय. ह्या परंपरेविरुद्ध बुद्ध, चार्वाक, महावीर, बसवेश्वर, नानक, कबीर, फुले, नारायण गुरू, पेरियार आणि बाबासाहेब आंबेडकर अशी एक अवैदिक परंपरा आहे, जी वर्णव्यवस्थेविरुद्ध विद्रोह करते. वैदिक परंपरा वेदप्रामाण्य मानणारी आहे. ती अवैदिक परंपरेला नामोहरम करण्याचा, पचवण्याचा प्रयत्न करताना दिसते.

ब्राह्मण्यवादी परंपरेने आपल्याकडे ज्ञानसत्ता ठेवल्याचे दिसते. ज्ञानसत्तेच्या आधारावर त्यांनी धर्मसत्तेला आपल्या अधीन केले आणि आपल्या हितासाठी वापरले. आपल्या हितासाठी ज्ञान आणि धर्म ह्या अवजारांचा त्यांनी धूर्तपणे वापर केलेला दिसतो. ब्राह्मण्यवादी परंपरेने ज्ञानसत्ता आणि धर्मसत्तेच्या

जोरावर राजसत्तेलाही आपली बटिक बनवले. ही परंपरा आपल्या रक्षणासाठी, देवाधर्माचा ढालीसारखा वापर करते. ही परंपरा लोकांच्या धार्मिक भावना चिथावून त्यांचा बुद्धिभेद करते आणि राजसत्तेला आपल्या आश्रितासारखे लेखते. ही परंपरा देवाधर्माचे स्तोम माजवते आणि बुद्धिप्रामाण्य नाकारते. ह्याविरुद्ध अवैदिक परंपरेचे आहे. वैदिक परंपरेच्या समर्थनार्थ राजसत्ता होती. राजसत्तेच्या समर्थनार्थ धर्मसत्ता होती. धर्मसत्तेच्या समर्थनार्थ ज्ञानसत्ता होती. राजसत्ता, धर्मसत्ता आणि ज्ञानसत्ता ह्या एकत्रितपणे अब्राह्मणी परंपरेविरुद्ध लढताना दिसतील. हजारो वर्षांच्या वहिवाटीमुळे जनसत्ताही ह्या परंपरेची गुलाम झालेली दिसते. जनसत्ता हीच राजसत्ता, धर्मसत्ता आणि ज्ञानसत्तेची जननी असते. त्यामुळे जनसत्तेचे प्रबोधन होणे गरजेचे आहे. ह्यासाठी जात्यांध ज्ञानसत्तेला सुरुंग लावावे लागतील. शंबूक, एकलव्य, राजा बळी हे वैदिक परंपरेचे बळी आहेत. संत तुकाराम, शिवाजी महाराज, महात्मा फुले, राजर्षी शाहू महाराज आणि बाबासाहेब आंबेडकरांनी आपल्या कृती-उक्तीतून ह्या वैदिक व्यवस्थेविरुद्ध बंड केल्याचे दिसते.

भारताबाहेरून आर्य आले. त्यांनी इथल्या मूळ अनार्यांना जिंकून गुलाम केले. जेत्या आर्यांनी पराजित अनार्यांवर आपली संस्कृती लादली. ह्या संस्कृतीने अनार्यांच्या संस्कृतीचे शोषण केले. आर्य-अनार्य ह्यांच्यात सांस्कृतिक संघर्ष होत राहिले. ह्या संघर्षांत आर्य प्रबळ ठरत गेले. आर्यांनंतर भारतावर अनेकांनी आक्रमण केले. त्यात मुस्लिमांचे आक्रमण महत्त्वाचे आहे. मुस्लिम सत्तेने हिंदुस्थानावर राज्य केले. पराजित हिंदू राज्यांवर आपली सत्ता लादली. त्यांना आपले मांडलिक बनवले. त्यांच्यात रोटी-बेटी व्यवहार झाला. जेत्या मुस्लिमांनी पराजित हिंदूंवर आपली संस्कृती लादली. राज्याराज्यांमध्ये विखूरलेल्या हिंदुस्थानचे एकत्रीकरण केले. ह्यातूनच राज्य विलयाला जावून राष्ट्र निर्माण होण्यासाठी अखंड भूप्रदेश अस्तित्वात आला. मुस्लिम सत्तेच्या काळात अनेकांनी मुस्लिम धर्म स्वीकारला. ह्यातही हिंदूंनी ज्यांचा अनन्वित छळ केला होता, तो वर्ग मोठ्या संख्येने मुस्लिम झाला. मुस्लिम सत्ता हिंदुस्थानात स्थिरावली. एका अर्थाने अनेक छोट्या छोट्या राज्यांत विखुरलेल्या हिंदुस्थानाला जिंकून, त्याला एकत्रित करण्याचे काम मुस्लिम राज्यकर्त्यांनी केलेले दिसेल. त्यानंतर हिंदुस्थानावर ब्रिटिश सत्तेचे आक्रमण झाले. ब्रिटिशांनी हिंदुस्थानातील अनेक हिंदू व मुस्लिम राज्ये जिंकून घेतली. आपल्या सत्तेचा विस्तार केला. पराजितांवर

आपली संस्कृती लादली. राज्याराज्यांमध्ये विखुरलेल्या हिंदुस्थानचे एकत्रीकरण केले. ह्यातूनच राज्य विलयाला जाऊन राष्ट्र निर्माण होऊ लागले. ह्या काळात हिंदू आणि मुस्लिम प्रजा मोठ्या संख्येने ख्रिश्चन झाली. ह्यांत शूद्रातिशूद्रांचा भरणा अधिक होता. हिंदू समाजाकडून अवमानित झालेला मोठा मानवसमूह ख्रिश्चन धर्माच्या आश्रयाला गेला. भारतात बाहेरून आलेल्या सत्ता आणि संस्कृती बलाढ्य होत्या. जेव्हा जेव्हा ह्या देशात परकीय सत्तेचे आगमन झाले, तेव्हा तेव्हा खालच्या वर्गातील लोकांनी मोठ्या प्रमाणात धर्मान्तर केल्याचे दिसेल. स्वधर्मापेक्षा त्यांना परधर्मानेच अधिक जवळ केल्याचे दिसते.

आर्य आणि अनार्य ह्यांच्या सांस्कृतिक संघर्षाचे अनेक पदर आहेत. वैदिक धर्माला झुगारून नव्या धर्माची आणि संप्रदायाची स्थापना करण्याचे जसे प्रयत्न झाले, तसे युद्ध आणि धर्मान्तर ह्यांद्वारेही वैदिक संस्कृतीला जेरीस आणण्याचे प्रयत्न झाले. वैदिक कर्मकांडाविरुद्ध विद्रोह करून नव्याने स्थापन झालेल्या देशी धर्म आणि संप्रदायांनी ब्राह्मणी वर्चस्वाविरुद्ध सतत संघर्ष केला असला, तरी हा संघर्ष वैदिक संस्कृतीचा पूर्ण पाडाव करण्याइतका परिणामकारक नव्हता. परंतु वैदिक संस्कृतीवर इस्लाम आणि ख्रिश्चन ह्या विदेशी धर्म आणि संस्कृतींनी जबरदस्त प्रहार केलेला दिसतो. आजही ब्राह्मणी परंपरेला सगळ्यात जास्त केवळ धर्मान्तराची भीती वाटते. म्हणून वैदिक संस्कृतीचे अभिमानी मुस्लिम-ख्रिश्चनांवर जसे हल्ले करतात, तसे धर्मान्तर करणाऱ्या खालच्या वर्गांवरही हल्ले करतात. धार्मिक आणि जातीय दंगली ह्या पुरातन काळापासून चालत आलेल्या सांस्कृतिक संघर्षाचे वर्तमान रूप आहेत, तर आधुनिक काळात होणारी धर्मान्तरे ही वैदिक परंपरेविरुद्ध उभारलेल्या प्राचीन संघर्षाचे आधुनिक अवैदिक रूप असल्याचे दिसेल. धर्मान्तर करून वैदिक परंपरा शबलित करण्याचा हा डाव आहे, असे वाटल्यावरूनच हिंदुत्ववादी शक्ती ह्या धर्मान्तराविरुद्ध आग ओकताना दिसतात. 'हिंदुत्ववाद' हा ब्राह्मणी परंपरेचा आत्मा आहे. हिंदू समाज म्हणजे जातीवर आधारलेला समाज होय. अवैदिक परंपरेचा विनाश करणारे प्रभावी अस्त्र म्हणूनच हिंदुत्वाकडे पाहिले पाहिजे.

बाबासाहेब आंबेडकरांनी 'मी हिंदू म्हणून जन्मलो त्याला माझा नाइलाज होता पण मी हिंदू म्हणून मरणार नाही.' अशी प्रतिज्ञा केली आणि आपल्या हजारो अनुयायांसह धर्मान्तर करून बौद्ध धर्माचा स्वीकार केला. त्यामुळे हिंदू

धर्माला मोठे खिंडार पडले. त्यामुळे हिंदुत्ववादी शक्ती बाबासाहेब आंबेडकरांच्या पुतळ्याची विटंबना करताना दिसतील. धर्मान्तर म्हणजे सांस्कृतिक संघर्ष होय. बाबासाहेब आंबेडकरांच्या नंतर छत्रपती शिवाजी महाराज आणि राजर्षी शाहू महाराज ह्यांच्या अनुयायांनी हिंदू धर्माचा त्याग करून शिव धर्माची स्थापना केली. पुढल्या काळात लक्ष्मण माने ह्यांच्या नेतृत्वाखाली असंख्य भटक्या विमुक्तांनी बौद्ध धर्माचा स्वीकार केला. ह्या सगळ्या धर्मद्रोहाचे जननबीज म. फुले ह्यांनी स्थापन केलेल्या 'सार्वजनिक सत्यधर्मा'त दिसते. महार, मराठा आणि भटक्या विमुक्तांनी केलेली धर्मान्तरे या वैदिक परंपरेविरुद्ध केलेल्या सांस्कृतिक उठावाच्या घटना आहेत.

महात्मा फुल्यांनी अस्पृश्यांसाठी आपल्या घरातील पाण्याचा हौद खुला केला. ह्याचेच भव्य रूप म्हणून महाडच्या चवदार तळ्याच्या सत्याग्रहाकडे पाहता येईल. बाबासाहेब आंबेडकरांच्या काळा राम मंदिर प्रवेशाच्या सत्याग्रहाचे विराट रूप म्हणून त्यांनी केलेल्या धर्मान्तराकडे पाहता येईल. मनुस्मृतीदहनामागचा तीव्र संताप पुण्यातल्या भांडारकर संस्थेवर केलेल्या हल्ल्यात दिसून येतो. ब्राह्मणेतर चळवळीचे आधुनिक रूप म्हणून संभाजी ब्रिगेडच्या उदयाकडे पाहता येते. राजर्षी शाहू महाराजांनी मागास वर्गांच्या सुधारण्यासाठी केलेल्या प्रयत्नांमध्ये मंडल आयोगाच्या जन्माची बीजे दडलेली दिसतात.

जेम्स लेन प्रकरणापर्यन्त छत्रपती शिवाजी महाराजांवर हिंदुत्ववाद्यांचा ताबा होता. हिंदुत्ववादी प्रवृत्ती शिवाजी महाराजांचा मुसलमानांविरोधी प्रभावी प्रतीक म्हणून वापर करताना दिसतात. अलीकडच्या काळात ह्याविरुद्ध जागृती होताना दिसते. वीर उत्तमराव मोहिते, मा. मु. देशमुख, कॉ. शरद पाटील, जयसिंगराव पवार, आ. ह. साळुंखे, गोविंद पानसरे, जगतराव सोनवणे, चंद्रशेखर शिखरे, श्रीमंत कोकाटे आणि शंकर विठोबा पाटील ह्यांनी बहुजनांविषयी वेगळी भूमिका घेऊन लेखन केल्याचे दिसते. अलीकडच्या काळात शिवाजी महाराजांविषयी नव्याने प्रचंड लेखन होताना दिसते. ह्या लेखनामुळे शिवाजी महाराजांची 'रयतेचा राजा' अशी प्रतिमा उभी करण्याचा प्रयत्न होतो आहे. ह्या ऐतिहासिक कामगिरीचा उदय महात्मा फुल्यांनी शिवाजी महाराजांवर लिहिलेल्या पोवाड्यापासून झालेला दिसून येतो.

विसाव्या शतकाच्या अखेरीला सामाजिक ध्रुवीकरणाची प्रक्रिया जोर धरत असलेली दिसते. मंडल आयोगाच्या अंमलबजावणीपासून मागास जाती

सामाजिक परिवर्तन आणि सत्ता ह्यांच्या केंद्रस्थानी येताना दिसतात. मंडल आयोगाची घोषणा झाली तेव्हा उजव्या शक्ती सामाजिक ध्रुवीकरणात अडसर निर्माण करण्यासाठी धर्मभावनांचा आधार घेताना दिसतात. 'मंडल आणि कमंडल' असा वाद निर्माण झालेला दिसतो. देशातल्या हिंदूंच्या भावना भडकावून त्यांना धर्मवादी बनवले, की त्यांच्यावर स्वार होणे सोपे जाते. प्राचीन काळापासूनचा हा हातखंडा आहे. बाबरी मस्जिदीच्या विध्वंसानंतर देशातले सामाजिक आणि राजकीय जीवन अस्थिर बनले. मुंबईचे बॉंबस्फोट असोत की गुजरातच्या दंगली, ह्यामुळे भारतीय मानस होरपळून निघाले. विसाव्या शतकाच्या शेवटी सामाजिक ध्रुवीकरण जसे वाढले, तसे उग्र हिंदुत्ववादी वातावरणही तापले. जागतिकीकरणामुळे वैश्विक विरुद्ध स्थानिक असा संघर्ष उद्भवला. स्थानिक लोकांना नोकऱ्यांमध्ये प्रवेश देण्याचा प्रश्न असो की सेज-विरोधी संघटित झालेले शेतकऱ्यांचे लढे असोत, ह्यामुळे समाजात तणावाचे वातावरण निर्माण झाले. स्थानिक भाषा की वैश्विक भाषा, हा प्रश्न पेटला. एकीकडे विदेशी भाषा शिकण्याच्या वर्गांना उत्तम प्रतिसाद मिळू लागला, शासनाने प्राथमिक शिक्षणात इंग्रजी सक्तीची केली, तर दुसरीकडे 'मराठी माणूस आणि मराठी पाट्या' असा आक्रोश व्यक्त होऊ लागला. ह्याच वेळी वैश्विक संस्कृती विरुद्ध स्थानिक संस्कृती हा प्रश्नही ऐरणीवर आला. ह्यातूनच 'व्हॅलेंटिअन डे' ला विरोध झाला. बागेत बसणाऱ्या प्रेमिकांवर हल्ले झाले. 'वॉटर' आणि 'फायर' सिनेमांविरुद्धही निदर्शने झाली. उत्तर भारतीय म्हणून अमिताभच्या सिनेमांना जसा विरोध झाला, तसा हिंदूंच्या भावना दुखावणारा सिनेमा म्हणून 'जोधा-अकबरला'ही विरोध झाला. ह्याच काळात प्रादेशिक असमतोलाचा प्रश्न ऐरणीवर आला. कोकण, विदर्भ आणि मराठवाड्यातल्या जनतेने विकासाचा अनुशेष दूर करण्याची मागणी केली. विदर्भाने तर स्वतंत्र राज्याची मागणी लावून धरली. प्रादेशिक अस्मितेमुळे बेळगावमधील जनता सीमावादाच्या प्रश्नावर रस्त्यात उतरली. ह्यातूनच छोट्या छोट्या राज्यांची मागणी जोर धरू लागली. प्रादेशिक सत्ता मजबूत झाल्या. केंद्रातील सत्ता दुबळी झाली. राष्ट्रीय पक्षांना घरघर लागली. प्रादेशिक पक्ष सत्ताधारी झाले. राष्ट्रीय आणि प्रादेशिक असा संघर्ष उद्भवला. ह्यातूनच राज्यांना अधिक अधिकार देण्याची भाषा बोलली गेली. स्त्रियांना तेहतीस टक्के आरक्षण देण्याचा प्रश्न असो, दलितांना खाजगी उद्योगधंद्यात राखीव

जागा ठेवण्याचा प्रश्न असो, इतर मागास वर्गांच्या आरक्षणाचा प्रश्न असो, मुस्लिम आणि ख्रिश्चनांमधल्या दलितांना आरक्षण देण्याचा प्रश्न असो, असे सामाजिक न्यायाचे प्रश्न चिघळताना दिसले. शेतकरी संघटनांही रस्त्यात आल्या आणि त्यांनी शेतीमालाला रास्त भाव मिळावा म्हणून आंदोलन केले. नक्षलवादी चळवळीचा प्रभाव उत्तरोत्तर वाढत असल्याचा निर्वाळा पोलिस देताना दिसले. पंजाब आणि जम्मू काश्मीरमधल्या अतिरेकी चळवळींनी भारतीय जनमानसाला धक्के दिले. मुस्लिम आतंकवाद आणि हिंदू आतंकवादाने देश जर्जर झाल्याचे दिसले. एकीकडे जागतिक मंदीचा फटका बसतो आहे, तर दुसरीकडे महागाई, भ्रष्टाचार, वाढती लोकसंख्या आणि स्थलांतराचे प्रश्न ह्यांमुळे जनजीवन अस्तव्यस्त झालेले आहे. कर्जाला कंटाळून शेतकरी आत्महत्या करत आहेत आणि क्षुल्लक कारणांवरून झुंडी रस्त्यावर उतरत आहेत. ह्या पार्श्वभूमीवर हिंदुत्ववाद समजून घेण्यासाठी ह्या संपादित ग्रंथाची गरज पडणार आहे.

रामजन्मभूमी ते सेतूसमुद्रम्‌पर्यन्तच्या प्रश्नांवर उजव्या शक्ती आक्रमक होताना दिसतात. देशाचे राजकारण विकासाऐवजी जातीय आणि धार्मिक भावनांभोवती गुंफले जात आहे. ह्यामध्ये श्रीमंत अधिक श्रीमंत होत आहे, तर गरीब अधिक गरीब होत आहे. दलित, आदिवासी, भटके विमुक्त, अल्पसंख्याक वर्ग आणि इतर मागास वर्ग सामाजिक न्यायापासून वंचित आहेत. सामाजिक न्यायावर नव्या समाजाची उभारणी झाली, तर वर्णवर्चस्वाला तडे जाणार आहेत. वरच्या जातींचे विशेष अधिकार नष्ट होणार आहेत. त्यामुळे वरच्या जातींना नव्या समाजाची उभारणी सामाजिक न्यायावर नको आहे. म्हणूनच ते उच्चस्वरात 'हिंदू समाज' म्हणून ओरडत आहेत. हिंदू समाजात वरच्या जाती वरच्या जागेवर राहणार आहेत आणि खालच्या जाती खालच्या जागेवर राहणार आहेत. सामाजिक न्यायावर आधारित धर्मनिरपेक्ष आणि लोकशाही समाजाची निर्मिती होताना ह्या संपादनातील विचार अव्हेरता येणार नाही, हे लक्षात घेतले पाहिजे.

टीपा

१. जेम्स लेन प्रकरण - जेम्स लेन ह्या अमेरिकेतल्या अभ्यासकाने शिवाजी: हिंदू किंग इन इस्लामिक इंडिया' हे संशोधनपर पुस्तक लिहिले

असून ते ऑक्सफर्ड युनिव्हर्सिटी प्रेसने सन २००३ मध्ये प्रकाशित केले आहे. सदर पुस्तक लिहिण्यासाठी जेम्स लेन ह्यांनी पुण्यातल्या भांडारकर संशोधन केंद्रातील साहित्याचा आधार घेतला होता. ह्यासाठी त्यांना पुण्यातील काही तज्ज्ञांनी मदत केली होती.

जेम्स लेनचे सदर पुस्तक प्रकाशित झाल्यानंतर वादग्रस्त ठरले. संभाजी ब्रिगेड ह्या संघटनेने पुण्यातल्या भांडारकर संशोधन केंद्रावर हल्ला चढवला. त्यामुळे ह्या प्रकरणाला मोठी प्रसिद्धी मिळाली. संपूर्ण समाज ढवळून निघाला. महाराष्ट्र शासनाने ह्या पुस्तकावर बंदी घातली. जेम्स लेनवर खटला भरण्यात आला. जेम्स लेननी आपल्या लेखनाविषयी दिलगिरी व्यक्त केली. जेम्स लेनचे अश्लाघ्य लेखन खोडून काढण्यासाठी अनेक लेखकांनी हिरिरीने लेखन केले. ह्यामुळे शिवाजी महाराजांविषयी एक नवी ऐतिहासिक दृष्टी निर्माण झाली.

२. बाळ गांगल प्रकरण - ग. वा. बेहेरे यांच्या साप्ताहिक 'सोबत' पुणे ह्यामध्ये दि. ४ व ११ डिसेंबर १९८८ च्या अंकात डॉ. बाळ गांगल ह्यांनी महात्मा फुले ह्यांच्याविरोधात दोन लेख लिहिले. ह्या लेखनामुळे महाराष्ट्रात संतापाची लाट निर्माण झाली. साप्ताहिक सोबतच्या अंकाची होळी करण्यात आली. महात्मा फुलेविषयक बाळ गांगल यांनी केलेल्या घाणेरड्या लेखनाला उत्तर देण्यासाठी अनेक दलित लेखकांनी लेख लिहिले. पुस्तके लिहिली.

३. वेदोक्त की पुराणोक्त प्रकरण - राजर्षी शाहू महाराज जेव्हा पंचगंगा ह्या नदीमध्ये पवित्र स्नान करत असत, त्या वेळी राजघराण्याचे पुरोहित नारायणराव राजोपाध्ये हे मंत्रपठण करत असत. राजा जेव्हा असे स्नान करतो, तेव्हा वेदोक्त मंत्रांचे पठण केले जाते. पण राजोपाध्ये हे वेदोक्त मंत्रांचे पठण करण्याऐवजी पुराणोक्त मंत्रांचे पठण करत असत. ही बाब राजर्षी शाहू महाराजांच्या निदर्शनास आल्यानंतर त्यांनी राजोपाध्यांना वेदोक्त मंत्रपठण करण्याचे आदेश दिले. पण राजोपाध्यांनी हा आदेश धुडकावून लावला. शाहू महाराज क्षत्रिय नसल्याने वेदोक्त मंत्र म्हणणार नसल्याचे सांगितले. ह्यावरून मोठा वाद झाला. तो 'वेदोक्त की पुराणोक्त' ह्या नावाने ज्ञात आहे.

४. रिडल्स इन हिंदुइझम - महाराष्ट्र शासनाने डॉ. बाबासाहेब

आंबेडकर ह्यांचे समग्र साहित्य प्रकाशित करण्याचे ठरवले होते. ह्या योजनेअंतर्गत Dr. Babasaheb Ambedkar : Writings and Speeches Vol. हा ग्रंथ प्रकाशित करण्यात आला. ह्या ग्रंथामध्ये Riddles in Hinduism चा भाग आहे. त्या वेळचे दै. लोकसत्ताचे संपादक माधव गडकरी ह्यांनी दि. ३० ऑक्टोबर १९८७ रोजी आपल्या 'चौफेर' या सदरात लेख लिहून महाराष्ट्र शासनावर जोरदार टीका केली. त्यामुळे धर्मांध लोकांनी ह्या पुस्तकावर बंदी आणण्याची मागणी केली. आंदोलनं केली. शासनाने बाबासाहेब आंबेडकरांच्या सदर पुस्तकावर बंदी घातल्याचे जाहीर केले. त्यानंतर दलित जनता रस्त्यावर उतरली. दलित जनतेने आंदोलन छेडले. त्यामुळे महाराष्ट्र शासनाला आपला निर्णय मागे घ्यावा लागला. बाबासाहेब आंबेडकरांनी Riddles in Hinduism ह्यातून राम आणि कृष्णाचे गौडबंगाल उघड केले आहे.

५. संत सूर्य तुकाराम प्रकरण - आनंद यादव ह्यांनी 'संतसूर्य तुकाराम' ही चरित्रात्मक कादंबरी लिहिली. ह्या कादंबरीमुळे संत तुकारामांची बदनामी होते म्हणून ह्या पुस्तकाविरुद्ध वारकऱ्यांमध्ये असंतोष निर्माण झाला. लोकांनी आनंद यादव ह्यांच्याविरुद्ध संताप व्यक्त केला आणि सदर कादंबरीवर बंदीची मागणी केली. ही कादंबरी पुण्याच्या मेहता प्रकाशनाने प्रकाशित केली आहे. पुण्याच्या सेशन कोर्टाने ह्या पुस्तकावर बंदी घातली पाहिजे असा निर्णय सन २०१४ मध्ये दिला.

अनुक्रमणिका

१.

छत्रपती शिवाजी महाराज : जेम्स लेन प्रकरण

जगतराव सोनवणे

जेम्स लेन या विदेशी लेखकाने लिहिलेल्या 'शिवाजी : हिंदू किंग इन इस्लामिक इंडिया' या पुस्तकाने चांगलीच खळबळ उडवून दिली आहे. या पुस्तकात शिवाजी महाराजांच्या स्वयंभू व्यक्तिमत्त्वाला गालबोट लावण्याचा प्रयत्न झाला आहेच, पण जिजाऊंच्या चारित्र्याविषयी आक्षेपार्ह लिखाण केले आहे. या लिखाणाचा, काही इतिहाससंशोधकांनी निषेध केला. शिवसेनेने आपल्या नेहमीच्या पद्धतीने निषेध नोंदवला, तर संभाजी ब्रिगेडने पुण्याच्या भांडारकर प्राच्य संशोधन संस्थेवर हल्ला चढवला. शारीरिक हल्ला कोणताही असो तो हिंसाचाराचाच भाग, म्हणून निषेधार्हच मानला पाहिजे. त्याचे समर्थन होऊ शकत नाही. परंतु लेनने भयंकर काही लिखाण केले आहे आणि त्याचे शास्त्रीय पद्धतीने विश्लेषण होऊन सत्य काय ते जनतेसमोर आले पाहिजे असा संशोधकांच्या पातळीवर विचार झाला नाही. काही विद्वानांनी जेम्स लेनचा केवळ निषेध नोंदवून या गंभीर विषयाला वाटाण्याच्या अक्षता लावल्या. संभाजी ब्रिगेडने केलेल्या हल्ल्याचा निषेध ज्या तीव्रतेने नोंदवण्यात आला आणि विद्वत्ता पाजळली गेली, त्या तीव्रतेने लेनच्या लिखाणाची दखल मात्र घेतली गेली नाही.

जेम्स लेन व त्याचे लिखाण हे वादामागील खरे कारण नाही. प्रश्न या ग्रंथातील आक्षेपार्ह मजकुराच्या जनकत्वाचा आहे. या मजकुराच्या तळाशी जो गाळ साचला आहे त्याचं पालकत्व कोणाकडे जातं हा शोध घेण्याचा जेव्हा प्रयत्न झाला, तेव्हा थेट भांडारकर प्राच्य विद्या संशोधन संस्थेपर्यंत पाळेमुळे गेल्याचे दिसून आल्यानंतर वा तसा संशय बळावल्यानंतर वादळ उठले. जेम्स पुण्यात दीर्घकाळ होता आणि या काळात वरील संस्थेच्या प्रमुखांनी त्याला त्याच्या संशोधनकार्यात मदत केली. त्यात गैर वा आक्षेपार्ह काहीही नाही. त्याने काय लिहावे हा स्वतंत्र विषय आहे आणि त्याला त्याच्या पुणे मुक्कामी ज्यांनी मदत केली, त्यांना लेखकाच्या मतांबद्दल जबाबदार धरता

येणार नाही हेही खरे आहे.

जेम्स लेनचे 'शिवाजी : हिंदू किंग इन इस्लामिक इंडिया' हे पुस्तक जून २००३ च्या सुमारास बाहेर पडले. भांडारकर संस्थेने केलेल्या सहकार्याबद्दल ऋण व्यक्त करताना जेम्सने शिवशाहीर बाबासाहेब पुरंदरेंचाही उल्लेख केला आहे. जेम्सला मदत करणाऱ्यांमध्ये वा मोलाचं मार्गदर्शन करणाऱ्यांमध्ये प्रख्यात संशोधक श्रीकांत बहुलकर, गजानन भास्कर मेहेंदळे आदी अभ्यासकांचा समावेश आहे. ग्रंथवितरकांच्या सूचीत पुरंदरेंच्या प्रतिष्ठानचा उल्लेख आहे आणि त्याबद्दल कोणाला काही आक्षेप असण्याचे कारण नाही. भांडारकर संस्थेच्या पदाधिकाऱ्यांना व इतिहासाच्या अभ्यासक आणि संशोधकांना 'शिवाजी : हिंदू किंग इन इस्लामिक इंडिया' या पुस्तकाच्या प्रती जून वा जुलै २००३ मध्येच उपलब्ध झाल्या असाव्यात. शिवशाहीर पुरंदरे तर वितरकच; त्यामुळे जेम्सच्या पुस्तकाचा अभ्यास करण्याची संधी त्यांना फार लवकर प्राप्त झाली असणार.

शिवसेनेने श्रीकांत बहुलकर यांना २२ डिसेंबर २००३ रोजी काळे फासले आणि आपला राग व्यक्त केला. ५ जानेवारी २००४ रोजी संभाजी ब्रिगेडने भांडारकर संस्थेवर हल्ला चढवला. जून २००३ (पुस्तक प्रकाशन) ते जानेवारी २००४ या काळात पुरंदरे वा इतर अभ्यासकांनी पुस्तकावर चर्चा घडवून आणली काय? या पुस्तकातील प्रक्षिप्त मजकुरासंबंधी काही विवेचनात्मक टिप्पणी प्रकाशित केली काय? जनतेपर्यंत हा विषय पोचवण्याचा, त्याद्वारे जनमत जागृत करण्याचा काही प्रयत्न झाला काय? नाही. भांडारकर संस्थेशी संबंधित मंडळी विद्वान आहेत, अभ्यासू आहेत. त्यांना जेम्सच्या लिखाणाचे गांभीर्य समजले नाही वा जेम्सचे लिखाण पुराव्यांच्या आधारे असल्याची खात्री झाल्यामुळे त्यास आक्षेप घेण्यासारखे काही नव्हते, असा काही प्रश्न होता काय? जेम्सला वा प्रकाशन संस्थेला पत्र पाठवून आपली मते तरी नोंदवली काय? ही शहाणी माणसं असं का वागली? यातून एकच अर्थ निघतो की, इतिहासाच्या या पंडितांना लेनच्या पुस्तकात आक्षेपार्ह काही वाटले नाही किंवा लेनचं संशोधन कार्य पाहून ते सुखावले. जेव्हा एखाद्या विशिष्ट व्यक्तीबाबत वा गटाबाबत आपण काही करू शकत नाही, आपली मतं मांडू शकत नाही, शिवराळपणा करू शकत नाही पण अन्य कोणी तसं करीत असेल तर आपण सुखावतो, ही विकृतीच असते. शिवाजी महाराज वा जिजाऊंबद्दल आपण जे लिहू शकत नाही, मनात जबरदस्त इच्छा असूनही; ते एका इंग्रजी लेखकानं लिहावं याचं अप्रूप वाटलं, आनंद वाटला आणि म्हणून मग मूग गिळून गप्प बसण्याचं शहाणपण

तर दाखवलं गेलं नाही ना या प्रकरणी? तशीच शंका यावी अशी एकूण परिस्थिती आहे.

घटनाक्रम

जून	**२००३**	पुस्तक प्रकाशन
सप्टेंबर	**२००३**	सोलापूर येथीला एका जाहीर कार्यक्रमात पुरंदरेकृत जेम्सच्या लिखाणाचं कौतुक
नोव्हेंबर	**२००३**	पुरंदरे व इतरांकडून जेम्सचा निषेध
डिसेंबर	**२००३**	श्रीकांत बहुलकरांवर शिवसेनेचा हल्ला
जानेवारी	**२००४**	संभाजी ब्रिगेडचा भांडारकर संस्थेवर हल्ला
फेब्रुवारी	**२००४**	पुरंदरेंची 'लोकमत'द्वारे प्रकट भूमिका

बहुलकरांवरील हल्ल्याने उद्विग्न होऊन इतिहाससंशोधक मेहेंदळे यांनी शिवाजी महाराजांवरील आपल्या महाग्रंथाची हजार हस्तलिखित पाने नष्ट करण्यास सुरुवात केली. किती पाने नष्ट केली, ती का नष्ट केली, त्यातून त्यांनी कोणत्या भूमिकेचा पुरस्कार केला होता, शिवाजी महाराजांविषयी त्यांची मतं काय इत्यादी प्रश्न उपस्थित होतात. जेम्सच्या काही विधानांवरून एवढे वादळ उठू शकते, तर आपल्या लिखाणाबद्दल कोणता समर प्रसंग उद्‌भवेल या काल्पनिक भीतीपोटी तर हस्तलिखिते नष्ट करावीशी वाटली नाहीत ना?

कोणताही इतिहाससंशोधक दीर्घकाळ प्रचंड मेहनत घेऊन अभ्यास करतो, टाचणं काढतो आणि त्यानंतरच विचारपूर्वक इतिहासाची पानं लिहितो, असा सर्वसामान्य माणसाचा समज असतो आणि तो चुकीचा असण्याचं कारण नाही. इतिहाससंशोधकांचं कार्य हे राष्ट्रीय कार्य असतं. त्याला सामाजिक मूल्य असतं. कारण असं कार्य वस्तुस्थितीवर आधारित असल्याने भावी पिढ्यांसाठी ते अनमोल ठेवा असतं. वाटलं म्हणून लिहिलं आणि नंतर मनात आलं म्हणून नष्ट केलं, असं ललित लिखाणाच्या बाबतीत होऊ शकतं. संशोधनकार्य नष्ट करणे म्हणजे समाजद्रोहच! भांडारकर संस्थेतील पुराण ग्रंथ व वस्तूंचा ठेवा उद्‌ध्वस्त केल्याबद्दल संभाजी ब्रिगेडचा सर्व थरांतून केवढा निषेध झाला! राष्ट्रीय संपत्तीला धोका पोचवणे अक्षम्य ठरते; मग संशोधनांअंती तयार झालेला मसुदा नष्ट करणे म्हणजे साधा गुन्हा ठरेल काय? हा सामाजिक गुन्हा करायला कारण काय तर म्हणे शिवसैनिकांनी बहुलकरांची विटंबना केली. वडाचं पान पिंपळाला! अहिराणीत म्हण आहे, दुःख हेल्याला

(रेड्याला) डाव पखालीला. शारीरिक विटंबना क्षम्य असू शकते, राष्ट्रीय संपत्तीचा नाश क्षम्य कसा ठरेल? मेहेंदळे म्हणतात, 'त्यांनी स्वत:च शिवचरित्राची हस्तलिखिते नष्ट केली.' त्यातल्या मजकुराची जातकुळी काय, हा प्रश्न शिल्लक राहतोच.

शिवाजी महाराजांना आराध्यदैवत म्हणायचं, त्यांना महाराष्ट्राची अस्मिता ठरवायचं आणि जेम्सच्या आक्षेपार्ह लिखाणावर मूग गिळून बसायचं, हा काय प्रकार आहे? शिवसेनेचा काय किंवा संभाजी ब्रिगेडचा काय, हल्ला निषेधार्हच! पण जेम्सच्या लिखाणाचं जाहीर कौतुक करायचं वा मूग गिळून गप्प बसायचं हे कोणत्या नीतिमत्तेत बसतं? हल्ले झाल्यानंतर जनसामान्यांना कळले, की जेम्सनं शिवाजी महाराज व जिजाऊ यांच्याबद्दल बरंच काही आक्षेपार्ह लिहून ठेवलं आहे.

जेम्सला त्याच्या संशोधनकार्यात मदत केल्याबद्दल आक्षेप नाही; पण जेम्सचं लिखाण आक्षेपार्ह असूनही त्याबाबत मौन पाळलं गेलं याला आक्षेप आहे. जेम्सला मदत करणाऱ्या संशोधकांचं हे मौन अधिक भयानक व घातक आहे. त्याला क्षमा नाही! कारण तो गुन्हा जाणूनबुजून, हेतुत: केलेला आहे. तो कटकारस्थानाचा भाग ठरतो. कोणताही गुन्हा, मग कितीही गंभीर असू देत, क्षम्य असूच शकत नाही. संभाजी ब्रिगेडने केलेल्या हल्ल्याबाबत अत्यंत तीव्र शब्दांत निषेध नोंदवताना कडेलोटाचीच शिक्षा हवी, असेही सूर निघाले. अर्थात, त्याबद्दल वाद होऊच शकत नाही. कोणताही सुसंस्कृत मनाचा माणूस आपली प्रतिक्रिया अशाच पद्धतीने नोंदवील. पण जेम्सला मदत करणाऱ्या ज्या महापंडितांनी शिवाजी महाराजांसारख्या लोकोत्तर राजावरील हल्ला मख्खपणे पाहिला, त्यांच्या कटकारस्थानाबद्दल आणि मूलतत्त्ववादी भूमिकेबद्दल कडेलोटाची शिक्षाही सौम्य ठरेल, याची कुठेतरी नोंद होणार आहे की नाही?

जेम्सच्या लिखाणातील मजकूर आक्षेपार्ह असल्याची जाणीव होऊनही त्याकडे दुर्लक्ष करणाऱ्या वा मौन बाळगणाऱ्या पंडितांनी लेखण्या म्यान केल्या होत्या. त्या बाहेर पडण्याची शक्यता दिसली नाही, तेव्हा शिवसैनिकांनी व संभाजी ब्रिगेडने तलवारी उपसल्या, ही वस्तुस्थिती लक्षात घेण्याची गरज आहे. 'जाणता राजा' सारख्या कार्यक्रमातून शेकडो कोटींची माया जमवताना 'जय शिवराय' आणि शिवाजी महाराजांची बदनामी करणाऱ्या जेम्सचं मात्र जाहीर कौतुक, ही तर सुलतानीपेक्षाही भयंकर प्रवृत्ती झाली! मावळे तर बिचारे हाती तलवार घेऊन युद्धभूमीवर लढणारे. त्यांचं बळ मनगटात. त्यामुळे त्यांचा हल्ला लक्षात येतो, त्यांचा निषेध नोंदवणे शक्य असते. पण अंधारात कटकारस्थान रचणाऱ्या बारभाई बुद्धिमंतांचे कारस्थान

नजरेत येत नाही, म्हणून ते क्षम्य ठरेल काय?

जेम्सच्या पुस्तकाचा धिक्कार केलाच पाहिजे, असा आग्रह असण्याचं कारण नाही. समर्थन करण्याचाही अधिकार असतो; पण ताक मागायला जायचं आणि लोटा लपवायचा याला अर्थ नाही. जेम्सची मी भेट घेतली, जाहीर सभेत जेम्सचं कौतुक केलं अशी भूमिका घ्यायला विद्वानांनी का कचरावं? जेम्सचं कौतुक करण्यात चूक झाली वा त्याचे कोणते मुद्दे मला बरोबर वाटले, अशी पारदर्शी भूमिका का घेतली जाऊ नये? संशयाचं वातावरण निर्माण होणार नाही एवढी आपली भूमिका स्पष्ट का नसावी? चुकीची माहिती देऊन जेम्सची दिशाभूल केली वा कसे, हा वादाचा मुद्दा नाही; लपवाछपवीचा जो खेळ चालू आहे, त्यामुळे संशयास्पद वातावरणनिर्मिती झाली. एक खोटं लपविण्यासाठी हजारदा असत्याचा आधार घेण्याची प्रवृत्ती चुकीची आहे. तशी प्रवृत्ती कटकारस्थानाचाच भाग ठरते.

शिवसेना वा संभाजी ब्रिगेडने हल्ला करेपर्यंत गप्प बसण्यात आपली चूक झाली, असं गाढे पंडित मान्य करणार आहेत काय? आपली भूमिका मूलतत्त्ववादी, जात्यंध आणि वर्ण-अहंकारी असेल तर पारदर्शकता येणार कशी? गांधीजींची हत्या झाली. कट शिजला. कुठे शिजला, कोण होते सूत्रधार, हे सत्य बाहेर येऊ नये म्हणून प्रयत्न झाले. त्यामुळे नको त्या व्यक्ती संशयाच्या वादळात सापडण्याची शक्यता निर्माण होणारच. विविध जाती-उपजातींनी बनलेल्या समाजात संशयाच्या कल्लोळात विशिष्ट जात बळी जाते, बदनाम होते. निष्पाप लोकांना मनस्वी त्रासातून जावे लागते. बाबासाहेब पुरंदरे व इतर अभ्यासक, ज्यांनी लेनला साहाय्य वा मार्गदर्शन केलं आणि ज्यांच्याभोवती त्यांच्याच नकारात्मक भूमिकेमुळे संशयाचे ढग जमा झाले, त्यांनी लपवाछपवी व बनवाबनवी केली म्हणून हल्ले झाले. परिणामी, चहूबाजूंनी जातिनिहाय शाब्दिक हल्ले सुरू झाले. ज्यांना सांप्रदायिकता मान्य नाही, जातीय उतरंडीला ज्यांचा तत्त्व म्हणून कठोर विरोध आहे, ज्यांची भूमिका पारदर्शी, उदार आणि जातिधर्मनिरपेक्ष आहे, त्यांना अशा वादात झळ पोचते. लेनच्या पुस्तकावरील बंदी समर्थनीय नाही, असं एखादा जातीने ब्राह्मण असणारा म्हणाला, तर या गदारोळात तो वर्णव्यवस्थेचा पुरस्कर्ता वा जात्यंध ठरेल आणि बहुजनानं तसं विधान केलं तर तो विचारस्वातंत्र्याचा पुरस्कर्ता ठरेल. अठरापगड जातिजमातींनी बनलेल्या देशातील प्रश्न किती जटिल असतात, याची मूलतत्त्ववाद्यांना फिकीर नसते. जातिनिरपेक्ष विचार मांडणारे त्यांना शत्रू वाटतात. त्यात तत्त्वनिष्ठ हमखास भरडले जातात. मूलतत्त्ववादी म्हणजे विषाची कुपी घेऊन

फिरणारे मारेकरीच, हे जनसामान्यांनी लक्षात घेण्याची गरज आहे. जेम्सला ज्यांनी त्याच्या कामात सहकार्य केलं, जेम्सच्या लिखाणाचं ज्यांना कौतुक वाटलं वा त्या लिखाणाबद्दल ज्यांनी दीर्घकाळ मौन बाळगलं, त्यांनी अजूनही आपली भूमिका जनतेसमोर स्पष्ट शब्दात मांडावी. जे घडलं ते स्पष्टपणे सांगावं, चुकलं असेल तर चूक मान्य करावी वा चूक नसेल तर आपल्या भूमिकेचं तात्त्विक पातळीवर समर्थन करावं. डोळे झाकून दूध पिणाऱ्या मांजरासारखी भूमिका असली, तर संशयास्पद वातावरणनिर्मिती होणे अटळ ठरते. तसे होणे समाजस्वास्थ्याच्या दृष्टीने घातकच!

जेम्स लेनने त्याच्या 'शिवाजी : हिंदू किंग इन इस्लामिक इंडिया' या पुस्तकात 'शिवाजीचे गार्डियन दादोजी कोंडदेव हे त्याचे; बायॉलॉजिकल फादर (biological means of or relating to biology or living organisms)' होते, असे सूचित करणारे जोक्स महाराष्ट्रातील लोक 'विनोदाने (नॉटीली) सांगतात' असं लिहिलं आहे. इतिहाससंशोधकाने वा चरित्रकाराने वस्तुनिष्ठतेशी इमान राखले पाहिजे. दंतकथांची दखल घेण्याचे कारण नाही. ज्या दंतकथेमुळे वा विनोदामुळे समाजात संभ्रमाचे वा गैरसमजुतीचे वातावरण निर्माण होण्याचा संभव आहे, अशा दंतकथेकडे तर इतिहास-संशोधकाने पूर्णत: दुर्लक्ष केले पाहिजे.

महाराष्ट्रात वर्षानुवर्षे शिवाजी महाराजांचं चरित्र वाचलं जात आहे, अनेक कथा वाचल्या जात आहेत. ज्यांना दस्तऐवजी पुरावा नाही, अशा कथांवर अनेक शाहिरांनी पोवाडे रचले आणि गायिले. या पोवाड्यांमधून वा चरित्रलेखनातून शिवाजी महाराजांच्या लोकोत्तर कार्याचा गौरव मोठ्या अभिमानानं करण्यात आला आहे. शिवाजी महाराजांचे बायॉलॉजिकल फादर दादोजी कोंडदेव पंत होते असे विनोदानेदेखील कोणी म्हणणार नाही, एवढी महाराष्ट्रातील शिवभक्ती अस्सल आहे. अशा दंतकथा कोण रचतं आणि त्या विनोदाने सांगणारे कोण, याचा शोध घेण्याची आवश्यकता जेम्स लेनच्या पुस्तकामुळे निर्माण झाली आहे. अन्यथा शिवाजी महाराजांचा कोणी बायॉलॉजिकल फादर होता अशी कल्पना महाराष्ट्रातीलच नव्हे तर देशातील कोणाही व्यक्तीच्या डोक्यात येऊ शकत नाही. आजपर्यंत तरी अशी कल्पना कोणीही मांडली नाही. परकीय चरित्रकारांनीही असा जावईशोध लावला नाही. लावला असता तर त्याचे तीव्र पडसाद उमटले असते, एवढा मराठी माणूस निश्चितच जागा आहे. 'बायॉलॉजिकल फादर' चा जावईशोध लावला कोणी? जेम्सने खचितच नाही. जेम्सनं महाराष्ट्र पालथा घातला असता, तरी अशी दंतकथा वा चर्चा वा पुसटसा उल्लेख त्याच्या कानी पडला नसता. म्हणजे ही दंतकथाही नाही

आणि विनोदाने सांगितल्या जाणाऱ्या गावगप्पाही नाहीत, हे उघडच आहे. मग ही सुपीक कल्पना कोणाच्या डोक्यात अवतरली? कोणी ऐकली अशा गावगप्पांची आकाशवाणी? दादोजीपंत कोंडदेवांना शिवाजीच्या बायॉलॉजिकल फादरचं लेबल चिकटवणारे पाशवी सुलतानापेक्षाही हलकट, पाजी, नीच, आतल्या गाठीचे मंथरेचे वारस कोण? अत्यंत हीन दर्जाच्या पेशवाई-कथा कोणी निर्माण केल्या याचा शोध घेतला, तर जेम्सच्या लिखाणाचे जनकत्व कोणाचे या प्रश्नाचे उत्तर मिळेल. अशा कथा तयार करणारं केंद्र महाराष्ट्रात नाही; पण महाराष्ट्रातील पुण्यनगरीमधील वर्णश्रेष्ठत्वानं अंध झालेले बुद्धीचे ठेकेदार मूलतत्त्ववादीच अशा कथांचे जनक असू शकतात. हे मूलतत्त्ववादी इतिहासाचे गाढे पंडित समजतात स्वत:ला, संशोधनाचं कार्य पार पाडणारे समर्थ समजतात स्वत:ला, शिवाजी महाराजांचा आणि मासाहेबांचा गौरव करण्याइतपत बौद्धिक कुवत आमचीच असा अहंकार बाळगणारे हे कावेबाज किती भयंकर स्वरूपाचे विकृत आहेत, याचा शोध घेण्याची संधी जेम्स लेनच्या 'शिवाजी : हिंदू किंग इन इस्लामिक इंडिया' या पुस्तकामुळे उपलब्ध झाली आहे. धर्मवाद, जात्यंधता, वर्ण-अहंकार ह्या अशा विषाच्या कुपी आहेत, ज्या संपूर्ण राष्ट्राला घातक असतात. विज्ञानयुगातदेखील अशा विकृती दबा धरून बसलेल्या आहेत. मूलतत्त्ववाद्यांचं अस्सल स्वरूप किती भयंकर असतं आणि त्यांची रामभक्ती वा शिवभक्ती किती स्वार्थी, जात्यंध व छुपा अहंकार जोपासणारी असते, हे जनसामान्यांनी जाणून घेण्याची गरज आहे. शिवाजी महाराजांसारख्या लोकोत्तर महामानवाला 'हिंदूंचा राजा' म्हणून गौरवणाऱ्या जातिवाद्यांचा छुपा अजेंडा तपासून पाहण्याची अपरिहार्यता समजून घेतली पाहिजे. शिवाजी महाराजांना 'जाणता राजा' म्हणायचं आणि त्याच वेळी बायॉलॉजिकल फादरची दंतकथा रचून आपल्या जन्मजात बौद्धिक अहंकाराला खतपाणी घालायचं हा शहाजोगपणा नाही; ते कटकारस्थान आहे मारेकऱ्यांचं! गारदी मारेकरी म्हणून बदनाम झाले. ते आज्ञेचे दास होते. शिवाजी महाराजांचे मारेकरी वर्ण-अहंकारानं बेभान व बेफाम झालेले 'पंत' आहेत! मारेकरी महाराष्ट्रभूषण ठरताहेत!

जेम्स लेनचा निषेध करणे शक्य आणि सोपे आहे. सातासमुद्रांपलीकडचा तो माणूस! त्याच्या पुस्तकावर बंदी घालणेही सोपे. पण लेनच्या लिखाणापेक्षा अत्यंत घाणेरडे, आक्षेपार्ह, अनैतिहासिक, कल्पनारंजक आणि पक्षपाती लिखाण कोणी केलेच असेल, तर ते केले आहे शिवशाहीर ही मानाची पगडी घालून मिरवणाऱ्या बाबासाहेब पुरंदरे यांनी. गेली पंचवीस वर्षे हे लिखाण वाचले जात आहे

आणि 'जाणता राजा' च्या माध्यमातून जनतेपर्यंत पोचवले जात आहे. बंदी घालायचीच असेल तर 'राजा शिवछत्रपती' या पुरंदरेंच्या ग्रंथावर घालण्याची गरज आहे. 'जाणता राजा'द्वारे प्रस्तुत होणाऱ्या चुकीच्या इतिहासात आमूलाग्र बदल करून शिवाजी महाराजांचे चरित्र जनतेसमोर आणण्याची गरज आहे. बाबासाहेब पुरंदरेंनी शिवचरित्राच्या नावाखाली वर्ण-अहंकाराचे विष ठायीठायी ओकले आहे आणि शिवाजी महाराज व जिजाऊ यांना दुय्यम स्थानावर आणून त्यांचे नेतृत्व दुबळे ठरवण्याची व त्यांचे चारित्र्य संशयाच्या भोवऱ्यात सापडेल अशी भूमिका निष्ठेने पार पाडली आहे. त्यांचे लिखाण म्हणजे इतिहास नव्हे, वस्तुस्थिती नव्हे. हे लिखाण विपर्यस्त आणि विकृत आहे. या लिखाणातून संपूर्ण बहुजन व पददलित समाजाची वाट लागली आहे. मराठा समाज ही संज्ञा वापरून समस्त बहुजन ग्रामीण समाजाची अत्यंत विकृत पद्धतीने नालस्ती केली आहे. 'बऱ्या, नीटस, गोऱ्या जातिवंत कुणबिणी' बाजारात 'पंचविसी होनांस पाच' विकत मिळत होत्या.' हे वाक्य ऐतिहासिक सत्य म्हणून लिहिणाऱ्या पुरंदरेंची शिवशाहिरी कोणत्या भ्रष्ट थरापर्यंत गेली आहे हे लक्षात यावे. शत्रूंनी बायकामुली पळवून नेणे, जबरदस्ती करणे हे समजण्यासारखे असते; पण कुणबिणी सहज विकत मिळत्या होत्या, याचा अर्थ कुणबी समाज आपल्या लेकीबाळी-सुना आपणहून केवळ पैशाच्या लोभाने विकत होता, असा अर्थ निघतो. बहुजन आणि उत्तरेकडील रजपूत-समाजाचं चित्र 'सुलतानी, दारुडे, असंस्कृत, रानटी, नीतिमत्तेची चाड नसलेले, मुर्दाड, लाचार, बदफैली' अशा पद्धतीने रंगवले आहे. ब्राह्मण, मराठा, रजपूत, महार, मांग, भिल्ल अशा जातिवाचक शब्दांची तर खैरात आहे. दादोजीपंतांच्या धाकाखाली जिजाबाई व शिवाजी महाराज केविलवाणे होऊन वावरत होते, असे चित्र नजरेसमोर उभे राहते. ही पानं वाचताना पेशवेकाळातील छत्रपतींच्या दारुण अवस्थेचं चित्र आपल्यासमोर उभं राहतं. जेम्स लेनच्या घाणेरड्या कल्पनांची पार्श्वभूमी म्हणजे पुरंदरेंचे 'राजा शिवछत्रपती' हे पुस्तक!

लेनला भांडारकर संस्थेचं मोलाचं सहकार्य लाभलं होतंच; तोंडी त्याला कोणता इतिहास सांगितला गेला याची कल्पना न केलेलीच बरी. आपली आणि लेनची भेट झालेली नाही, असा खुलासा पुरंदरेंनी केला आहे. पुण्यात दीर्घकाळ तळ ठोकून बसलेला हा शिवचरित्राचा लेखक विख्यात शिवचरित्रकाराची भेट घेणार नाही आणि इंग्रजी इतिहाससंशोधकाला शिवशाहीर भेट देणार नाहीत, हे तर्कबुद्धीला कितीही ताण दिला तरी पटण्यासारखे आहे का याचा वाचकांनीच विचार करावा. सत्य बोलायला धाडस लागते. शिवाजी महाराजांमध्ये ते होते; शिवचरित्रकारात

ते असलेच पाहिजे, असा आग्रह कशासाठी? असा प्रश्न उपस्थित करून आपणच काय ते उत्तर शोधायचे. जेम्स लेनने मात्र ज्यांचं सहकार्य लाभलं, त्या यादीत शिवशाहीरांचा स्पष्ट उल्लेख केलेला आहे. ग्रंथवितरकांच्या सूचीतही तसा उल्लेख आहे. सप्टेंबर २००३ रोजी सोलापूर येथील सभेत जेम्सचं कौतुक करण्याचं पुण्यकर्म पुरंदरेंनी केलंच; पण जेम्सच्या ग्रंथाचा अवश्य अभ्यास करावा असं कळवळून आवाहन केलं. त्याचाही इन्कार पुरंदरे करणार आहेत काय? जेम्सचं लिखाण वस्तुनिष्ठ आणि सामाजिक न्याय देण्याच्या दृष्टीने वाजवी व योग्य असेल, तर त्याच्या भूमिकेचं कौतुक शिवशाहिरांनी करण्यात गैर काही नाही. विचारस्वातंत्र्याचा संकोच होता कामा नये. परंतु विकृत लिखाणाचं कौतुक करायचं आणि वरून तो मी नव्हेच अशी लखोबाची भूमिका घ्यायची, हा कुभांडखोरपणा आणि लुच्चेपणा आहे. शिवशाहिरांना तो शोभतो काय, याचा मात्र विचार करायला हवा.

'राजा शिवछत्रपती' या ग्रंथाचा समाचार घेण्याआधी शिवशाहीर बाबासाहेब पुरंदरेंची १४ फेब्रुवारी २००४ च्या 'लोकमत' या दैनिकातून प्रकाशित झालेली प्रतिक्रिया पाहूया.

'जेम्स लेन आणि माझी गाठभेट, परिचय कधी झाला नाही. झाला असता तर बरे झाले असते. जर ते मला भेटले असते आणि माझी अभ्यासासाठी मदत वा मार्गदर्शन मागितले असते, तर त्याचा वेगळाच व चांगलाच परिणाम झाला असता. शिवाजी महाराज आणि जिजाबाई यांच्या चारित्र्यापुढे हे लेन नक्कीच लीन झाले असते. त्यांनी आपल्या ग्रंथाला 'शिवाजी : हिंदू किंग इन इस्लामिक इंडिया' हे चुकीचे नाव दिले आहे. त्याऐवजी त्यांनी कदाचित 'महाराज शिवछत्रपती : द सुप्रीम हिंदू नरसिंह राजा इन द वर्ल्ड' असे नाव दिले असते; पण अखेर लेनसाहेब नेहमीच्या पाश्चात्त्य 'बायस' वळणावर गेले.'

लेन पुण्यात दीर्घ काळ राहिला. कशासाठी? शिवचरित्राचा अभ्यास करण्यासाठी. पुरंदरे हे कोणी मामुली गृहस्थ नाहीत. अखिल जगात शिवशाहीर म्हणून त्यांचं नाव आहे. कुठला शिवचरित्रकार वा इतिहाससंशोधक पुण्यात दीर्घ काळ राहून पुरंदरेंच्या भेटीची कास धरणार नाही? अर्थात, पुरंदरे सांगतात म्हणून लेन-पुरंदरे भेट झाली नाही असे ग्राह्य धरूया. भेट झाली असती तर कोणता वेगळा व चांगला परिणाम झाला असता? भेट घेऊनही हेच घडणार होते. लेनसाहेबांच्या पोटात काय आहे हे मला समजले असते, तर मी भेटच दिली नसती यापेक्षा कोणती वेगळी प्रतिक्रिया उमटणार होती? शिवाजी महाराजांविषयी जो माणूस खोटी विधाने बेधडक करतो

आणि मी सांगतो तेच सत्य असा आविर्भाव आणतो, त्या शाहिराकडून सत्याची अपेक्षा करणे निरर्थकच. सत्याचा मार्ग होता म. गांधींचा. पुरंदरे गनिमी युद्धात निष्णात! मग त्यांना गांधीमार्गाशी कसले देणेघेणे?

पुरंदरेंचा आक्षेप पुस्तकाच्या नावाला आहे. शिवाजी महाराजांची 'हिंदू राजा' अशी प्रतिमा हिंदुत्ववादी पुनरुज्जीवनवाद्यांनी प्रथमपासूनच हेतुत: उभी केली. ऐतिहासिक साधनांचा वापरही त्याच हेतूच्या उद्दिष्टपूर्तिसाठी केला. त्याचा आधार घेऊन परकीयांनी शिवाजी महाराजांना बंडखोर म्हटले. पुरंदरेंनी तर गुंड ही संज्ञादेखील शिवाजी महाराजांना बहाल केली आहे. हिंदुत्ववाद्यांच्या या भूमिकेमुळेच व लिखाणामुळेच जनसामान्यांचा, ग्रामीण कष्टकरी शेतकऱ्यांचा राजा अशी शिवाजी महाराजांची प्रतिमा उभी राहू शकली नाही. परिणामी एका महान मानवतावादी व चतुरस्त्र व्यक्तिमत्त्व लाभलेल्या ग्रामीण नेतृत्वाला जातीयवादी चौकटीत बंदिस्त करून टाकण्यात हिंदुत्ववादी यशस्वी झाले. हिंदूंचा राजा म्हटल्यानंतर राजे शिवछत्रपती मोठे होत नाहीत, लहान होतात. जागतिक कीर्तीच्या संशोधकांनी बंडखोर हिंदू राजा संबोधून शिवाजी महाराजांच्या कार्याकडे दुर्लक्ष केले आहे, हे आम्ही कधीतरी समजून घेणार आहोत की नाही?

शिवाजी महाराजांना हिंदू राजा म्हणून जेव्हा उभे केले जाते, तेव्हा वर्णवर्चस्ववादी संस्कृतीत या राजाचे स्थान दुय्यम ठरते अणि इतर धर्मीयांना तो शत्रू क्रमांक एक, अर्थात काफिर वाटतो. वर्णवर्चस्ववादी संस्कृतीत दादोजी कोंडदेव, स्वामी रामदास यांचं बौद्धिक माहात्म्य वादातीत ठरतं आणि राजा शिवछत्रपती केवळ मनगटात बळ असलेला, शिकवलं तेवढं आणि त्याच पद्धतीने वागणारा आज्ञाधारक निष्ठावान सैनिक ठरतो. वर्णवर्चस्ववाद्यांच्या मार्गदर्शनाखाली व त्यांच्याच आशीर्वादाने चातुर्वर्ण्य-व्यवस्थेच्या रक्षणार्थ लढणे आणि जगणे हे त्याचं जीवितकार्य ठरतं. मुस्लिम व इतर धर्मीयांचा रोष ओढवून घेण्यात त्याला धन्यता वाटते. **आपल्या पात्रांच्या माध्यमातून आपल्या भावना वा विचार प्रसृत करण्याचं काम मूलतत्त्ववादी प्रचारकी साहित्यिक करीत असतात.** पुरंदरेंनी आपल्या मनातील वर्णवर्चस्ववाद कुरवाळताना इतर धर्मीयांविषयी, विशेषत: मुस्लिम धर्मीयांविरुद्ध अत्यंत भडक, प्रचारकी लिखाण केले आहे. शिवाजी महाराजच जेव्हा मुस्लिमांविरुद्ध कडवी भूमिका घेऊन उभे राहतात आणि त्यांचं शत्रुत्व पत्करतात, तेव्हा बहुजनसमाजाने तसे न करणे हा राजद्रोह ठरतो! त्यास भ्याड ठरवलं जातं.

वतनदारी व्यवस्थेविरुद्ध उभे राहणारे, कष्टकरी शेतकऱ्यांचं हित जोपासणारे,

समतोल न्याय करणारे, जातिधर्माचं राजकारण मोडीत काढणारे शिवाजी महाराज उभे करणं म्हणजे शिवाजी महाराजांना मोठं करणं होय. तसे ते मोठे झाले तर वर्ण-अहंकार जोपासणाऱ्यांची प्रतिष्ठा राखण्यासाठी लढा देईल कोण? शिवाजी महाराजांची मानवतावादी भूमिका, ब्राह्मण-ब्राह्मणेतर असा वाद न घालता, संपूर्ण अखंड बहुजनसमाजाने स्वीकारावी असे आवाहन मूलतत्त्ववादी कसे करू शकतील? त्यांची तशी प्रवृत्तीच नाही. समाजात अनेक जातींचे गट असणे आणि त्यांच्यात तट असणे, हेच तर मूलतत्त्ववाद्यांचं राजकारणी कारस्थान आहे. यातूनच चातुर्वर्ण्यव्यवस्थेचं पुनरुज्जीवन व उच्चवर्णीयांचे जन्मजात अधिकार अबाधित राखणे शक्य आहे, अशी त्यांची धारणा आहे. त्यांच्या प्रयत्नांचा तो भाग आहे. मुसलमान, दलित-पददलित, अल्पसंख्याक समाजाविरुद्ध उभे राहा, शिवाजीमहाराजांची तशीच शिकवण आहे असे सांगितले, म्हणजे राखीव जागांविरुद्ध असलेल्या आंदोलनात सहभागी होणे आलेच. तसे झाले म्हणजे मुसलमान, पददलित, आदिवासी, अल्पसंख्याक आणि पददलितांना सोबत घेऊन जातिनिरपेक्ष राजकारण करण्याची शिवाजी महाराजांची आणि नंतर यशवंतरावांची जी नीती होती ती चुकीची ठरवायची, हाणून पाडायची, सर्वसमावेशक राजकारण करणाऱ्या बहुजनांना सत्तेच्या राजकारणातून घालवून लावायचे आणि बहुजनांचीच, परंतु वर्णवर्चस्ववाद्यांचा अंकुश असलेली सत्ता प्रस्थापित करून दलित-पददलित समाजाला अस्पृश्यतेचा दर्जा पुन्हा प्राप्त करून द्यायचा आणि अल्पसंख्याकांना एकाकी पाडायचं, हा खरा वर्णवर्चस्ववाद्यांचा डाव आहे. बहुजनांचं हित हे सूत्र पकडून जातिधर्मनिरपेक्ष राजकारण करू पाहणाऱ्या विश्वनाथ प्रतापसिंहांची भूमिकाही नव्याने समजून घेण्याची गरज आहे. शिवाजी महाराजांचा वापर मराठ्यांचा राजा म्हणून तर राणा प्रतापचा वापर रजपूतांचा राजा म्हणून करायचा, अखिल भारतीय पातळीवर हिंदूंचा राजा म्हणून, रामाचा वापर करायचा आणि क्षत्रिय राजांचा वापर वर्णवर्चस्ववादी संस्कृतीचे पुनरुज्जीवन करण्यासाठी करताना त्यांना जातिधर्माच्या चौकटीत बंदिस्त करून त्यांच्या मोठेपणाला नख लावायचं, हा डाव वर्णवर्चस्ववादी संस्कृतीचे जे पाईक असतात, त्यांचाच असू शकतो. पुरंदरेंचा आक्षेप लेनच्या हिंदू किंग या शब्दांना नाही, इस्लामिक इंडियाला आहे. त्यांना पुस्तकाचे नाव 'युगप्रवर्तक वा मानवतावादी राजा' असे हवे आहे का? नाही. त्यांना शिवाजी महाराज हे 'हिंदू किंग'च हवे आहेत. म्हणून ते पुस्तकाचं नाव सुचवितात, 'द सुप्रीम हिंदू नरसिंह राजा इन द वर्ल्ड.' त्यांची झेप जागतिक पातळीवर आहे, पण ती पुनरुज्जीवनवाद्यांना सुखावणारी आहे. शिवाजी जगात हिंदूंचा राजा म्हणूनच ओळखले जावे, जन्मजात वर्ण-अहंकार जोपासणाऱ्यांपुढे

त्यांनी सदैव नतमस्तक राहावं, त्यांच्या संरक्षणाचं दायित्व पार पाडावं, त्याचं तेच स्थान व कर्तव्य आहे, असं सांगणारे शिवशाहीर पुनरुज्जीवनवादी संस्कृतीचे प्रवक्ते आहेत. त्यांचीच अशी भूमिका आहे, तर दोष लेनला देणार कसा?

हिंदूंचा राजा कोण? जो वर्णवर्चस्ववादी संस्कृती प्रमाण मानतो, जो गोत्र, जातपात यांना प्राणपणाने जपतो, तो केवळ गोप्रतिपालक असून चालणार नाही. तो गोब्राह्मणप्रतिपालक असावा. तो मुस्लिमांना वा इतर धर्मीयांना वा हिंदूंमधील शूद्रातिशूद्रांना त्यांच्या सामाजिक दर्जानुसार न्यायाने वागवील, पण धर्ममार्तंडांची मर्जी असेपावेतो. तो हिंदू राजा आहे म्हणजे प्रथमस्थान धर्ममार्तंडांचे असेल आणि धर्ममार्तंड सांगतील तोच व्यवहारधर्म त्याला पाळावा लागेल. शिवाजीराजे अशा विचारांमुळे मोठे ठरतात काय? याचे उत्तर नाही असेच आहे. हिंदू राज्यव्यवस्थेप्रमाणे राजा क्षत्रिय समजला गेला, तरी त्याचं स्थान दुय्यमच. त्याला पुराणोक्त संस्कारांचा अधिकार नाही. येथे शिवाजी महाराज तर शूद्र समजले गेलेले. म्हणून तर पुरोहितवर्गाने त्यांच्या राज्यारोहण समारंभावर एकमुखी बहिष्कार टाकला होता. ज्यांची भीती होती अशा वतनदारांची ताकद या बहिष्कारामागे होती हे उघडच आहे. म्हणूनच हा बहिष्कार ठरावीक जातीचा नव्हता, तो होता जन्मजात वर्णवर्चस्ववादी व्यवस्थेला घट्ट धरू पाहणाऱ्या प्रवृत्तीचा. ही वर्ण-अहंकारी प्रवृत्तीच तर शिवाजीराजांविरुद्ध होती.

पुरंदरेंना शिवाजी महाराज हवे आहेत, केवळ सुप्रीम हिंदू किंग म्हणून. त्यांनी त्यांच्या 'राजा शिवछत्रपती' या ग्रंथात हिंदू व्यवस्थेशी अनुरूप अशा राजाची प्रतिमा उभी केली आहे. शिवाजी महाराज हे मानवतावादी क्रांतिकारी राजे होते हे त्यांना मान्य नाही. तो इतर जाती वा धर्म यांच्याबद्दल कनवाळू होता असे ते लिहितात; पण कनवाळू असणे हा धर्मव्यवस्थेच्या धोरणाचा भाग असतो, तत्त्वाचा नव्हे. शिवाजी हे तत्त्वनिष्ठ दृष्ट्या मानवतावादी राजा होते हे सत्य सांगण्याचा बराचसा प्रामाणिक प्रयत्न रणजित देसाई यांनी 'श्रीमान योगी' या ग्रंथात केला आहे. जेम्स लेनची भूमिका तपासून पाहावयास हवी. पुरंदरेंची भूमिका पूर्णत: वेगळी म्हणजे वर्णवर्चस्ववादी भूमिकेशी सुसंगत, प्रामाणिक आणि आग्रही आहे. ही भूमिका अखंड हिंदू समाजाला उपकारक नाही. ही भूमिका राष्ट्रीय स्तरावर हितावह नाही. ती समान न्याय या तत्त्वाला छेद देणारी व म्हणून राष्ट्रविघातक ठरते. जातीयवादी भूमिका मूठभर स्वार्थी, वर्ण-अहंकारी, विशेषत: राजकारणी धुरिणांना आणि राजकारणावर अंकुश ठेवू पाहणाऱ्या वर्णवर्चस्ववाद्यांना लाभदायक ठरते. विद्यमान काळात पुनरुज्जीवनवाद्यांना प्रशासकीय सेवा त्यांच्या ताब्यात हवी आहे. सक्रिय राजकारणात त्यांना रस नाही, पण राजकारणावर

अंकुश हवा आहे, स्वत:चं आर्थिक स्थान बळकट करण्यासाठी. त्यासाठी राम, शिवाजी महाराज, राणा प्रताप यांना हिंदू राजे म्हणून मोठे केले, की चातुर्वर्ण्यव्यवस्था व उच्चवर्णीयांचे जन्मजात अधिकार सुरक्षित राखण्याचे कर्तव्य येऊन पडते क्षत्रियांवर. शूद्रातिशूद्रांना सवलती हव्यात कशाला? त्यांना तर प्रशासनात प्रवेशही नको, धर्मशास्त्रानुसार असा अधिकार केवळ उच्चवर्णीयांनाच! म्हणून राखीव जागांविरुद्धचा लढा धर्मसुसंगत आणि अशा लढ्यांमध्ये बहुजनांनी सामील होणे हे त्यांचे धर्मकर्तव्यच नव्हे काय? राम मंदिरामागील हेच तर आहे जातीय राजकारण. मानवतावादावर ज्या समूहाची राष्ट्रनिष्ठा उभी आहे, अशा समूहाला जातीय भूमिका निश्चितच नुकसानदायी आहे. 'विश्वची माझे घर' म्हणणाऱ्या ज्ञानेश्वरांच्या भूमिकेशी ती प्रतारणा करणारी आहे. मानवतावाद हा धोरणाचा नव्हे, तत्त्वाचा भाग असतो. हुकूमशाही राष्ट्रात असे धोरण राबवले जाते. म्हणूनच हुकूमशहादेखील कनवाळू, उदारमतवादी, धर्मनिरपेक्ष ठरतात! राम, कृष्ण, शिवाजी महाराज, राणा प्रताप यांचा मानवतावाद हा धोरणाचा नव्हे, तर जीवनप्रणालीचा भाग होता; त्यांची ती प्रखर राष्ट्रीयता होती. पुनरुज्जीवनवाद्यांनी मात्र उलट चित्र रंगवले. शिवाजीच्या विशाल व उत्तुंग व्यक्तिमत्त्वाला बंदिस्त करून टाकलं. त्यांच्या थोरपणाला नख लावलं. राम, कृष्ण, राणा प्रताप यांच्याबद्दल वेगळं घडलं नाही.

बाबासाहेब पुरंदरे पुढे म्हणतात, 'छत्रपती शिवाजी महाराज हे केवळ महाराष्ट्राचेच नव्हे तर साऱ्या भारताचे आराध्य प्रेरणास्थान आहे. म्हणूनच भारतीयांच्या अशा प्रेरणास्थानांची हीन आणि निराधार चिकित्सा करण्याची पाश्चिमात्यांची खोड मोडून काढण्यासाठी राष्ट्रीय पातळीवरून प्रयत्न व्हायला हवेत.' ऑक्सफर्ड युनिव्हर्सिटी प्रेस इंडिया यांनी जून २००३ मध्ये प्रसिद्ध केलेल्या या पुस्तकासंबंधी बोलताना मॅनेजिंग डायरेक्टर मनझर खान यांनी ते प्रसिद्ध केले आहे, हा मुद्दा नमूद करायला मात्र ते विसरले नाहीत. पुरंदरे म्हणतात तशी चिकित्सा करायची कोणी? पुरंदरेंइतका गाढा शिवभक्त अभ्यासक दुसरा कोण आहे? पुस्तक प्रकाशित होऊन नऊ महिने झाले. या काळात त्यांनी काय केले निषेध व्यक्त करण्यापलीकडे? अन्य कोणत्या इतिहास-संशोधकांशी त्यांनी चर्चा वा पत्रव्यवहार केला आणि लेनच्या पुस्तकाची चिकित्सा केली? त्यांनीच लिहिल्याप्रमाणे १० नोव्हेंबर २००३ रोजी त्यांनी प्रथम निषेध नोंदविला. तत्पूर्वी सप्टेंबर २००३ मध्ये लेनचं कौतुक करताना निषेधाचा सूर का उमटला नाही? म्हणजे लेनचं लिखाण त्यांनी केवळ वाचलं नव्हतं, तर विशिष्ट प्रकारच्या लिखाणाने ते सुखावले होते, असा यातून अर्थ निघतो. म्हणूनच तर त्यांनी

लेनचं सोलापूरच्या सभेत जाहीर कौतुक केलं! नोव्हेंबरमध्ये निषेध नोंदवला याचं कारण पितळ उघडं पडलं म्हणून. अन्यथा, लेनच्या सत्काराचीही कदाचित तयारी केली असती! फक्त निषेध नोंदवायला काही अर्थ तरी आहे काय? निषेध सामान्यांनी नोंदवायचा असतो. विचारवंतांनी व बुद्धिवंतांनी बाजू लढवायची असते. पुरंदरेंनी कोणती बाजू लढवली? जेम्सला व प्रकाशकाला तरी त्यांची चूक लक्षात आणून दिली काय?

येथे प्रश्न असा आहे, की एकीकडे शिवाजी महाराजांना आराध्य प्रेरणास्थान म्हणायचे आणि दुसरीकडे शिवाजी महाराजांचे गुणगान करताना जिजाऊ आणि शिवाजी महाराजांना दुय्यम स्थानावर आणून शिवाजी महाराजांची गुंड, उनाड, दांडगोबा म्हणून संभावना करायची हे कोणत्या सभ्यतेत बसते, याचा खुलासा पुरंदरेंनाच करावा लागणार आहे. त्यांच्याच पुस्तकाची नव्याने मांडणी करण्याची त्यांची आहे का तयारी? लेनच्या लिखाणापेक्षा त्यांचे लिखाण हीन आणि बेफाम आहे. या लिखाणामागे माझा मथितार्थ असा नव्हता असा खुलासा ते करतीलही; पण आपण एका थोर राजाबद्दल लिहितो आहोत याचे भान त्यांनी ठेवले आहे काय, याचे उत्तर त्यांनीच शोधायचे आहे. पण गनिमी पद्धतीने नव्हे, गांधीपद्धतीने.

पुरंदरे म्हणतात, 'अशा तऱ्हेच्या (लेनच्या) भयानक निराधार म्हणूनच साफ चुकीच्या मजकुरांना वा ग्रंथांना त्वरित उत्तर देणे अपरिहार्य असले, तरी अखेर कायम-स्वरूपात इतिहासाचे सत्यस्वरूप जगाला कळावे म्हणून स्व. यशवंतराव चव्हाण यांच्या संकल्पनेप्रमाणे शिवचरित्राचे, महाप्रकल्प मानून, सविस्तर शास्त्रशुद्ध लेखन होणे अत्यंत आवश्यक आहे.'

पुरंदरे गेल्या पाच-सहा तपांपासून शिवचरित्र सांगताहेत. खुद्द त्यांचे शिवचरित्र भयानक स्वरूपाचे आहे. त्यांच्या अतिरंजित मजकुरांना उत्तर दिले गेले नाही, हा भाग वेगळा. लेनचे लेखन हा अलीकडचा प्रकार. त्याची सविस्तर चिकित्सा, त्याच्या भूमिकेच्या संदर्भात, अजून व्हायची आहे. तत्पूर्वी शिवशाहिरांच्या भूमिकेची मानवतावादी व लोकशाही मूल्यांच्या संदर्भात चिकित्सा होणे, इतिहासाची वस्तुनिष्ठता जनतेपुढे येण्याच्या दृष्टीने आवश्यक आहे. पुरंदरे म्हणतात त्याप्रमाणे, इतिहासाचे सत्यस्वरूप जगाला कळावे अशी त्यांची इच्छा रास्त आहे, पण त्यांनीच जनतेला सत्यस्वरूपापासून वंचित ठेवले, हा मुद्दा दुर्लक्षून चालणार नाही. शिवचरित्राचे सविस्तर शास्त्रशुद्ध लेखन करण्यापासून त्यांना कोणी रोखले होते? विशिष्ट दृष्टिकोन ठेवून इतिहास लिहिला जातो आणि आधुनिक युगातही मूलतत्त्ववाद्यांच्या भूमिकेत बदल होत नाही, ही खरे तर शोकांतिका आहे. शिवाजी महाराजांना हिंदुराजा या

संकल्पनेतून बाहेर काढण्याचा जोपर्यंत प्रयत्न होत नाही, तोपर्यंत शास्त्रशुद्ध लेखन शक्य नाही. या कसोटीवर कोणाचे साहित्य वा लेखन उतरते याचा शोध पुनरुज्जीवनवादी शक्ती घेतील, याची सुतराम शक्यता नाही. जातीयवादाची आणि वर्ण-अहंकाराची कात टाकून दिलेले संशोधकच इतिहासाला न्याय देऊ शकतील. त्यासाठी आंबेडकरी साहित्य चळवळीचा आदर्श घेऊन काम करण्याची तयारी हवी. मानवतावाद हा पाया असेल तरच हिंदुत्ववादी पाशातून शिवाजीसारख्या थोर पुरुषाची मुक्तता होणे शक्य आहे. शिवाजी महाराजांच्या मानवतावादी भूमिकेला जागतिक पातळीवर नेण्याचा प्रयत्न झाला नाहीच; राष्ट्रीय पातळीवरदेखील नेता आले नाही. विशिष्ट जातिधर्माचे आराध्य प्रेरणास्थान हीच शिवाजी महाराजांची ओळख राहिली आहे. मूलतत्त्ववादी हिंदुत्ववाद्यांनी शिवाजी महाराजांना न्याय तर दिला नाहीच, पण वर्ण-अहंकारापोटी हवा तसा वापर मात्र करून घेतला.

हिंदुत्ववाद्यांमध्ये पुनरुज्जीवनवाद्यांचा जो कट्टर पंथ आहे, त्याची वर्णवर्चस्ववादाच्या संदर्भातील भूमिका आग्रही नाही, पण छुपा अजेंडाटाईप आहे. आपली भूमिका नेटता येईल तेवढी पुढे न्यायची, प्रतिकार तीव्र असेल तर माघार घ्यायची, अशी नीती त्यामागे आहे. भूमिका आग्रही असेल वा छुपी, आहे घातकच. अखंड समाजधारणेच्या दृष्टीने आणि लोकशाही मूल्यांच्या संदर्भात शिवसेनाप्रमुख बाळासाहेब ठाकरेंना मूलतत्त्ववाद्यांची वर्ण-अहंकार जोपासणारी भूमिका मान्य आहे वा होईल, याची सुतराम शक्यता वाटत नाही.

बाबासाहेब पुरंदरे म्हणतात, 'युरोपियन पाश्चिमात्य लोकांच्या नीतिमत्तेच्या कल्पना अत्यंत ढिसाळ असतात. आई-वडील, बहीण-भाऊ, पती-पत्नी या नात्यांपेक्षाही सगळीच नाती ते नर-मादी या स्वरूपात पाहतात. त्यांना त्याचे काहीच वाटत नाही. लेडी डायना एवढे एकच उदाहरण त्यासाठी पुरेसे आहे. त्यातूनच भारतामध्ये ही विचारसरणी हळूहळू डोकावते आहे. याच मापात हे पाश्चिमात्य लेखक भारतातील पौराणिक महान स्त्री-पुरुषांना आणि ऐतिहासिक व इतिहासकालीन छत्रपती शिवाजी महाराज, झाशीच्या लक्ष्मीबाई, नाना फडणीस, वीर सावरकर आणि अशा अनेकांविषयी भारतीय मनाला कधीही न पटणारे निराधार विचार केवळ कल्पनेतून काढतात आणि लिहीत सुटतात. ते शास्त्रीय इतिहाससाधनांचाही विचार करीत नाहीत. येथील जनमनाचा विचार कधीच करीत नाहीत. पाश्चात्त्य आणि भारतीय संस्कृतीतील नीतिमत्तेच्या कल्पनांत जमीनअस्मानाचे अंतर आहे. पाश्चिमात्य लेखकांनी अशा तऱ्हेच्या केलेल्या लेखांच्या संकल्पनांचा एखादा मोठा खंडप्राय ग्रंथ होऊ शकेल. आता आपण

भारतीयांनीच या अशा प्रकारच्या पाश्चात्त्य आक्षेपांवर कसा दृष्टिक्षेप टाकावयाचा आणि कृती करावयाची, याचा विवेकाने अचूक विचार करावयास हवा.'

पाश्चिमात्यांच्या नीतिकल्पना ढिसाळ असतात असे म्हणताना पुरंदरे मानवी विचारांच्या चळवळीचा इतिहास लक्षात घेत नाहीत. नीतिमत्तेची मूलतत्त्वे आणि तपशील यांच्यात फरक केला पाहिजे. तत्त्वे चिरंतर असतात. तपशील काळानुरूप ठरत असतो आणि कोणत्याही संस्कृतीचे जेव्हा नागरीकरण होते, तेव्हा नीतिमत्तेच्या कल्पना बदलत असतात. भारतातही शहरीकरणामुळे नीतिमत्तेच्या कल्पना बदलत आहेत. शहरे आणि ग्रामीण भाग यांच्यात आजही नीतिकल्पनांच्या संदर्भात अंतर पडले आहे. स्त्रीने पुनर्विवाह करणे वा घटस्फोटित स्त्रीला विवाहाची परवानगी देणे अनैतिक समजले जात असे. काळ बदलला आहे. स्त्रीपुरुषसंबंधाकडे नर-मादी म्हणून पाहिले जात आहे, असा कांगावा करण्यात अर्थ नाही. परिस्थितीचे आकलन करण्यात फसगत व्हावी एवढे सामाजिक संदर्भ बदलत आहेत. भारतीय वंशाची लाखो कुटुंबे पाश्चिमात्य देशांत स्थायिक झालेली आहेत, होताहेत. नर-मादी कल्पना करून त्यांचा उपमर्द करण्याचे धाडस अनाठायी, अप्रस्तुत आणि असभ्यपणाचे आहे. काळाबरोबर हे भान आलेच पाहिजे. पुनरुज्जीवनवाद्यांना एकविसावे शतक सुरू झाल्यानंतरही हे भान आले नाही, हा विषय खरेतर पुरेसा गंभीर आणि अस्वस्थ करणारा आहे. शहरीकरणाचे आणि आधुनिकीकरणाचे बळी ठरत असलेल्यांकडे अधिक डोळसपणे पाहण्याची गरज आहे. त्यांना हिणवणे ही विकृती आहे. मूलतत्त्ववादी हे कोणताही बदल स्वीकारायला तयार नसतात. असहिष्णुता हे त्यांचे स्वभाववैशिष्ट्य असते. स्त्रीपुरुषांच्या चारित्र्यासंबंधी नको तेवढे साशंक असण्याचीही त्यांची वृत्ती असते. कुणबिणी विकल्या जात होत्या असं लिहिणाऱ्या पुरंदरेंचा एकूणच स्त्रीवर्गाकडे पाहण्याचा दृष्टिकोन किती दूषित आहे हे स्पष्ट होते. हेच वाक्य ऐतिहासिक समजून एखाद्या इंग्रजी माणसाने त्याच्या लेखनात घुसडले तर दोष कोणाचा? रजपूत स्त्रीवर्गाविषयीदेखील पुरंदरेंचा दृष्टिकोन असाच दूषित आहे.

लेन हा इतिहाससंशोधक होता, विद्वान वाटला म्हणूनच भांडारकरसारख्या प्रतिष्ठित संस्थेने त्याला साहाय्य केले. त्यात गैर काहीही नाही. येथील संस्कृती, चालीरीती, नीतिमत्तेच्या कल्पना, संवेदनशीलता, राजेशाही परंपरा आदी बाबतींत त्याने अभ्यास केला नसेल, असे गृहीत धरणे चूक ठरेल. त्याला शिवाजी महाराज व जिजाऊ यांच्याबद्दल आकस होता आणि दादोजी कोंडदेव किंवा रामदासस्वामी यांच्याविषयी अपार भक्ती होती, असा कुठलाही प्रकार नव्हता. त्याला ऐतिहासिक

दस्तऐवज व माहिती पुरविणाऱ्यांच्या हेतूबद्दल आणि सत्यप्रियतेबद्दल येथे शंका आहे. बनावट दस्तऐवज करण्यात सराईत असणाऱ्यांची संख्या दुर्लक्षणीय नाही. जेम्सपुढे जे ठेवले गेले, त्यावरून त्याने निष्कर्ष काढले. पुरंदरेंचे राजा शिवछत्रपती हे पुस्तकच खुद्द एखाद्याची दिशाभूल करणारा दस्तऐवज ठरावा एवढे भयंकर आहे!

मूलतत्त्ववाद्यांचा वंश वा वर्णश्रेष्ठत्वावर ठाम विश्वास आहे. चातुर्वर्ण्यव्यवस्थेत जन्मजात श्रेष्ठत्वाच्या मुळाशी अशी धारणा असते, की बुद्धीची देन ही ईश्वराची देन आहे आणि ईश्वराने बुद्धीचं वाटप उच्चवर्णीयांमध्येच केले आहे; कनिष्ठ जातींना त्यांच्या लायकीप्रमाणे बुद्धीचं वाटप केले आहे आणि त्यात आक्षेपार्ह काहीही नाही! उच्चवर्णीयांखेरीज अन्य ठिकाणी बुद्धिचातुर्याची सीमारेषा ओलांडल्याचं दिसलं, तर तेथे शंकेला जागा आहे आणि ऑडिट शक काढलाच पाहिजे, असा मूलतत्त्ववाद्यांचा अलिखित नियम असतो! राजा शिवछत्रपती हे पुस्तक वाचताना पदोपदी जाणवतं, की दादोजी कोंडदेव नसते तर शिवाजी महाराज दांडगोबा आणि उनाड (हे शब्द पुरंदरेंचेच) राहिले असते. शिवाजी महाराज जे काही शिकले, त्यांच्यात जी काही न्यायबुद्धी आली, त्यांनी ज्या काही योजना आखल्या, त्यामागे फक्त दादोजी कोंडदेव आणि कोंडदेवच होते, यापेक्षा वेगळा अर्थ निघत नाही. पंत या शब्दाची नुसती उधळण आहे. ही उघड उघड जात्यंधता आहे. वातावरणनिर्मिती करण्यात मूलतत्त्ववादी कधीच मागे नसतात. स्त्रीवर्गाविषयी त्यांचा दृष्टिकोन विकृत असतो. नीतिमत्तेविषयी नक्राश्रू ढाळताना स्त्रीवर्गाची व शूद्रातिशूद्रांची अब्रू वेशीवर टांगण्यात तर त्याचा अहंकार सुखावतो. स्त्रियांच्या व्यक्तिगत चारित्र्यावर मूलतत्त्ववादी घसरतात एवढेच खरे नाही; साध्वी म्हणून ज्या करारी व कर्तृत्ववान स्त्रीचा त्यांनीच उदोउदो केला, तिच्या चारित्र्यहननाचा अश्लाघ्य उद्योग अत्यंत असभ्यपणे केला त्यांनीच. असंस्कृतपणाचा हा तर कळसच! मूलतत्त्ववाद्यांच्या प्रवृत्तीचा हा इतिहास आहे. पाश्चिमात्य नीतिमत्तेच्या कल्पना तपासण्याचं काम त्या देशात स्थायिक झालेल्या भारतीयांना करूद्या. तत्पूर्वी वर्ण-अहंकारापायी स्त्रीवर्गाची आणि शूद्रातिशूद्रांची घोर विटंबना करूनच्या करून आम्हीच केवळ नीतिमान आणि बहुजनसमाज स्त्रियांची विक्री करून पोट भरणारा नीतिभ्रष्ट अशी वाच्यता करणाऱ्या मूलतत्त्ववाद्यांच्या नीतिकल्पनांची आणि नीतिविकृतींची चिकित्सा होण्याची नितान्त गरज आहे.

पुरंदरे म्हणतात, 'याच मापात हे पाश्चिमात्य लेखक भारतातील पौराणिक महान स्त्री-पुरुषांविषयी आणि इतिहासकालीन छत्रपती शिवाजी महाराज, लक्ष्मीबाई, नाना फडणीस, वीर सावरकर व अशा अनेकांविषयी भारतीय मनाला कधीही न

पटणारे असे निराधार विचार कल्पनेतून काढतात आणि लिहीत सुटतात. ते शास्त्रीय इतिहास-साधनांचाही विचार करीत नाहीत.'

पुरंदरेंनी छत्रपती शिवाजी महाराजांना नाना फडणीसांच्या रांगेत आणून सोडलं, हेही लक्षात घेतलं पाहिजे. असे अनेक कोण, हाही औत्सुक्याचा विषय आहे. नाना फडणीस व इतरांबाबत काहीबाही लिहिले जाते; मग शिवाजी महाराजांबद्दल लिहिले तर खळखळ करण्यासारखं त्यात काय असं सांगण्याचा हा प्रकार आहे. ते सोयीस्करपणे विसरतात की, नाना फडणीसांची वा इतरांची तुलना शिवाजी महाराजांबरोबर कशी होऊ शकते? त्यांची तुलना करणे हेच अनाठायी आहे. शिवाय, नाना फडणीसांनी स्वतःच खूप काही लिहून ठेवले आहे स्वतःबद्दल. पुरंदरेंची मूलतत्त्ववादी भूमिका नाना फडणीसाला न्याय देणारी असली तरी शिवाजी महाराजासारख्या लोकोत्तर मानवतावादी महापुरुषावर अन्याय करणारी आणि भूमिपुत्रांचा उपमर्द करणारी आहे. शिवाजी महाराजांबद्दल लिहिलेल्या मजकुराला पुरंदरे वेगळा निकष लावायला तयार नाहीत. ते लिहितात, 'आता भारतीयांनीच या अशा प्रकारच्या पाश्चात्त्य आक्षेपांवर कसा दृष्टिक्षेप टाकावयाचा आणि कृती करावयाची याचा विवेकाने अचूक विचार करावयास हवा.' म्हणजे शिवाजी महाराजांबद्दल वेगळा विचार करण्याची गरज पुरंदरेंना भासत नाही. इतरांचा विचार होईल त्याच्याबरोबर शिवाजी महाराजांचा विचार होईल, अशी ही भूमिका आहे. पुरंदरेंची शिवाजीनिष्ठा त्यांच्याच शिवशाहीरपदाच्या संदर्भात तपासून पाहण्याची गरज आहे आणि ते सांगतात त्याप्रमाणे कृती करण्याची गरज आहे. अशी कृती म्हणजे मूलतत्त्ववाद्यांच्या दृष्टीने हिंसक हल्ला. सभ्यतेच्या चौकटीत होणारी चिकित्सा त्यांना मान्य नसते.

पुरंदरे पुढे म्हणतात, 'एकतर निश्चित की पाश्चिमात्यांनी भारतीयांचे एक नाजूक वर्म अचूक हेरले होते आणि आहे, अन् ते म्हणजे नैतिक अब्रू आणि चारित्र्य या वर्मावर घाव घातला, की भारतीय मन स्वतःच संभ्रमित होतं आणि स्वतःच्याच अस्मितावर संशय घेऊन स्वतःच घाव घालावयास उठते. मग कुणी कादंबरी लिहितो, कोणी नाटक वा ग्रंथ लिहितो. आपल्याच इतिहासाचे निराधार विडंबन करण्यासही तो मागेपुढे पाहत नाही अन् इथेच अशा विकृत पाश्चात्त्य लेखकांचा विजय होतो. अस्वस्थ होऊन शास्त्रीय अभ्यास करणारा वा रागवणारा आमच्यात कोणी तुरळकच असतो. आजही जेम्स लेन या लेखकाने असा निराधार आघात आमच्या मनावर केला आहे. त्याने हा घाव कमरेखाली घातला आहे. लेनच्या निराधार लिखाणाचा निषेध करावा तेवढा थोडाच आहे. माझे मत असे आहे, की आमच्या

केंद्रीय राष्ट्रीय पातळीवरच याचा जाब विचारावा.'

शिवाजी महाराजांविषयी, पुरंदरे सोडले तर, भयंकर विकृत लिखाण यापूर्वी कोणी केलं असेल असं वाटत नाही. जेम्स लेनला भांडारकर संशोधन केंद्राच्या खिंडीत गाठून जी काही विद्या शिकवली गेली, ती पुनरुज्जीवनवाद्यांची बहादुरी! पुरंदरेंचं दुःख आहे नाना फडणीसांबद्दल. जेम्सनं लिहिलंच आहे तर फडणीसांविषयीच्या लिखाणाचाही निषेध व्हायला हवा, असा सल्ला पुरंदरे देऊ इच्छितात. त्यांच्या दृष्टीने फडणीसांवरील 'कमरेखालील लिखाणाचा कलंक' धुऊन काढण्याची आता नामी संधी आली आहे. आतापर्यंत ते संधीच्या शोधात असावेत! खुद्द पुनरुज्जीवनवाद्यांनीच जेम्सच्या नथीतून तीर मारून फडणीसांवरील हल्ला इतरांकडून परतवून लावण्याची संधी उपलब्ध करून दिली आहे असे म्हटले, तर ते निराधार असल्याचा कांगावा होईल; पण पुरंदरेंच्या राजा शिवछत्रपतीची साक्ष याला पुरेशी ठरेल. शिवशाहिरांना एरव्ही 'घाशीराम कोतवाल'चा निषेध करा असा सल्ला मराठी जनतेला देता असला नसता! आमच्या केंद्रीय राष्ट्रीय पातळीवरच याचा जाब विचारावा, असे मतही त्यांनी व्यक्त केले आहे. केंद्रीय राष्ट्रीय पातळी म्हणजे त्यांना नेमके काय अपेक्षित आहे, हे कळायला मार्ग नाही. पंतप्रधान वाजपेयींनी स्पष्ट करून टाकले आहे, की जेम्सच्या पुस्तकावर बंदी घालणे त्यांना मान्य नाही. विचारांचा मुकाबला विचाराने व्हावा, असं ते म्हणाले. जेम्सच्या घाणेरड्या लिखाणात ना विचार आहेत ना ऐतिहासिक मूल्ये. आपलं लिखाण अनैतिहासिक असल्याचा निर्वाळा खुद्द त्यानेच दिला आहे. त्याला कोणत्या विचारांनी उत्तर देणार? त्याच्या पुस्तकावर बंदी आणणे हाच तातडीचा मार्ग अशा वेळी उपलब्ध असतो. राष्ट्रीय पातळीवर या प्रश्नाचा निकाल अटलजींनी अशा तऱ्हेने लावल्यानंतर बाबासाहेब पुरंदरेंची भूमिका स्पष्ट व्हायला हवी होती, तशी त्यांनी ती केली नाही. त्यांनाही केंद्रीय भूमिका मान्य असावी. अन्यथा त्यांची वेगळी प्रतिक्रिया बाहेर यायला हवी होती. जेम्सच्या पुस्तकावरील बंदीबद्दल तक्रार नसेल, तर वाजपेयींच्या भूमिकेबद्दल स्पष्ट मत नोंदवण्यात शिवशाहीर मागे कसे?

राज्य सरकारने बंदी घालण्यात दाखवलेली तत्परता अनाठायी नाही; पण व्यापक चर्चा हा संशयाचे वातावरण दूर करण्याचा प्रभावी मार्ग ठरेल. जेम्सला मैदानात आणलं व मोकळं बोलू दिलं तर गनिमी कावा कोणी, कसा आणि का खेळला, हे उघड व्हायला वेळ लागणार नाही. जेम्सला सत्य सांगावेच लागेल. एवढं धाडस इंग्रज लेखकात असतं. त्याने त्याच्या विशिष्ट लिखाणाबद्दल माफी मागताना

लिखाणाच्या अनैतिहासिकपणाची ग्वाही दिलेली आहे. आपल्यावर दबाव आला म्हणून आपण भूमिका बदलली, असं सांगून लेन पाठ फिरवणार नाही. पुरंदरे आणि इतरांनी मदत केली वा नाही हे बाहेर येईल. जनतेसमोर सत्य आलेच पाहिजे. या पुस्तकावर जगभरातून चर्चा घडवून आणली, तर शिवाजी महाराजांविषयी चुकीचा इतिहास व मजकूर लिहिणारे उघडे पडतीलच; परंतु शिवाजी महाराजांची मानवतावादी भूमिका विशद करण्याची संधी प्राप्त होईल. अशा चर्चेतूनच मूलतत्त्ववाद्यांच्या जात्यंध व धर्मांध भूमिकेमागील पितळ उघडे पडेल आणि त्यांच्या बुद्धिचातुर्याची लक्ष्मणरेषा स्पष्ट होण्यास मदत होईल. शिवाजी महाराजांची भूमिका, त्याचं अलौकिक कार्य जागतिक पातळीवर नेण्याची ही नामी संधी आहे. केंद्र व राज्य सरकारने याबाबत पुढाकार घ्यावा यासाठी कोणी, कोणते प्रयत्न केले? शिवशाहीर वा हिंदुत्ववादी कोणती भूमिका घेणार आहेत?

गौतम बुद्ध, राम, कृष्ण, महात्मा गांधी, स्वामी विवेकानंद, शाहू महाराज, महात्मा फुले, डॉ. बाबासाहेब आंबेडकर आदी नेत्यांचं सार्वजनिक क्षेत्रातील कार्य व्यापक मानवहिताचा विचार केला तर श्रेष्ठ दर्जाचं आहे. त्याला बाधा आणण्याचे सगळे प्रयत्न फसले. शिवाजी महाराजांचं कार्य लोकोत्तर आणि त्यांची भूमिका लोकशाहीवादी. शिवाजी महाराजांना टीकेचं भय असण्याचं कारण नाही. चर्चेमुळे त्यांचं नेतृत्व आणि व्यक्तिमत्त्व उजळूनच निघेल. बंडखोर राजा म्हणून त्यांची जी प्रतिमा उभी करण्यात आली, ती निश्चितच गाडली जाईल आणि त्यांचं मानवतावादी सत्य-स्वरूप जगापुढे येईल. आज टीका झाली ती दाबली जाईलही; पण उद्या आणखी कोणी जेम्स उदयाला येणार नाही आणि कोणी पंत त्याला मदत करणार नाही याची शाश्वती काय? दबक्या आवाजात कुजबूज करणाऱ्यांना उघड चर्चा हेच उत्तर असू शकतं.

पुरंदरे म्हणतात, 'लेनच्या पातकी विधानांचा पहिला निषेध दिनांक १० नोव्हेंबर २००३ रोजी आम्ही केला; पण या किळसवाण्या लिखाणाचा उल्लेख वा प्रचार जनतेत सतत करणे मला योग्य वाटत नाही. हा एक प्रकारे कुसंस्कार ठरेल.'

एका राष्ट्रीय महापुरुषाची बदनामी होते आणि तरीही केवळ उपचार म्हणून निषेध नोंदवून शिवशाहीराने गप्प राहावे हे कितपत योग्य ठरते? किळसवाण्या लिखाणाचा समाचार न घेणे कसे सयुक्तिक ठरते? विद्वानांनी अशा वेळी गप्प राहणे म्हणजे संशयकल्लोळाला वाव देण्यासारखा कुसंस्कार नाही का ठरत? पानिपतकार विश्वास पाटील, न्या. बी. जी. कोळसे पाटील, डॉ. देवेंद्र इंगळे, शेखर सोनाळकर

आर्दीनी वस्तुस्थितीचा मागोवा घेतांना वर्मावर नेमके बोट ठेवले आणि वैचारिक पातळीवर उत्तर दिले. तो कुसंस्कार आहे का? जेम्सच्या किळसवाण्या लिखाणाचा उल्लेख वा प्रचार जनतेत होऊ नये, असे पुरंदरे म्हणतात. जेम्सचं लिखाण किळसवाणं आहे हे, त्यांना मान्य आहे. हे लिखाण वाचले जाऊ नये, त्याचा प्रचार होऊ नये यासाठी पुरंदरेंनी राज्य वा केंद्र सरकारकडे तक्रार केली का? पुस्तकावर बंदी घालावी अशी मागणी त्यांनी कधी केलीच नाही; पण पुस्तकावर बंदी घातल्याबद्दल राज्य सरकारचे अभिनंदनही केले नाही. पुस्तकावरील बंदीबाबत पंतप्रधानांनी नापसंती व्यक्त केल्यावर तरी पंतांनी त्यावर मत व्यक्त केलं का? पुस्तकावरील बंदीबद्दल व पंतप्रधानाच्या भूमिकेबद्दल पुरंदरेंची भूमिका काय? की याबद्दल अधिक काही बोलणे कुसंस्कार ठरेल? शिवसेनेने व संभाजी ब्रिगेडने हल्ला केला म्हणून जेम्सची दुर्गंधी सर्वत्र जाणवली. राज्य सरकारने पुस्तकावर बंदी घातल्यानंतर विषयाचं गांभीर्य जनतेपर्यंत पोचलं. अशी बंदीच घातली गेली नसती, तर काय परिस्थिती झाली असती? पुरंदरेपंतांनी जेम्सच्या पुस्तकाच्या वितरणाचा उच्चांक प्रस्थापित केला असता! दादोजी कोंडदेव हे शिवाजी महाराजांचे बायॉलॉजिकल फादर असल्याची नोंद इतिहासात झाली असती आणि हे ऐतिहासिक कार्य केल्याबद्दल त्यांच्या प्रतिष्ठानकडून लेनचा भव्य सत्कार झाला असता! कदाचित लेनला मानपत्र देण्यात मूलतत्त्ववाद्यांनी धन्यता मानली असती! ह्या जरतरच्या गोष्टी असल्या, तरी जे घडलं असतं ते भारतीय संस्कृतीला कमीपणा आणणारं राहिलं असतं. राज्य सरकारला धन्यवादच द्यायला हवेत. अन्यथा मूलतत्त्ववाद्यांनी शिवाजी महाराज आणि जिजामाता यांच्याबाबत नीचतम पातळी गाठून गोबेल्सलाही मागे टाकले असते!

अरे, शिवाजी महाराजांबद्दल तरी राजकारण करू नका! त्यांच्या नावाचा जप करायचा आणि बगलेत सुरी ठेवायची हा कसला भयंकर अधमपणा! वैयक्तिक चारित्र्यावर शिंतोडे उडवण्यासाठी एवढे अश्लाघ्य कारस्थान! कोणाच्या बाबतीत? परस्त्री मातेसमान मानणाऱ्या महान कर्मयोगी महामानवाच्या बाबतीत! मूलतत्त्ववाद्यांची सुलतानी प्रवृत्ती आणि तिला पाठीशी घालणाऱ्यांची कारस्थानी वृत्ती त्रिकाल धिक्काराई! धिक्काराई! लोकशाही आहे, भलंबुरं कळायला लागलं आहे. कालचा शेंबडा पोरही शिकायला लागला आहे. शिव-शिव करणाऱ्याचं भुंकणारं तोंड बंद करण्याचं शैक्षणिक सामर्थ्य एकलव्यात आलं आहे, पेशवाई अत्याचारांमुळे लाचार झालेल्या कृषिवलांची पोरं इतिहासवाचन करू लागली आहेत, उच्च संस्काराच्या बाता करणाऱ्यांचे कोतवाली चाळे समजण्याइतपत बौद्धिक समज कष्टकऱ्यांच्या तरुण पिढीत आली आहे. तोंडात

रामाचं, शिवाजी महाराजांचं अन् राणा प्रतापचं नाव, खांद्यावर भगवा, बगलेत सुरी, पोटात कारस्थान आणि हातात खंजीर! कशासाठी रे हे सगळं? ऊठसूठ ज्याचं नाव घेता, त्याच्या पाठीत खंजीर खुपसण्यासाठी? विश्वासघातक्यांनो, माता भवानीचा गजर यासाठीच काय? सुसंस्कारित शिवराळ मूलतत्त्ववाद्यांनो, तुमच्या पापाचा घडा भरविला तुम्हीच. समाजाला अशांत करणाऱ्यांनो, ज्या ठिकाणी नतमस्तक होण्याचे नाटक केलंत, त्याच ठिकाणी घाण केली! ज्या ठिकाणी राजाला जाणता म्हटलं त्याच ठिकाणी राजावर वार करायला धावलात! अफजलखानाचा वकील कृष्णाजी भास्कर पंत शिवाजी महाराजांवर वार करायला सरसावला होता. साडेतीनशे वर्षांनंतर तुम्ही पुन्हा राजावर वार करायला सरसावलात! या वेळी तुमची धडगत नाही.

संस्कार, कुसंस्कार हे मूलतत्त्ववाद्यांचे परवलीचे शब्द. सोयीचे असेल तेथे समाजात पसरवता येतील तेवढे कुसंस्कार पसरावयाचे, अगदी नीचतम पातळी गाठून; आणि गैरसोयीचे असेल तेथे सुसंस्काराच्या नावाखाली गप्प बसायचे, हे त्यांचे सोयीचे राजकारण असते. सभ्यतेचा आव आणत कमरेखालीच वार करायचा, हे तर त्यांना बाळकडू मिळालेले असते. स्त्रीजातीची प्रच्छन्न बदनामी करायची कोणाच्या तरी नथीतून तीर मारून, ही त्यांची खासीयत! सुसंस्कार, सभ्यता, परमार्थ यांचा घोष करत वरून संस्कृतीदर्शन, आतून शूद्रातिशूद्रांची प्रच्छन्न बदनामी हे कीर्तन थांबले पाहिजे. असे कीर्तन करूनच मूलतत्त्ववाद्यांना मंदिरसंस्कृतीच्या नावाखाली माणसाचं माणूसपण नाकारणारी शाळा चालवावयाची असते. खुद्द शिवशाहीर पुरंदरेंनी त्यांच्या लिखाणातून धर्मद्वेष, जातिद्वेष, माणूसद्वेष याचं शिक्षण देतानाच शिवाजी महाराज व जिजाऊ यांच्या व्यक्तिमत्त्वाचा करता येईल तेवढा संकोच केला आहे. त्याच वेळी दादाजी कोंडदेव, स्वामी रामदास यांचे अनाठायी व चुकीचे उदात्तीकरण करण्यात आले आहे. या प्रचारकी लिखाणाचा प्रसार वर्षानुवर्षे बिनदिक्कत चालू आहे.

◆◆◆

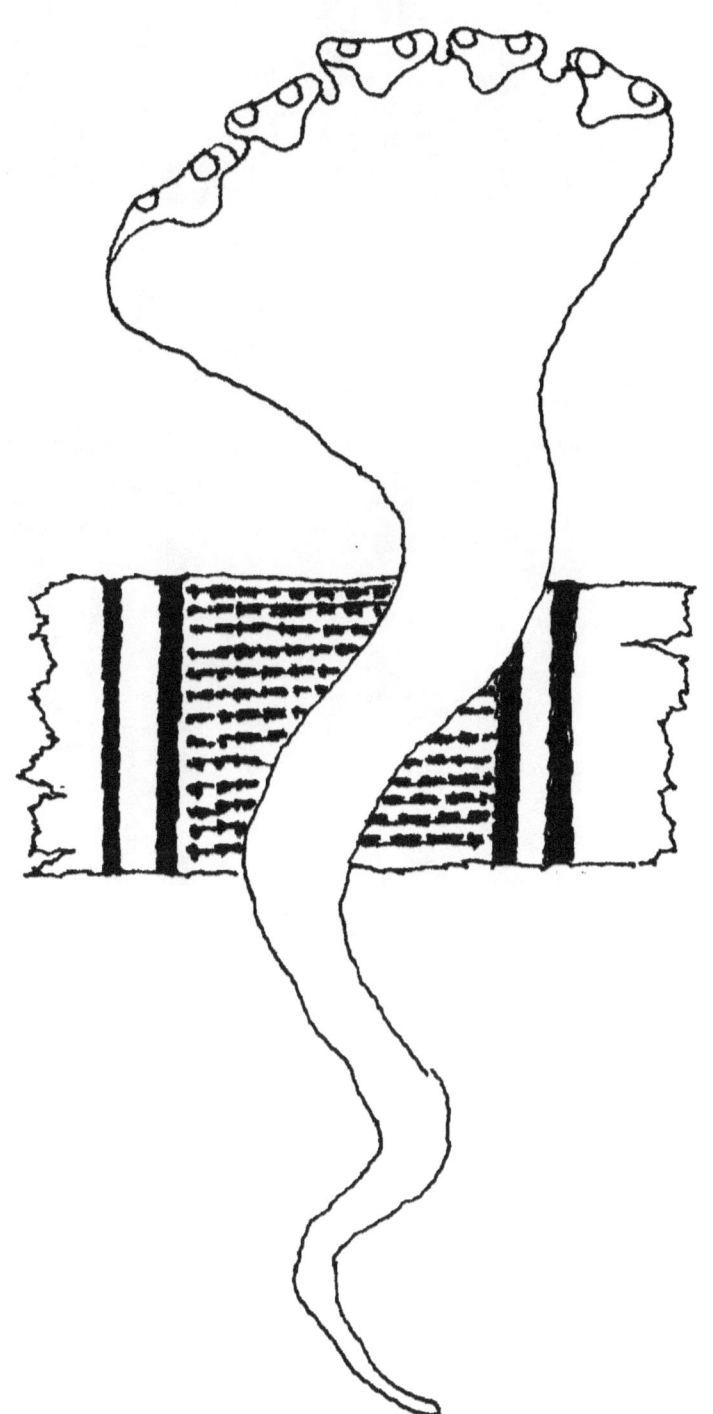

२.

महात्मा ज्योतिबा फुले : बाळ गांगल प्रकरण
रमेश ढावरे

महाराष्ट्रापुरते बोलायचे झाले, तर एकोणिसाव्या शतकापासून अनेक विषय वाद-विषय झालेले आहेत. त्यातूनच सनातनी व सुधारणावादी असे गटही निर्माण झाले. प्रारंभी परिवर्तनवाद्यांपेक्षा सनातन्यांचे पारडे जड होते. कारण हजारो वर्षे झालेल्या पारंपरिक संस्कारांपासून त्यांची मुक्तता होणे कठीणच होते. वास्तविक पाहता आज ज्ञान-विज्ञानाची कितीतरी प्रगती झालेली आहे. आपण सगळेच एकविसाव्या शतकाच्या उंबरठ्यावर उभे आहोत. असे असूनही आपल्यांपैकी अनेकांची मनोवृत्ती आजही सोळाव्या-सतराव्या शतकांतील आहे. भौतिक पातळीवर आधुनिक गोष्टींचा वापर करून चालत नाही, तर मन:प्रवृत्तीही बदलावी लागते.

स्वातंत्र्य मिळून इतका काळ लोटला असला, नवी लोकशाहीव्यवस्था व घटना स्वीकारली असली, तरी आपल्यातील प्राचीन परंपरांचा अभिमान कमी झालेला नाही. वास्तविक पाहता ज्या धर्मकल्पना, समाजव्यवस्था, नीती-अनीतीच्या संकल्पना आज कालबाह्य झालेल्या आहेत, त्यांचा त्याग करणे उचित असते. परिवर्तनावर निष्ठा असणारे आणि क्रांतिसंमुख होऊ पाहणारे घटक त्यानुसार घडण्या-घडविण्याचा प्रयत्न करीत असतात. मात्र समाजातील या गटाचे स्थान नाममात्र असते. याउलट, 'जुनं ते सोनं' मानणाऱ्या अधू मेंदूच्या घटकांची संख्या जास्त असते. त्यांना परिवर्तनाशी घेणे-देणे नसते. कारण स्वतंत्र विचार करण्याची त्यांची बुद्धीच मुळात व्यवस्थेने छाटलेली असते.

आपल्या समाजात असा एक घटक आहे, की कधीकाळी धर्मसत्ता आणि राज्यसत्ता या दोन्ही त्यांच्या बटीक होत्या. आपले वर्णश्रेष्ठत्व इतरांवर कायमचे राहावे यासाठी त्यांनी अनेक हातचलाखीचे व बनवाबनवीचे प्रकार केलेले आहेत. त्यांतील अनेक प्रकारांना कधी धर्मग्रंथांचे, कधी पुराणाचे तर कधी श्रुती-स्मृतीचे स्वरूप दिले आहे. या प्रकारच्या ग्रंथांनी वास्तविक पाहता मानसिक गुलामगिरीचे पाश

करकचून आवळले आहेत. हे पाश तोडू पाहणारा, समूळ नष्ट करू पाहणारा एक वर्ग तयार होतो आहे. त्यामुळेच या अनेक वर्षे धर्म व राजसत्तेच्या नावाने मिरासदारी भोगणाऱ्यांची अस्वस्थता वाढते आहे. या त्यांच्या मानसिकतेच्या अस्वस्थतेचा उद्रेक या ना त्या रूपाने होतो आहे. त्यामुळे 'आमची वर्णव्यवस्था किती आदर्श होती' 'जातिव्यवस्था तर सर्वांगसुंदर होती' 'प्राचीन परंपरा तर अभिमान बाळगाव्यात अशाच कशा होत्या,' हे अधूनमधून कंठरवाने सांगण्याचा प्रयत्न केला जातो. केवळ सांगण्याचा प्रयत्न केला जातो असे नव्हे, तर विविध माध्यमांतून त्यांचे आदर्शीकरण केले जाते. गौरवीकरण केले जाते. हे करत असताना विवेक आणि बुद्धिनिष्ठेशी आपण प्रतारणा करीत आहोत, याची थोडीही शरम त्यांना वाटत नसते. बेशरमच असल्यावर किंवा व्हायचे ठरविल्यावर त्यांना सांगायचे कुणी? एकलव्याने अत्यंत आदराने आपला अंगठा द्रोणाचार्यांना अर्पण केला या परंपरेचे आज गौरवीकरण करण्यात अर्थ काय? शंबुकाचा वध प्रभू रामचंद्राने केला तो कर्तव्य म्हणून, हे आज सांगण्यात अर्थ काय? द्रौपदी पाचजणांची पत्नी असेल आणि कुंती कुमारी माता असेल, आज हे सांगायचे कारण काय? प्राचीन जीवनमूल्ये ही त्या त्या काळातील असतात. आज त्यांच्या गौरवीकरणाची, आदर्शीकरणाची काहीच गरज नाही. त्यामुळे या कालबाह्य परंपरा विविध माध्यमांतून सर्वसामान्यांपर्यंत पोचविण्याचा आणि त्यांच्यावर लादण्याचा कट पद्धतशीरपणे होतो आहे.

पुनरुज्जीवनवाद्यांचा आक्रस्ताळेपणा

समाजपरिवर्तनाचे कार्य करीत असताना ज्या ज्या युगंधरांनी-युगपुरुषांनी प्राचीन इतिहास, समाजरचना, धर्मशास्त्र, धर्मग्रंथ, वर्णव्यवस्था, जातिभेद, स्त्री-पुरुष, इ. विषयांवर ज्या ज्या वेळी क्रांतिकारी विचार मांडलेले आहेत, त्या त्या वेळी सनातनी पुनरुज्जीवनवादी संतापलेले आहेत. त्यांनी त्यांचा संताप कधी वैचारिक पातळीवर व्यक्त केला आहे, तर कधी सर्वसामान्य सभ्यतेची मर्यादा ओलांडून व्यक्त केला आहे. प्रसंगी ते शिवराळही झाले आहेत, तर अनेकदा विचारांऐवजी व्यक्तीलाच नष्ट करण्याची दुष्कृत्येही त्यांच्या हातून घडलेली आहेत.

'गर्वसे कहो हम भारतीय हैं' हे म्हणण्याऐवजी 'गर्वसे कहो हम हिंदू हैं' ही प्रवृत्ती काय, किंवा नानासाहेब गोऱ्यांना फोनवरून धमकी देऊन 'आम्ही तुमच्या डोक्यावर लघुशंका करू' म्हणणाऱ्यांची प्रवृत्ती काय, किंवा 'हिंदुत्ववाद आणि राष्ट्रवाद या एकाच नाण्याच्या दोन बाजू आहेत' असे अज्ञानमूलक विधान काय किंवा

बाबासाहेब आंबेडकरांनी केलेली धर्मचिकित्सा समजून न घेता, तिचा वैचारिक पातळीवर समाचार घेण्याऐवजी खेड्यापाड्यांतून दलितांवर अन्याय-अत्याचार करणारी प्रवृत्ती काय, या साऱ्याच बाबी खेदजनक आहेत, उद्वेग आणणाऱ्या आहेत. त्यामुळे या प्रकारची प्रवृत्ती समूळ नष्ट करणे राष्ट्रहिताच्या दृष्टीने महत्त्वाचे आहे. जाती-जातींत, समाजा-समाजांत विषमतेचे विष पेरून श्रेष्ठ-कनिष्ठत्वाची भावना वृद्धिंगत करण्याने आपण 'राष्ट्रहित' साधत आहोत अशी जर कुणाची समजूत असेल, तर त्यांना या मार्गापासून परावृत्त करण्यासाठी संघटित प्रयत्नांची गरज आहे. हे संघटन कुणाचे? तर ज्यांची ज्यांची समाज परिवर्तनावर, बदलावर निष्ठा आहे त्यांचे. अलीकडेच म्हणजे दि. ४।१२।८८ व ११।१२।८८ रोजी ग. वा. बेहरे संपादित 'साप्ताहिक सोबत' मधून चिरंजीव बाळ गांगल यांचे 'शिवाजी महाराजांना शिव्या देणाऱ्या या महात्म्याचे माहात्म्य तपासून पहा' व 'हा कसला महात्मा- फुले म्हणणारी ही केवळ दुर्गंधी' या नावाचे प्रसिद्ध झालेले दोन लेख. या लेखातील विचार एकांगी, तर्कदुष्ट तर आहेतच, शिवाय लेखकाची अभिरुचीही स्पष्ट करणारे आहेत. वैचारिक खंडन-मंडणावर आमचा जरूर विश्वास आहे. त्याचबरोबर त्याचे काही नियम असतात हेही आम्ही मानतो. त्यामुळे बाळ गांगलांनी क्रांतिबा फुल्यांच्या कार्याचा अन्वयार्थ नेमका कसा लावलाय? त्यांची भूमिका काय? या गोष्टी तपासून पाहणे आज गरजेचे आहे.

बाळ गांगलांचा बाळबोधपणा

डॉ. बाळ गांगल हे संस्कृतज्ञ जसे आहेत, तसेच ते वाल्मीकी रामायणाचे अभ्यासकही आहेत. हिंदी, मराठी, इंग्रजी आणि अर्धमागधी या भाषाही त्यांना चांगल्या अवगत असाव्यात. आपणाला माहीत असलेल्या विषयात संशोधन-लेखनकार्य अनेकजण करत असतात. फुल्यांवरील लेखातील गांगलांची भूमिका संशोधकाची नक्कीच नाही. ती पूर्वग्रहदूषित आहे. पूर्वग्रहदूषिततेमुळे केलेले लेखन एकांगी आणि उथळ होते. संशोधकाची भूमिका घेऊन फुल्यांच्या विचारांची चिकित्सा करण्याऐवजी प्राचीन व वृथा परंपराच्या भुतांनी त्यांना झपाटल्यामुळे त्यांनी हे लेखन केले असावे की काय, याची जबरदस्त शंका येते. 'आधुनिक महाराष्ट्रातील सामाजिक परिवर्तनाचे अग्रदूत' म्हणून क्रांतिबा फुल्यांच्या नावावर इतिहासानेच शिक्कामोर्तब केलेले आहे, ही आज वस्तुस्थिती आहे. मात्र वस्तुस्थितीला 'वस्तुस्थिती' न मानता 'विसंगती-विसंगती' म्हणत आपल्या बौद्धिक अज्ञानाचे प्रदर्शन करणाऱ्यांना हे सांगायचे कुणी? 'महात्मा स्टालिनचे जर पुनर्मूल्यांकन होऊ शकते, तर महात्मा फुल्यांचे का होऊ नये?' असे

लेखाच्या प्रारंभीच नमूद करून बाळ गांगलांनी आव तर मोठा 'राणा भीमदेवी' आणला आहे. क्रांतिबा फुल्यांच्या विचाराचे पुनर्मूल्यांकन करावे अशी योग्यता नसूनही गांगल पवित्रा असा घेतात, की 'फुल्यांच्या संदर्भात आजपर्यंत कुणी जी चिकित्सा केली नाही, ती आपण करणार आहोत आणि चक्रावून सोडणारी मूलभूत माहिती देणार आहोत.' आधुनिक महाराष्ट्राच्या जडण-घडणीतील विचार प्रवाहांचे आणि घटनांचे आकलन गांगलांना फारसे नसल्याने त्यांचे विवेचन एकांगी आणि कमालीचे बालिश होत गेले आहे.

मराठ्यांना फुल्यांविरुद्ध चिथविण्याचा निंद्य प्रयत्न

महात्मा फुल्यांनी सन १८६९ साली 'छत्रपति शिवाजीराजे भोसले' यांचा पोवाडा प्रसिद्ध केला. त्या पोवाड्यात महात्मा फुल्यांनी छत्रपती शिवाजी महाराज, जिजामाता, दादोजी कोंडदेव यांच्याबद्दल काही मते मांडली. त्यामागील भूमिका समजून न घेता तिचा चुकीचा अन्वयार्थ लावून शिवछत्रपतींच्या अनुयायांच्या मनात महात्मा फुल्यांविषयी संतापाची भावना निर्माण करण्याचा निंद्य प्रयत्न गांगलांनी ४।१२।१९८८ च्या लेखात केलेला आहे.

छत्रपती शिवाजी महाराज हे केवळ हिंदुत्ववादाचे पुरस्कर्ते होते आणि फुले हे हिंदुत्ववाद्यांचे कडवे विरोधक होते, असे चित्र निर्माण करून बहुजन समाजात वैचारिक गोंधळ निर्माण करण्याचा साळसूद प्रयत्न केलेला आहे. सर्वसामान्य माणसांवर धर्माचा पगडा हा जास्त असल्याने धार्मिक भावनेने केलेले आवाहन लोकांना भिडते, हे गांगल गृहीत धरतात. 'रिडल्स' च्या निमित्ताने झालेला पराभव आणि त्या पराभवाचे शल्य या पुनरुज्जीवनवाद्यांच्या मनात अद्यापी घर करून आहे. त्यामुळे ज्या ज्या थोर पुरुषांनी समाजहितासाठी पुराणकल्पना, धर्मकल्पना यांचा बदलत्या काळासंदर्भात अन्वयार्थ लावण्याचा प्रयत्न केला, ते ते लोक पुनरुजीवनवाद्यांच्या टीकेचा विषय होणे संभवनीय आहे. त्यातील एक प्रयत्न करून झाल्यानंतर आता फुल्यांच्या नावाने हा दुसरा प्रयत्न. जो बहुजनसमाज महात्मा फुल्यांना युगपुरुष मानतो, त्याच्या धर्मभावनेला आवाहन करून फुल्यांच्याविषयी बहुजनसमाजात विष पेरण्याचा गांगल प्रयत्न करताहेत,हे सहज लक्षात येते.

बाळ गांगलांनी तोडलेले अकलेचे तारे

बुद्ध असो, फुले असो, डॉ. बाबासाहेब असो वा छत्रपती शाहूमहाराज असोत किंवा अन्य सामाजिक परिवर्तनावर निष्ठा सांगणारे असोत. आम्ही त्यांचे विचार आदर्श

मानतो. याचा अर्थ आम्ही ‘शब्दप्रामाण्य’ मानणारे आहोत असे नाही. तसे असणे शक्यही नाही. वरील महापुरुषांनी व्यक्त केलेल्या मतांची परखड समीक्षा कुणीही करावी. याला कुणाचा आक्षेप असण्याचेही कारण नाही. पण कुणी वस्तुस्थितीचा विपर्यास करून ‘जे नाही’ ‘तेच आहे’ असा सांगण्याचा प्रयत्न करीत असेल, तर त्यांनी ते सप्रमाण सिद्ध करावे. ते त्यांना सप्रमाण सिद्ध करता येत नसेल तर त्या विचारांना प्रतिवाद करण्याची भूमिका गांगल नाकारू शकणार नाहीत.

गांगलांच्या मते ‘‘म. फुले हे स्वजन-स्वधर्म आणि स्वदेशघातकी होते. याचे कारण १८५७ च्या स्वातंत्र्यसंग्रामास त्यांनी ‘भटपांड्यांचे बंड’ असे म्हटले होते. वासुदेव फडक्यांना देशद्रोही म्हटले होते. नानासाहेब पेशव्यांनी इंग्रजांची कत्तल केली म्हणून हा स्वजनद्रोही महात्मा ढळढळा रडतो; पण त्याच नानासाहेब पेशव्यांच्या आठ-दहा वर्षांच्या मुलीला, मैनेला, इंग्रजांनी जिवंत जाळली तिच्याबद्दल ह्या विघ्नसंतोषी महात्म्याच्या बेलगाम लेखणीतून एक करुणेचा नव्हे, साधा माणुसकीचा शब्दही काढलेला नाही. १८५७ चे बंड फसल्याने फुल्यांना आनंद झाला होता, याचे कारण बंड यशस्वी झाले असते तर पुन्हा पेशवाई आली असती, हे त्यांचे मत होते. फुल्यांची ही मीमांसा चुकीची आहे. बंड यशस्वी झाले असते तर पेशव्यांच्या ऐवजी मुसलमानांचे राज्य आले असते. ज्यांनी ज्यांनी बंडात उठाव केला ते ते भटपांडे नव्हते. मराठ्यांच्या पानिपतामुळे फुल्यांना आनंद झाला. भारतात मुसलमानी राज्य आले ही घटना फुल्यांना स्वागतार्ह वाटत होती. ते देशबांधवांचा सतत मनोभंग करत राहिले. त्यांना ख्रिस्ती मिशनरी आणि ब्रिटिश राजसत्तेचा पाठिंबा होता. त्यांच्याजवळ शिव्यांचा प्रचंड साठा होता. शहाणपण आणि ज्ञान या दोन्ही गोष्टींची फुल्यांजवळ टंचाई होती. खरी माहिती समजून न घेताच ते टीका करीत राहिले. महाराष्ट्राच्या विधानभवनासमोर फुल्यांचा पुतळा उभा करावा अशी कोणतीच गुणवत्ता त्यांच्याकडे नव्हती. ऋग्वेदिक आर्यांमुळे विषमता निर्माण झाली हे फुल्यांचे मत सदोष आहे. कोणत्याही गोष्टीचा अर्थ लावण्यासाठी आवश्यक ती उपजत बुद्धी आणि अर्जित विद्वत्ता फुल्यांजवळ नव्हती. एकेका वाक्यातून फुल्यांनी इतिहास, भूगोल आणि व्युत्पत्तिशास्त्र ह्या तीन शास्त्रांचा व्यवस्थित खून पाडला आहे. फुले हे अवतारकल्पनेकडे Myths म्हणून न पाहता त्यांचे चुकीचे अर्थ सांगतात. अवतारकल्पना समजून घेण्याइतपत त्यांचं डोकं आणि हृदय स्वच्छ नव्हतं. महात्मे व्युत्पत्तीच्या बाबतीत निरकुंश असतात. अवतारांची चरित्रे वाचताना एकतर भक्तांची श्रद्धा पाहिजे, नाहीतर अद्‌भुत-पुराण-काव्य रसिकांची सहृदयता

यापैकी एकही ज्यांच्याजवळ नसेल, त्या अडाणी बुद्धिवाद्यांनी या गोष्टीच्या वाट्याला जाऊ नये. अवतारपरंपरेतील 'वराह' या अवताराचे स्थान जगभरातल्या Myths मधून तसेच लोकसाहित्यातून आहे. त्यामुळेच सुंदर हिंदू परंपरेने 'वराह'ला देवत्व बहाल केले आहे. पुरुषसूक्तातील जगदुत्पती हे एक Cosmological रूपक असून ते तसेच समजून घ्यायला हवे. फुल्यांनी तसे समजून न घेता अवास्तव प्रश्न उपस्थित केले आहेत. फुले ब्रह्मदेवाला 'बेटीचोद' म्हणतात, म्हणून त्यांना चार-चौघांसारखा सभ्य गृहस्थही म्हणता येणार नाही. त्यांनी आपल्या लेखनातून अत्यंत ग्राम्य भाषेचा वापर केला आहे. संत तुकाराम व गाडगे महाराज यांनी ग्राम्य भाषेचा वापर केला, परंतु त्यांची भाषा गलिच्छपणाकडे झुकणारी नाही. उलट, फुल्यांची भाषा गलिच्छपणाकडे झुकणारी आहे. फुल्यांच्या चरित्रकारांनी फुल्यांच्या भाषेचा धिक्कार कुठेच केला नाही. त्यामुळे त्यांना महात्मा म्हणता येणार नाही. ब्रह्मदेवांच्या मुखापासून ब्राह्मण निर्माण झाल्याच्या कथेसारख्या कथा बौद्ध वाङ्मयातही येतात. त्याच्याबद्दलही विचार करावा लागेल.'' इ. इ.

आपल्या प्रतिपादनाच्या प्रारंभी समाजवादी व मार्क्सवाद्यांना डिवचण्याचा आणि लेखाच्या मध्यभागी बुद्धविचारांनाही डिवचण्याचा प्रयत्न गांगल साळसूदपणे करतात. कारण त्यामुळे फुल्यांवरील त्यांनी मांडलेल्या विचारांना समाजवादी, कम्युनिस्ट, बुद्धिस्ट वा आंबेडकरानुयायी प्रतिवाद करणार नाहीत, असे दूधखुळे गणित त्यांनी मनात पक्के केले असावे. मात्र वस्तुस्थिती तशी नाही, हे गांगलांना त्यांच्या लेखावरील प्रतिक्रियांनी समजून चुकले असावे. शिवाय आपण जणू फार मोठे इतिहासकार, व्युत्पत्तिशास्त्रज्ञ, लोकसाहित्यविशारद असल्याचा आवही ते आणतात. तो तर अत्यंत बेगडी आहे.

क्रांतिबा फुल्यांवर उधळलेली मुक्ताफळे

गांगलांनी आपले प्रतिपादन करीत असताना जी भाषा आणि शब्दकळा व फुल्यांना लावलेली विशेषणे आहेत, तीही प्रारंभीच पाहिली पाहिजेत. विचार खंडनमंडनाची परंपरा प्राचीन आहे. संस्कृत वाङ्मयाचा व्यासंग असलेल्या बाळ गांगलांना ती निश्चितच माहीत असावी. कालपरत्वे बदलत्या जीवनमूल्यांनुसार समाजविकासासाठी विचार-युद्ध जरूर व्हावे याबद्दल दुमत असण्याचे कारण नाही. परंतु विचार खोडण्याऐवजी केवळ निंदानालस्ती करण्याने आपले विचार-दारिद्र्य प्रकट होते, याचे भान गांगलांना राहिले नाही. त्यामुळे फुल्यांच्या विचारांची मूलभूतता न समजून घेता एकारलेपणाने 'फुले हे आपल्या पिढीजाद्यांचे कट्टर शत्रू

आहेत.' असा समज करून गांगलांनी विशेषणांची उधळमाधळ केली आहे. विचारांपेक्षा विकारवश होऊन लेखणी हातात धरली की सारासारविवेक कसा धोका देतो, त्याचे उत्तम उदाहरण म्हणजे बाळ गांगलांनी वापरलेली विशेषणे. खरेतर फुल्यांच्या प्रतिपादनातील एकही मुद्दा योग्य पुराव्याधारे ते खोडू शकले नाहीत. हे आपलेच बौद्धिक पंगूपण गांगलांच्या लक्षात आल्याने त्यांनी विचार न खोडता फुल्यांवर 'मुक्ताफळे' उधळण्यातच धन्यता मानलेली दिसते. धन्य! धन्य गांगल!

गांगलांनी क्रांतिबा फुल्यांना पुढील विशेषणे लावली आहेत. महात्मा फुले म्हणजे 'विद्यावैरी', 'घाण चिवडणारा महात्मा', 'स्वजनांवर सतत भुंकत राहणारा', 'महात्मा नावाचं घाणीचं बोचकं', 'महाराष्ट्रातील परस्परद्वेषाच्या गटारगंगेची गंगोत्री', 'अभ्यासाशी वाकडं आणि विद्वत्तेशी वैर असणारा महात्मा', 'बालिश बुद्धिवाद करणारा', 'ज्ञानाचे वावडे असणारा', 'कोपरापर्यंत घाणीत हात बुडवून ती ढवळून काढणारा', 'शिव्यांचा प्रचंड साठा असणारा', 'ज्ञान आणि अर्जित विद्वता नसणारा', 'उपजत बुद्धी नसणारा', 'गलिच्छ लेखन करणारा', 'ख्रिश्चन पाद्र्यांनी आणि ब्रिटिश फूटपाड्यांनी छू केल्यावर स्वजनांवर जीव तोडून भुंकत राहणारा' इ.इ. महात्मा फुल्यांच्या विचारांची चिकित्सा करण्याऐवजी त्यांच्याविषयी द्वेषबुद्धी व्यक्त करणे एवढाच गांगलाचा दुष्ट हेतू यातून स्पष्ट होतो.

दि. ११.१२.१९८८ च्या लेखातील दुसऱ्या परिच्छेदात ते म्हणतात, "आपल्या देशात ज्या स्वजन-स्वधर्म-स्वदेश घातकी लोकांना आपण परधार्जिणेपणा करून महात्मापदी प्रतिष्ठित केले आहे, त्या सर्वांचे पुनर्मूल्यांकन झाले पाहिजे. त्यांतील महाराष्ट्रातील आदीमहात्मा म्हणजे जोतिबा फुले." म्हणजे गांगलांच्या दृष्टीने फुले हे स्वजनघातकी, स्वधर्मघातकी, स्वदेशघातकी आणि परधार्जिणे ठरतात. म्हणून ते त्यांचे पुनर्मूल्यांकन करायचे म्हणतात. फुल्यांचे पुनर्मूल्यांकन गांगलांनी करावेएवढी त्यांची योग्यता नाही. वास्तविक पाहता हा आक्षेप घेत असताना स्वजन, स्वधर्म व स्वदेश यांची कल्पना गांगलांनी लेखात कुठेही स्पष्ट केली नाही. तसे स्पष्ट करणे त्यांना सोयीचे वाटले नसेल.

फुले स्वजनविरोधी कसे?

'फुले स्वजनविरोधी होते' हे गांगलांचे मत शुद्ध अडाणीपणाचे आहे. 'स्वजन' म्हणजे कोण हे ते सांगत नाहीत. 'स्वजन' म्हणजे श्रृत्या-स्मृत्या- धर्मग्रंथ- जाति-व्यवस्था मानणारे 'ब्राह्मण' हेच गांगलांना अभिप्रेत असावेत, असे वाटते. कारण

फुल्यांनी त्या प्रवृत्तींच्या विरोधात लिहिले आहे. फुल्यांचे विचार तत्कालीन सनातनी, कर्मठ आणि धर्मलंड ब्राह्मणांना निश्चित मानवणारे नव्हते. विज्ञानयुगात जगणाऱ्या गांगलांना फुल्यांची मते मानवत नाहीत, तर त्या वेळच्या सनातन्यांना कशी मानवणार? आपल्या कर्मठ पूर्वजांच्या विरोधी फुले होते म्हणून 'फुले स्वजनविरोधी' ठरविणे योग्य नाही. 'स्वजन' म्हणजे 'स्वजात' असे समीकरण गांगलांनी गृहीत धरले आहे. मुळात तेच चुकीचे आहे. फुल्यांचा राग प्रवृत्तींवर होता, कोणत्याही जातीवर नव्हता हे किमान फुलेचरित्र वाचून गांगलांनी समजून घ्यायला हवे होते.

दिनांक ४.१२.८८ च्या लेखात फुले स्वजनद्रोही होते असे सांगताना ते लिहितात "--- नानासाहेब पेशव्याने इंग्रजांची कत्तल केली म्हणून हा स्वजनद्रोही महात्मा ढळढळा रडतो, पण त्याच नानासाहेब पेशव्याच्या आठ-दहा वर्षांच्या मुलीला, मैनेला, इंग्रजांनी जिवंत जाळली, तिच्याबद्दल ह्या विघ्नसंतोषी महात्म्याच्या बेलगाम लेखणीतून एक करुणेचा नव्हे, सहानुभूतीचा नव्हे, साधा माणुसकीचा शब्द निघालेला नाही. असल्या स्वजनद्रोही माणसाला आपण महात्मा बनवून ठेवलं आहे." या विधानातून गांगल 'पेशवेशाही' च्या ठिकाणी असलेल्या आपल्या निष्ठाच व्यक्त करतात. पेशवे कोण? तर ज्यांनी जातिव्यवस्था, वर्णव्यवस्था कडेकोट पाळण्याचा प्रयत्न केला, ज्यांनी धर्मग्रंथांच्या आधारे राज्य केले, त्रैवर्णिकांवर अन्याय-अत्याचार केले. त्यांपैकी काही स्त्रैण आणि व्यभिचारी होते. या पेशवाईचे वर्णन करताना वा. कृ. भावे म्हणतात, "पेशवाईचे वर्णन करायचे तर दंगेधोपे, लढाया, युद्धे, दानधर्म ह्यांच्या दंगलीचा काळ असे थोडक्यात करता येईल. भिक्षुक, शास्त्रीपंडित, हरिदास-पुराणिक ह्या सर्वांचे उच्चग्रह एकादशस्थानी ह्या काळात आले होते असे वाटते. अन्नसंतर्पण, दाने, व्रतवैकल्ये, प्रायश्चित्त वगैरेंसारखे प्रकार चालू होते. द्रव्याला स्पर्श न करणाऱ्या संन्याशाच्या समोरही द्रव्याच्या राशी पडत."[१]

आजच्या काही पुनरुज्जीवनवाद्यांचे आजोबा-पणजोबा त्या वेळी असतील आणि या सर्वांचा फायदा त्यांना मिळाला असणार! त्यामुळे पेशव्यांच्या अन्नावर पोसलेल्यांनी व त्यांच्या रक्तातून निर्माण झालेल्यांनी 'पेशवाई' बद्दल अतीव आदर दाखविणे हे खाल्ल्या अन्नाला जागण्यासारखेच आहे. पेशवाईत पेशव्यांनी आपल्या जातभाईंचेच जेवढे कल्याण करता येईल तेवढे केलेले होते. याबद्दल सुप्रसिद्ध इतिहासकार त्र्यं. शं. शेजवलकर म्हणतात, "पेशवाईमुळे निरर्थक कर्मकाडांचे निरर्गल स्तोम माजले. ज्यांच्या गायत्री जपाचा राष्ट्राच्या संवर्धनास तिळमात्र उपयोग नाही, अशा भट्ट मजकुरांची तट्टे फुगली."[२] यावरून पेशवाई ही व्यवस्था आजच्या पुनरुज्जीवनवाद्यांच्या

बापजाद्यांची भलावण करणारी होती, हे सिद्ध होते. इ.स. १७१५ साली पेशव्यांनी ब्राह्मणांना दक्षिणा देण्यासाठी 'रमणा' नावाची इमारत बांधली. या रमण्यात शेकडो ब्राह्मण दक्षिणेसाठी जमा होत, तेव्हा इतर लोक त्या रमण्याभोवती प्रदक्षिणा घालत असत. कारण इतक्या ब्राह्मणांना प्रदक्षिणा घातली म्हणजे पृथ्वीप्रदक्षिणेचे पुण्य पदरी पडते अशी समजूत रूढ झाली होती. यावरून विशिष्ट वर्णाच्या भल्यासाठी राबत असणारी पेशवाई आणि ते राबविणारे पेशवे मूठभरांच्या दृष्टीने चांगले ठरतील; परंतु जी पेशवाई बहुसंख्याकांवर अनेक प्रकारचे अन्याय अत्याचार करीत होती, त्या व्यवस्थेबद्दल आणि व्यवस्था-रक्षकांबद्दल, ज्यांच्यावर अन्याय होतो, त्यांनी स्तुतिसुमने उधळावीत अशी अपेक्षा करणे निर्बुद्धपणाचेच म्हणावे लागेल.

'स्वजन' म्हणजे पेशवे काय?

पेशवाईत पेशव्यांनी व त्यांच्या जातभाईंनी तत्कालीन शूद्रातिशूद्रांवर अनेक अन्याय केले. त्यांना फटक्यांच्या शिक्षा दिल्या. काही लोकांना जिवे मारले. कर्ज वसुली करताना पेशव्यांचा भाऊ अमृतराव, शेतकऱ्यांना अतोनात छळत असे. छोट्या-छोट्या मुलांवर उकळलेले तेल ओतले जायचे. तापल्या तव्यात शेतकऱ्यांना उभे केले जायचे. शेतकऱ्यांच्या कानात, नाकात व बेंबीत बंदुकीची दारू भरून त्यांना उडवून दिले जायचे.[३] या लोकांबद्दल कोणत्याही पेशव्याने वा अधिकाऱ्याने साधी माणुसकीही व्यक्त केली नाही किंवा हळहळही व्यक्त केली नाही. नानासाहेब पेशव्यांनी तरी या प्रकारच्या अन्याय-अत्याचारांबद्दल 'ब्र' काढल्याचे इतिहास कुठेच सांगत नाही. अशा पेशव्याच्या मुलीला पेशवाईच्या राजकीय विरोधकांनी मारले म्हणून फुल्यांनी सुतक का म्हणून पाळावे? आणि केवळ या घटनेबाबत फुल्यांनी काहीच लिहिले नाही म्हणून फुले 'स्वजनद्रोही' ठरविणे म्हणजे आपली बौद्धिक दिवाळखोरी जाहीर करण्यासारखेच आहे. केवळ नानासाहेब पेशव्यांच्या मुलीबद्दल फुले हळहळ व्यक्त करीत नाहीत म्हणून ते 'स्वजनद्रोही' कसे ठरणार! म्हणजे गांगलांनी 'स्वजन' = 'पेशवे' हे समीकरण पक्के केलेले आहे. गांगलकृत 'स्वजना' ची व्याख्या हीच जर राज्यसत्ता आणि धर्मसत्ता यांना आपली भोगदासी म्हणवून घेण्यापुरती मर्यादित असेल, तर गांगलांच्या युक्तिवादाची कीव करावी तेवढी थोडी, असेच म्हणावे लागेल. जात्यधिष्ठित समूहाला 'स्वजन' म्हणायचे म्हणजे इतरांना काय म्हणायचे? पेशवाईत ब्राह्मणांशिवाय इतर अनेक जाती-जमाती होत्या, त्यांना गांगल कोणतेचायी नाव देत नाहीत. समाजातील मूठभरांना व त्यांचे हितसंबंध राखू पाहणाऱ्यांना 'स्वजन' म्हणणे हेच बरोबर नाही.

मूठभरांना व त्यांचे हितसंबंध राखू पाहणाऱ्यांना 'स्वजन' म्हणणे हेच बरोबर नाही. याउलट, समाजातील बहुसंख्य गट हाच 'स्वजन' असतो. समाजातील मूठभरांचे हितसंबंध पेशवे व पेशवाईकडून इमाने-इतबारे संवर्धित केले जात होते. याउलट, तत्कालीन बहुसंख्याकांचे हितसंबंध फुल्यांकडून संवर्धित करण्याचा प्रयत्न केला जात होता. त्यामुळे फुले हे 'स्वजनद्रोही' ठरत नाहीत; ते बहुसंख्याकांचे मार्गदाते ठरतात. याउलट, पेशवे-पेशवाई यांच्या मन:प्रवृत्तीचे लोक आणि धर्मग्रंथ-रूढी-परंपराच्या आधारे बहुसंख्याकांना गुलाम करणारे लोक व राजसत्ता 'स्वजनद्रोही' ठरतात.

फुलेकृत 'स्वजनां'ची कल्पना

बाळ गांगलांची 'स्वजनां' ची कल्पना आकुंचित आहे. याउलट, 'स्वजनां' ची महात्मा फुल्यांची कल्पना काय आहे, ते कुणाला 'स्वजन' म्हणतात, हे त्यांच्या लेखनाधारे आपणाला तपासून पाहता येते. फुले ज्यांना 'स्वजन' मानतात, त्यांच्याविष-त्यांच्या उद्धाराविषयी केवळ विचार मांडीत नाहीत, तर प्रत्यक्ष कृतीही करतात. त्यांच्याविषयीचा कळवळा त्यांच्या मनी-मानसी आढळतो. त्यामुळे फुल्यांनी ज्यांच्या-ज्यांच्या उद्धाराविषयी लिहिले आहे, ते फुल्यांच्या दृष्टीने 'स्वजन' ठरतात.

या देशातील समाजव्यवस्थेने ज्यांना शूद्र समजले, अस्पृश्य मानले त्यांच्यासाठीमहात्मा फुल्यांनी अहोरात्र कष्ट सोसले. त्यांना धर्मग्रंथ, पोथ्या-पुराणे यांनी निर्माण केलेल्या मानसिक गुलामगिरीतून मुक्त करण्याचा प्रयत्न केला. यात तमाम अस्पृश्य म्हणविणाऱ्या घटकांचा समावेश होतो. अस्पृश्यता व चातुर्वर्ण्यव्यवस्था देवनिर्मित असल्याची कल्पित कथा नाकारून हा प्रकार संधिसाधू, धूर्त लोकांनी आपले वर्णवर्चस्व अबाधित राहवे म्हणून केलेला आहे, हे त्यांनी सतत सांगण्या-मांडण्याचा प्रयत्न केला. त्यामुळे वर्णव्यवस्थेने अस्पृश्य ठरविलेले हे फुल्यांना स्वजन वाटत होते, देशबांधव वाटत होते. पेशव्यांच्या लेखी जो समाजघटक नगण्य मानला जात होता, ज्याला माणुसकीचे कोणतेही अधिकार नव्हते आणि ज्याचा सामाजिक दर्जा पशुपक्ष्यांपेक्षाही कमी मानला जात होता, ते सगळे फुल्यांना 'स्वजन' वाटत होते. केवळ आपले जातभाई हेच 'स्वजन' समजणाऱ्यांपेक्षा महात्मा फुल्यांची भूमिका कितीतरी व्यापक आहे, हे लक्षात येते. फुले स्वत: माळी-समाजाचे होते, म्हणून त्यांनी केवळ 'माळी' जातीत जन्मलेल्यांना 'स्वजन' म्हटले नाही. ही बाब लक्षात घेता, फुल्यांच्या अंत:करणाची व्यापकता सिद्ध होते. त्यामुळे फुल्यांवर 'स्वजन'द्रोही म्हणून आक्षेप घेणाऱ्यांच्या अंत:करणाचे क्षुद्रत्वही स्पष्ट होते.

मागासवर्गीय मुलींसाठी शाळा

एकोणिसाव्या शतकातील समाजव्यवस्था लक्षात घेता, कुटुंबातील स्त्रियांचे स्थान दुय्यम दर्जाचे होते हे लक्षात येते. मनुस्मृतीसारख्या धर्मग्रंथांतून तर स्त्रीला कोणत्याही प्रकारचे स्वातंत्र्य नव्हते, हे स्पष्टच केले आहे. त्याचा प्रभाव याही काळात होता. हा विचार प्रवाह सनातन्यांना, पुनरुज्जीवनवाद्यांना मान्यच होता. फुले हे नेहमीच अशा प्रकारच्या प्रवाहाविरोधी ठामपणे उभे राहिलेले दिसतात. त्यामुळेच त्या वेळच्या सनातन्यांचा बालेकिल्ला समजल्या जाणाऱ्या पुणे शहरात शूद्रातिशूद्र मुली या त्यांना 'स्वजन'च वाटत होत्या. म्हणूनच त्यांनी त्यांच्यासाठी शाळा काढली. वेदातील काही सूक्ते स्त्रियांनी रचली आहेत, या परंपरेचा गौरवपूर्वक उल्लेख करणाऱ्यांनी एकोणिसाव्या शतकातील स्त्री-शिक्षणासंदर्भातील वस्तुस्थिती तपासून पहावी. शूद्रातिशूद्र मुलींच्या कल्याणासाठी, त्यांच्या शिक्षणासाठी पेशव्यांनी काही केल्याचे इतिहासात कुठेच काही नमूद नाही. हा आद्य मान महात्मा फुल्यांकडेच जातो. आपण शूद्रातिशूद्र मुलींची शाळा काढण्यासाठी का प्रवृत्त झालो'' याबद्दल स्वत: फुले यांनीच त्या वेळच्या 'The Bombay Guardian'या वर्तमानपत्रात (दि. १६.१२.१८५३) जे म्हटले आहे, ते फुल्यांचे चरित्रकार धनंजय कीर यांनी नमूद केले आहे. त्यात फुले म्हणतात, ''माझ्या देशबांधवांपैकी महार, मांग, चांभार ह्या कनिष्ठ जातींतील बंधू हे दु:ख आणि अज्ञान यात साफ बुडालेले आहेत. त्यांची स्थिती सुधारण्यासाठी दयाळू देवाने मला प्रेरणा दिली. स्त्रियांच्या शाळेने प्रथम माझे लक्ष वेधले. पूर्ण विचारान्ती माझे असे मत झाले, की पुरुषांच्या शाळेपेक्षा स्त्रियांच्या शाळेची अधिक आवश्यकता आहे. स्त्रिया आपल्या मुलांना त्यांच्या दुसऱ्या आणि तिसऱ्या वर्षात जे वळण लावतात, त्यातच त्यांच्या शिक्षणाची बीजे असतात.''[४] शूद्रातिशूद्र स्त्रियांच्या कल्याणाचा प्रथमविचार फुल्यांनीच मांडला. कारण ते त्यांना बांधव समजत होते. 'स्वजन' समजत होते. शतकानुशतके धर्मग्रंथांच्या नि श्रुत्या-स्मृत्यांच्या आज्ञेमुळे शिक्षणापासून दूर राहिलेल्या स्त्रियांना शिक्षणाचे दरवाजे खुले करून देण्याचे श्रेय नि:संशय फुल्यांना आहे.

या शिक्षणामुळे शूद्रातिशूद्र वर्गात जागृती व्हायला महत्त्वाची मदत झाली. पेशव्यांची राजवट शूद्रातिशूद्रांवर अनेक प्रकारचे अन्याय-अत्याचार करणारी होती. त्याविरुद्ध कोणी उघड बोलायचे धाडस करणे शक्य नव्हते. लिहिणेही शक्य नव्हते. कारण शिक्षणापासून त्यांना दूर ठेवलेले होते. फुल्यांनी शाळा काढली. अक्षरओळख

झाली. फुल्यांच्या शाळेत शिकलेल्या मुक्ताबाई नावाच्या मुलीने जो निबंध लिहिला होता, त्यात ती तत्कालीन पेशवाई, समाजव्यवस्था व महार-मांगांच्या दुःस्थितीबद्दल म्हणते, ''आम्हा गरीब मांग-महारांस हाकून देऊन आपण मोठमोठ्या इमारती बांधून हे लोक बसले व त्या इमारतींच्या पायांत आम्हास तेल-शेंदूर पाजून पुरण्याचा व निर्वंश करण्याचा क्रम चालविला होता. आम्हा मनुष्यास ब्राह्मण लोकांनी गाई-म्हशी पेक्षा नीच मानिले आहे. सांगते ऐका, ज्या वेळी बाजीरावाचे राज्य होते त्या वेळी आम्हास गाढवाप्रमाणे तरी मानीत होते की काय? पहा बरे, तुम्ही लंगड्या गाढवास मारा बरे; त्याचा धनी तुमची फटफजिती करून तरी राहील की काय? परंतु मांग-महारास मारू नका असे म्हणणारा कोण होता बरे? त्या समयी मांग अथवा महार ह्यांतून कोणी तालीमखान्यापुढून गेला असता, गुलटेकडीच्या मैदानात त्याच्या शिराचा चेंडू आणि तरवारीचा दांडू करून खेळत होते. अशी जर मोठ्या सोवळ्या राजाच्या दारावरून जाण्याची बंदी, तर मग विद्या शिकण्याची मोकळीक कोठून मिळणार? कदाचित कोणास वाचता आले व ते बाजीरावास कळले तर तो म्हणे, की हे महारमांग असून वाचतात, तर ब्राह्मणानी का त्यांस दप्तराचे काम देऊन त्यांच्या ऐवजी धोकट्या बगलेत मारून विधवांच्या हजामती करीत फिरावे की काय? असे बोलून तो त्यास शिक्षा करी... आमच्या प्रिय बंधूनी मांगमहारांच्या मुलांच्या शाळा मांडल्या आहेत व ह्या शाळांना दयाळू इंग्रेज सरकारही मदत करितात, म्हणून ह्या मांडलेल्या शाळांला फारच सहाय आहे.''[५] वरील वर्णन तत्कालीन समाजस्थितीवर विदारक प्रकाश टाकणारे आहे. त्यातही पुनः अस्पृश्य मानल्या गेलेल्यांचा सामाजिक दर्जा कोणत्या प्रकारचा होता, हे लक्षात येते. यांची ती दयनीय अवस्था नष्ट करण्यासाठी व्यापक मानवतावादाच्या भूमिकेतून फुले कार्य करीत होते.

मुलींना शिक्षण देणे म्हणजे अनाचाराला प्रवृत्त करणे असे त्या काळात समजले जायचे. बदलत्या काळाला सामोरे जाण्याची व काळाच्या आरपार पाहण्याची दूरदृष्टी फुल्यांजवळ होती, हेच या घटनेवरून सिद्ध होते. त्या वेळी मुलींच्या शाळेत शिकविण्यासाठी पंतोजी मिळत नसे. ते काम स्वतः फुल्यांनी पार पाडलेच, शिवाय आपल्या पत्नी सावित्रीबाई यांना घरी शिकवून नंतर त्यांनाही त्यांनी शाळेत शिकवायला लावले. सनातन्यांना ही गोष्ट मानवणारी नव्हती. त्यामुळे सावित्रीबाईंना त्यांनी अतोनात त्रास दिला. परंतु फुल्यांनी घेतलेल्या खंबीर भूमिकेमुळे त्या ते काम यशस्वी करू शकल्या. पेशव्यांच्या दृष्टीने स्वजन म्हणजे केवळ आपले जातभाई; एवढीच संकुचित व्याख्या त्यांची होती. महात्मा फुल्यांची जात माळी, परंतु त्यांनी शिक्षणाचे महत्त्वपूर्ण

कार्य केले ते शूद्रातिशूद्रांसाठी. म्हणजे स्वजातीपल्याडही जे कुणी अज्ञानी, अडाणी, दु:खी आहेत. त्यांचे दु:ख नष्ट करण्याचा प्रयत्न केला. त्यामुळे फुल्यांना 'स्वजन' म्हणून अभिप्रेत असणारा घटक निश्चितपणे मोठा होता, हे लक्षात येते.

शेतकऱ्यांच्या दु:स्थितीविषयी विचार

एकोणिसाव्या शतकातील शेतकऱ्यांची आर्थिक स्थिती अत्यंत भयावह होती. उच्चवर्णीय मोठ्या जमीनदारांकडे त्यांना कामे करावी लागत असत. त्याचा योग्य मोबदला त्यांना मिळत नसायचा. शिवाय सामान्य शेतकरी हा देव-धर्म, नवस-सायास यांच्या दुष्टचक्रात सापडलेला होता. अनेकांच्या जमिनी सावकारांनी अल्प पैशात गिळंकृत केल्या होत्या. कोर्ट-कचेरीत उच्चवर्णीय असल्याने त्यांना तिथूनही न्याय मिळणे कठीण झाले होते. मुलांना शिक्षण देण्याचा विचारही त्यांच्या मनाला शिवत नव्हता. रूढी-परंपरांच्या नावाखाली कर्ज काढून भट-ब्राह्मणांना दक्षिणा दिली जात असायची. मुळातच अडाणी असल्यामुळे सावकाराने केलेल्या कागदावर अंगठा मात्र निमूटपणे केला जायचा. त्यामुळे कर्जाऊ घेतलेली रक्कम किती आहे? किंवा आपण काय लिहून दिलेय, याचेही भान शेतकऱ्यांना नसायचे. त्यामुळे धार्मिक व आर्थिक या दोन्हीही दृष्टींनी शेतकरी संपूर्णत: नागवला जात होता. त्याचे पद्धतशीर शोषण केले जात होते.

या काळात स्थापन झालेल्या अनेक सभा-संस्था पाहिल्या, की त्यांच्या कार्यकक्षेत शेतकरी कधीच आला नसल्याचे लक्षात येते.

या शेतकऱ्यांच्या दु:खाला व त्यांच्या विविध प्रश्नांना वाचा फोडण्याचे काम फुल्यांनीच केले. समाजातील जो जो उपेक्षित, दुर्लक्षित घटक होता, तो तो फुल्यांच्या आस्थेचा विषय झाला आहे. शेतकऱ्यांच्या शोषणावर व दु:खावर विदारक प्रकाश टाकणारा 'शेतकऱ्याचा असूड' (इ.स.१८८३) या नावाचा ग्रंथही त्यांनी लिहिला आहे. या ग्रंथात शेतकऱ्यांसंदर्भात फुल्यांनी केलेली कारणमीमांसा ही चातुर्वर्ण्यव्यवस्थेचा पुरस्कार करणाऱ्यांना पटणारी नाही. याचे कारण असे, की शेतकऱ्यांच्या शोषणात जसा शेठ-सावकारांचा, शेतकऱ्यांच्या अज्ञानाचा अंर्तभाव फुले करतात, त्याप्रमाणेच ढोंगी ब्राह्मणी धर्मग्रंथांचाही ते अंतर्भाव करतात. या धर्मग्रंथांमधून निरनिराळी व्रत-वैकल्ये आणि ब्राह्मणांना दक्षिणा देण्याबद्दल सांगितलेले असते. त्याबद्दल फुले म्हणतात, "अक्षरशून्य शेतकऱ्यांस भटब्राह्मण धर्ममिषाने इतके नाडतात, की त्यांजविषयी या जगात दुसरा कोठे या मासल्याचा पडोसा सापडणे कठीण. पूर्वीच्या धूर्त आर्यब्राह्मण ग्रंथकारांनी आपले मतलबी धर्माचे लिगाड शेतकऱ्यांच्या मागे इतके सफाईने लावले

आहे, की शेतकरी जन्मास येण्याचे पूर्वीस त्याचे आईस ज्या वेळेस ऋतु प्राप्त होतो, तेव्हा तिच्या गर्भधानादी संस्कारांपासून तो हा मरेपर्यंत कित्येक गोष्टींनी लुटला जातो. इतकेच नव्हे तर हा मेला तरी याच्या मुलास श्राद्ध वगैरेंच्या मिषाने धर्माचे ओझे सोसावे लागते.''[६]

धर्मभावनेमुळेच इतर अनेक गोष्टी केल्या जातात. उदा. लग्नात भटांना दिली जाणारी दक्षिणा, वास्तुशांती, चैत्रमास, रामनवमी, हनुमानजयंती, आषाढी एकादशी, आळंदी यात्रा, नागपंचमी, श्रावणी, गणेशचतुर्थी, कपिलाषष्ठी, विजयादशमी, लक्ष्मीपूजन, मकर संक्रांत, महाशिवरात्री, होळीपूजा, पुराणश्रवण इ. अनेक प्रसंगांनिमित्त भट-भिक्षुक दक्षिणा कसकसे उपटतात त्याचे प्रत्ययकारी चित्रण फुले करतात. यातूनही काही राहिले तर भट-भिक्षुक काय करतात, याविषयी फुले म्हणतात, ''सदरी लिहिलेल्या एकंदर सर्व भट-ब्राह्मणांच्या धर्मरूपी चरकांतून शेतकऱ्यांची मस्ती जिरली नाही तर, ब्राह्मण बदरीकेदार वगैरे तीर्थयात्रेचे नादी लावून शेवटी त्यास काशी-प्रयागास नेऊन तेथे हजारो रुपयांस नागवून त्यांच्या दाढ्यामिशा बोडून त्यास त्यांचे घरी आणून पोहोचवितात व शेवटी त्यांजपासून मावंद्याचे निमित्ताने मोठमोठाली ब्राह्मणभोजने घेतात.''[७] शेतकऱ्यांच्या आर्थिक व मानसिक गुलामगिरीचे फुल्यांनी केलेले निदान अत्यंत अचूक आहे.

शेतकऱ्यांच्या दुःस्थितीवर सुचविलेले उपाय

शेतकऱ्यांनी धर्मग्रंथांद्वारा निर्माण केलेल्या मानसिक गुलामगिरीतून मुक्त होणे हे फुल्यांना अत्यंत महत्त्वपूर्ण वाटत होते. शेतकऱ्यांनी 'रीण काढून सण' साजरा करायची प्रवृत्ती सोडली पाहिजे; शिवाय लग्न वगैरे प्रसंगी जो अमाप खर्च केला जातो, त्यात कपात केली पाहिजे, हेही त्यांनी आवर्जून सांगितले. 'शेतकऱ्याचा असूड' या ग्रंथाच्या प्रारंभीच ज्या 'अखंडा' च्या ओळी दिलेल्या आहेत, त्या महत्त्वाच्या आहेत. शेतकऱ्यांच्या मुलांना शाळा शिकविण्याखेरीज पर्याय नाही, ही जाणीव फुल्यांनी निर्माण केली. कारण अक्षरशत्रुत्वामुळे शेतकऱ्यांना शेठ-सावकारांकडून हातोहात बनविले जाते, हे ते मनोमन जाणून होते. मुलां-मुलींच्या लहानपणी होणाऱ्या लग्नालाही त्यांनी विरोध केला होता. व्यसनांपासून दूर राहून नीतिमान होण्यावर त्यांनी भर दिलेला आढळतो.

सरकारी कोर्टकचेऱ्यांमधून ब्राह्मणी अधिकाऱ्यांचे प्राबल्य असल्याने शेतकऱ्यांना न्याय मिळत नाही. त्यामुळे त्यांनी आपल्या मुलांना शिक्षण द्यावे, ही भूमिका त्यांनी आग्रहाने मांडलेली दिसते.

इंग्रजी राज्यसत्तेकडून अपेक्षा

शेतकऱ्यांची दुःस्थिती नष्ट व्हायची असेल, तर जशी शेतकऱ्यांवर जबाबदारी आहे तशीच ती इंग्रजी राज्यसत्तेवरही आहे, असे फुल्यांना वाटते. पेशवाईकडून अशी अपेक्षा व्यक्त करणे हे गैरच होते. पेशव्यांच्या दृष्टीने सर्वसामान्य रयत-शेतकरी 'स्वजन' ठरूच शकत नव्हते. शिवाय राजाने प्रजेसाठी काही करायचे असते, या कल्पनेला पेशवे मान्यता देणारे नव्हते. याउलट, इंग्रजी राज्यसत्ता इथे स्थिरावल्यानंतर तिने आपली सत्ता घट्ट होण्यासाठी का असेना, सर्वसामान्यांच्या भल्याचे काही निर्णय घेतले होते, हे नाकारण्यात अर्थ नाही. म्हणून इंग्रजी सत्तेने शेतकऱ्यांसाठी काय करावे, याबद्दल फुल्यांनी काही अपेक्षा व्यक्त केल्यात.

या संदर्भात फुल्यांच्या प्रतिपादनाचे सार पुढीलप्रमाणे नमूद करता येईल. "गाई-बैल व वासरे खाण्यावर बंदी आणावी, कारण या प्राणिहत्येमुळे शेतीकाम करणाऱ्या जनावरांचा तुटवडा निर्माण होईल. तालीवजा बंधारे शेतीत बांधावेत त्यामुळे जमिनीची धूप होणार नाही. डोंगर-टेकड्यांमधून जास्तीत जास्त तळी बांधून काढावीत, त्यांचा फायदा शेतीला होईल. त्यामुळे शेती बागायत होईल. शेतपिकांच्या व औते हाकण्याच्या परीक्षा घ्याव्यात. त्यामुळेही शेतीला प्रोत्साहन मिळेल. नदी-विहिरीतील साचलेला गाळ काढावा. इकडील काही शेतकऱ्यांना विलायतेतील शेतीशाळा पाहण्याची संधी द्यावी, त्यातून तेही प्रगती करतील. उत्तम शेतकऱ्यास पदव्या द्याव्यात. इ.इ."[८] शेतकऱ्यांची दुःस्थिती दूर होण्यासाठी महात्मा फुल्यांनी सुचविलेले उपाय महत्त्वाचे होते. शेतकऱ्यांची, त्यांच्या कुटुंबीयांची, घरा-दारांची त्यांनी केलेली वर्णने कपोलकल्पित नसून प्रत्यक्ष पाहणीवर आधारलेली होती. त्यासाठी फुल्यांनी अनेक ठिकाणी दौरे केले. शेतकऱ्यांच्या सभा घेतल्या. हस्तलिखित वर्णने त्यांच्यासमोर वाचून दाखविली.

वस्तुनिष्ठ वर्णने

महात्मा फुल्यांनी शेतकऱ्यांच्या दुःखांविषयी जे वर्णन केलेले आहे, त्याचे वाचन त्यांनी अनेक ठिकाणी केले. हे वर्णन वस्तुनिष्ठ असल्याचे त्यांना अनेकांनी पत्राद्वारे कळविलेही होते. त्याबद्दल 'असूड' च्या उपोद्घातात ते म्हणतात. "पुणे, मुंबई, ठाणे, जुन्नर, ओतूर, हडपसर, वंगणी, माळ्याचे कुरूल वगैरे येथील शूद्र गृहस्थांनी कित्येक वेळा हा ग्रंथ माझ्या तोंडून ऐकला व या ग्रंथात लिहिलेला मजकूर खरा आहे अशाविषयी त्यांनी आपल्या सह्या मजकडे पाठविल्या आहेत."[९] यावरून

फुल्यांनी शेतकऱ्यांच्या हलाखीची कशी वस्तुनिष्ठ वर्णने केली आहेत, हे लक्षात येते. एकोणिसाव्या शतकातील अन्य कुणा व्यक्तीने या प्रकारचे परिश्रम करून विचार मांडल्याचे दिसत नाही. फुले ज्या ज्या ठिकाणी शेतकऱ्यांच्या स्थितीविषयी व्याख्यान देण्यासाठी जात असत, त्या त्या ठिकाणी लोकांकडून त्यांना प्रचंड प्रतिसाद मिळत असायचा. त्याचा एक नमुना म्हणून त्या वेळच्या 'ज्ञानोदय' या नियतकालिकात 'वाचकांचा पत्रव्यवहार' या सदराखाली प्रसिद्ध झालेले पत्र जिज्ञासूंनी मुळातून पाहण्याजोगे आहे.[१०] अडाणी, दारिद्र्याने गांजलेला शेतकरी फुल्यांना आपला देशबांधव वाटत होता. त्यामुळे त्याच्या उद्धारासाठी हरेक प्रयत्न करणे हे फुल्यांनी आपले कर्तव्य मानले. त्याप्रमाणे ते सतत कृती करत राहिले. समाजजागृतीची जी जी माध्यमे असतात त्यांचा त्यांचा त्यांनी अत्यंत यशस्वी वापर केला.

शेतकऱ्यांचे खरे प्रतिनिधी : क्रांतिबा फुलेच

तत्कालीन समाजजीवनात शेतकरी हा उच्चवर्णीयांच्या दृष्टीने तुच्छ घटक मानला जात होता. म्हणून तो त्यांच्या आस्थेचा विषय होणे शक्य नव्हते. याउलट, फुल्यांचे होते. शूद्रातिशूद्रांपैकी अस्पृश्य जातीतील माणसे ही त्यांच्या विचारांचा केंद्रबिंदू ठरली, तद्वतच शेतकरीही त्यांच्या विचारांचा केंद्रबिंदू ठरला.

ड्यूक ऑफ कॅनॉट यांना पुण्यात हरि रावजी चिपळूणकर यांनी मेजवानी दिली होती. ड्यूक ऑफ कॅनॉटच्या मेजवानीप्रसंगी भव्य मंडप उभारला. निमंत्रितांना प्रवेशिका दिल्या. त्या मेजवानीला अनेकजण सजून-धजून उपस्थित होते. त्या वेळी खांद्यावर घोंगडी, हातात काठी, पायात फाटक्या वाहाणा, डोक्यावरती फेटा, अंगात बाराबंदी अंगरखा या पोशाखात क्रांतिबा फुले प्रवेशद्वाराजवळ आले. त्यामुळे अडाणी-खेडवळ दिसणाऱ्या या माणसाला प्रवेश नाकारला. थोड्या वेळाने खुद्द हरि रावजी तिथे आले. त्यांनी फुल्यांना आदराने आत नेऊन व्यासपीठावर बसविले. तेव्हा चकपक पोशाख केलेले पांढरपेशे थक्क झाले. आता काहीतरी अघटित होणार असे अनेकांना वाटले असणार. फुल्यांना या प्रसंगी बोलण्यास संधी दिली. त्या वेळी केलेल्या भाषणात ते म्हणाले, "---समारंभास आलेल्या व्यक्तींच्या मौल्यवान कपड्यांकडे नि चकाकणाऱ्या हिऱ्यांकडे पाहून तुम्हांस असा भास होईल, की हिंदुस्थान देश मोठा सुखी नि समाधानी आहे. सुवर्णालंकारांनी मढलेले नि सुवासिक वस्त्रे परिधान केलेले श्रीमंत लोक हे या देशातील जनतेचे खरे प्रतीक नाहीत. देशातील बहुसंख्य लोक जे शेतकरी त्यांचे प्रतिनिधी नाहीत."[११] ड्यूक ऑफ कॅनॉट यांना उद्देशून फुल्यांनी जे विचार मांडले ते

तमाम देशबांधवांच्या आणि विशेषत: तळा गाळातील लोकांच्या, शेतकऱ्यांच्या कल्याणाचे होते. या भाषणात ते पुढे म्हणाले, ''खरा हिंदुस्थान खेड्यात दिसतो. खेड्यातील लोक निर्धन, भुकेकंगाल, बेघर असतात आणि अनवाणी चालतात. बहुसंख्य ग्रामीण जनतेला आपली लाज लपवायलासुद्धा कपडा मिळत नाही... राजपुत्राने आणि त्यांच्या पत्नीने महाराणी व्हिक्टोरिया हिला असे सांगावे की, गरीब जनता दारिद्र्यामध्ये पिचत असून त्यांना शिक्षणाची अत्यंत आवश्यकता आहे. हा आमचा त्यांना निरोप द्यावा'' फुल्यांनी मांडलेले विचार सडेतोड तर आहेतच, शिवाय ते अत्यंत वस्तुनिष्ठही होते. त्यामुळे मागासलेल्या जाती, स्त्रिया यांच्या उद्धारांविषयी ते जसे प्रयत्नशील राहिले, तद्वतच तत्कालीन शेतकऱ्यांची दु:स्थिती नष्ट करण्यासाठीही ते प्रयत्नशील राहिले. त्यामुळे एकोणिसाव्या शतकातील शेतकऱ्यांच्या विचारांचे प्रतिनिधित्व खऱ्या अर्थाने फुल्यांनी केले; शेतकरीबांधव हा फुल्यांना आपला देशबांधव वाटत होता, 'स्वजन' वाटत होता म्हणून.

स्त्रियांच्या सुधारणा आणि महात्मा फुले

महात्मा फुल्यांनी सामाजिक परिवर्तनाचे कार्य करीत असताना व विचार मांडत असताना शूद्रातिशूद्र पुरुष, स्त्रिया, कुणबी, माळी, मराठा, बलुतेदार या सर्वांचा विचार केला. त्याचप्रमाणे तत्कालीन ब्राह्मण स्त्रियांवर धर्माद्वारे-धर्मग्रंथांद्वारे लादलेल्या अनेक दुष्ट प्रवृत्तींचाही धिक्कार केला. त्या काळातील सनातनी, धर्मलंड, धर्मग्रंथांचे बनलेले झापडबंद गुलाम यांनी इतरांच्या सोडाच, परंतु आपल्या जातीतील स्त्रियांच्या उद्धाराचा काहीही प्रयत्न केला नव्हता. जे प्रयत्न झाले ते फुल्यांनंतर. त्यामुळे आपल्या जातीतील लोकांना 'स्वजन' मानण्याऐवजी, ज्यांच्या-ज्यांच्यावर अन्याय होतोय ते आपले बांधव आहेत व त्यांच्या कल्याणासाठी आपण कार्यरत राहिले पाहिजे, अशी अत्यंत व्यापक भूमिका फुल्यांची होती हे लक्षात येते. फुल्यांच्या कार्याचे हे मोठेपण लक्षात घेण्यासाठी प्रत्यक्ष जातीने ब्राह्मण असलेल्या पेशव्यांच्या कारकिर्दीतच ब्राह्मण स्त्रियांची व इतर स्त्रियांची स्थिती आणि सामाजिक दर्जा कोणत्या प्रकारचा होता, याची थोडक्यात माहिती घेणे गरजेचे आहे.

पेशवाई आणि स्त्री

पेशवाईच्या उत्तरार्धातील दुसरा बाजीराव पेशवा हा अत्यंत स्त्रैण होता. त्याने तर जणू स्त्रियांचा बाजार मांडून स्त्रीला भोगदासी करण्याचा चंगच बांधलेला होता.

त्याचे कारण असे, की धर्मग्रंथांनी विशेषत: मनुस्मृतीने स्त्रीविषयक मांडलेल्या विचारांचा पगडा पेशव्यांवर होता. साधुसंतांनीही स्त्रीची करता येईल तेवढी अवहेलना केलेलीच आढळते. त्यामुळे स्त्रीकडे स्त्री-पुरुष समानतेच्या भूमिकेतून पाहणे संभवतच नव्हते.

यत्र नार्यस्तु पूज्यन्ते रमन्ते तत्र देवता ।
यत्रैतास्तु न पूजन्ते सर्वास्तया फलाक्रिया: ।। ३५७ (मनु.)

(ज्या कुळात स्त्रियांची पूजा होते त्या कुळावर देवता प्रसन्न होतात. जेथे स्त्रियांचा अपमान होतो तेथे सर्व यज्ञादी कर्म निष्फळ ठरतात.) या प्रकारचा स्त्रियांसंबंधी उदात्त विचार मांडणाऱ्या मनुस्मृतीतच नेमकी याच्या विरोधी अनेक वचने आढळतात. उदा., "पुरुषांना दूषित करणे हाच स्त्रियांचा स्वभाव आहे. म्हणून ज्ञानी पुरुष स्त्रियांच्या बाबतीत कधीही प्रमादी राहत नाहीत. (२-२१३) स्त्रीने बाल्यकाळी पित्याच्या अधीन रहावे. यौवनावस्थेत पतीच्या आधीन आणि पतीच्या मृत्यूनंतर पुत्राच्या अधीन होऊन राहावे. स्त्रीने कधीही स्वतंत्र राहू नये." (५-१४८)[१२] या प्रकारच्या स्त्रीविषयक पारंपरिक मतमतांतरामुळे स्त्री ही पेशवाईत चक्क भोगदासी ठरली गेली होती. अत्यंत लहान असताना मुलां-मुलींची लग्ने व्हायची. पत्नी हयात असली वा नसली, तरी पुरुष व्यभिचाराला मोकळा असायचा. मात्र स्त्रीला साधी पुनर्विवाहाचीही बंदी होती. पतीनिधनानंतर स्त्रीचे केशवपन करून तिला अत्यंत अपमानास्पद वागणूक दिली जायची. नाटकशाळा पदरी बाळगण्यात पुरुषार्थ मानला जायचा. याची काही मसालेवाईक उदाहरणे पुढीलप्रमाणे सांगता येतील-

खुद्द पेशव्यांचा विचार करता बाळाजी बाजीराव वयाच्या नवव्या वर्षी, सवाई माधवराव आठ-साडेआठ वर्षांचा असताना, विश्वासराव आठव्या वर्षी, तर नारायणराव पेशवे वयाच्या दहाव्या वर्षी विवाहबद्ध झाले होते. त्यांच्या तुलनेत त्यांच्या स्त्रियांची वये त्यापेक्षा निश्चितच लहान होती. या पुरुषांच्या निधनानंतर त्या स्त्रियांचे जे हाल झाले, त्याची प्रतिक्रियाच फुले यांच्या स्त्री-पुरुष समान सूत्रात आढळते. अर्थात फुल्यांच्या विचारांचा आवाका व्यापक होता हे महत्त्वाचे कारण आहेच. रावबाजी हा खुद्द बदफैली स्त्रियांच्या घोळक्यात वावरत असायचा. बाळासाहेब पंतप्रतिनिधींच्या आत्मचरित्राचा हवाला देऊन धनंजय कीर सांगतात– "त्याच्या (रावबाजीच्या) राजवटीत एका ब्राह्मण बाईने बुधवारवाड्यापासून विश्रामबाग वाड्यापर्यंत भर रस्त्यातून दिवसा विवस्त्र चालत जाऊन पैज जिंकली होती असे म्हणतात."[१३] या प्रकारच्या अनाचाराला केवळ समाज जबाबदार होता असे म्हणून चालणार नाही तर राज्यकर्तेही तेवढेच जबाबदार होते हे सुज्ञांनी लक्षात घ्यायला हवे. "दुसऱ्या बाजीरावाची विषयवासना

त्याच्या वयाच्या मानाने फारच लवकर जागृत झाली होती.''१४ त्याच्या बदफैलीपणाचा जाब कुणी ब्राह्मणांनी त्याला विचारला नव्हता. याउलट, त्याच्या या स्वैरपणाला पाठिंबाच मिळत गेला. या अनाचाराचे वर्णन करताना रा. शं. वाळिंबे म्हणतात. ''बायकांच्या घोळक्यात काळ घालविल्याशिवाय व रासवट विदूषकी चाळे केल्याशिवाय, इतकेच नव्हे तर किळसवाणे व्यभिचार पाहिल्याशिवाय त्याचा एक दिवस जात नसे. त्याच्या वाड्यात येणाऱ्या बायका बहुधा थोरा-मोठ्यांच्या असत आणि जे सरदार आपल्या घरातील बायका वाड्यात पाठविण्यास खळखळ करीत त्यांच्यावर बाजीरावांचा अनावर संताप होई.''१५ या भीतीमुळे अनेक सरदारांनी पुणे शहर सोडल्याचे दाखले इतिहासात नमूद आहेत. रावबाजी वाईला भेट देणार असल्याचे कळताच तेथील अनेक स्त्रियांनी स्वत: विहिरीत उड्या घेऊन आपले प्राण दिले. या पेशव्यांना नाटकशाळा ठेवण्याचा शौक होता. त्यावर झालेल्या खर्चाची नोंद इतिहासात नमूद आहे. काही स्त्रियांना कुळंबिणी म्हणून ठेवले जायचे. त्यात अनेक स्त्रिया उच्चवर्णीय असायच्या. अपवादात्मक एखादी शूद्रातिशूद्रांमधील असली, तर खूपच गोंधळ व्हायचा. असा एक मजेशीर प्रसंग घडल्याचे उदाहरण वा. कृ. भावे यांनी नमूद केले आहे.१६ या सर्व उदाहरणांवरून उत्तर पेशवाईतील स्त्रियांना कोणत्या प्रकारे नाडले जात होते, याचे चित्र सुस्पष्ट होते.

ब्राह्मणेतरांमध्ये पुनर्विवाहास बंदी नव्हती. शूद्रातिशूद्र स्त्रियांचे 'पाट लावले' जायचे. याउलट, ब्राह्मण स्त्रियांना पती-निधनानंतर एकतर सती जावे लागायचे किंवा आयुष्यभर आपल्या नैसर्गिक-शारीरिक भावनांचा कोंडमारा करून जगावे लागायचे. एखाद्या मुलीच्या पतीचे निधन मुलगी लहान असतानाच व्हायचे. ती मुलगी वयात आल्यानंतर अशा विधवेचे पाऊल घसरायचे. बाबा पद्मनजी यांनी लिहिलेल्या 'यमुनापर्यटन' कादंबरीत या संदर्भातील असलेली अनेक उदाहरणे विधवांच्या या दु:खावर विदारक प्रकाश टाकणारी आहेत. एखादी ब्राह्मण विधवा चुकून गरोदर राहिली तर तिला स्वत: आत्महत्या करावी लागायची किंवा भ्रूणहत्या तरी करावी लागायची. त्यामुळे ब्राह्मण विधवा स्त्रियांच्या दु:खाला पारावार राहिला नव्हता. शिवाय जी विधवा स्त्री असायची, तिच्यावर अनेक प्रकारची बंधने लादलेली असायची. तिने जाडेभरडे वस्त्र नेसावे, शुभकार्यात समोर येऊ नये, पोटभर जेवू नये, तळणी-फोडणीचे खाऊ नये, अलंकार परिधान करू नयेत, अंधाऱ्या खोलीत राहावे इ.इ. या सर्व गोष्टी ब्राह्मण स्त्रियांवर लादणाऱ्यांना लाज म्हणून कधी वाटलीच नाही. उलट, धर्माच्या नावे ते त्याचे समर्थन करत राहिले. पेशव्यांनी देशबांधवांना दिलेली वागणूक सोडून द्या; परंतु स्वजातीतील

स्त्रियांनाच दिलेली ही अमानुष वागणूक पाहिली, की ज्यांचा मेंदू थोडा फार ठिकाणावर असावा, त्यांना संताप आल्याशिवाय राहणार नाही. शूद्रातिशूद्र स्त्रियांच्या उन्नतीच्या प्रयत्नात महत्त्वाचा हातभार फुल्यांनी लावला, तेवढेच ते विधवा ब्राह्मण स्त्रियांच्या उद्धारासाठीही प्रयत्नशील राहिले. त्यानुसार त्यांनी सतत प्रबोधनात्मक विचार मांडले.

सती आणि म. फुले

पतीनिधनानंतर सती जाण्याची प्रथा आपल्याकडे होती. राजस्थानमधील सामुदायिक 'जोहार' यामागील भूमिका निराळी होती. परंतु तरीही 'सती' या प्रकाराचे गौरवीकरण आपल्याकडे आजपर्यंत केले जातेय, ही अत्यंत खेदाची बाब होय. अगदी काल-परवा राजस्थान येथील देवरालामध्ये रूपकुँवर सती गेली. तिचे उत्सव-यात्रा आणि मंदिरे उभारण्यासाठी प्रचंड आटापिटा झाला. सनातन्यांनी या प्रकाराला धार्मिक अधिष्ठान असल्याचे सांगितले. त्यामुळे भारतीय समाजमन कोणत्या शतकात वावरतेय, याची कल्पना येईल. आज 'सती'बद्दल अशी अवस्था असेल तर काही वर्षांमागे काय? याचा विचार सुन्न करणारा आहे.

इ.स. १७७२ मध्ये थोरले माधवराव पेशवे यांच्या मृत्यूनंतर त्यांच्या पत्नी रमाबाई सती गेल्या. त्याचे गुणगान करणारा पोवाडा आजही उपलब्ध आहे. त्यात या प्रथेचे गौरवीकरण आहे. राजा राममोहन रॉय यांच्या पुढाकाराने इंग्रजांनी १८२९ साली सती बंदीचा कायदा केला. पुरुषानंतर स्त्रीने सती जाऊ नये, हेच फुल्यांचे मत होते. म्हणून ते आपल्या लेखनात म्हणतात, ''एखाद्या स्त्रीचा नवरा ज्यावेळेस मृत होतो, त्या वेळेस ती फार दुःखसागरात बुडून तिला फार संकटे सोसावी लागतात. मरेपर्यंत सारा काळ वैधव्यात काढावा लागतो, इतकेच नव्हे तर पूर्वी कित्येक सतीदेखील जात असत. परंतु पुरुषाला तिच्याविषयी दुःख होऊन तो कधी 'सता' गेलेला ऐकिले आहे काय?''[१७] फुल्यांचे विचार सती जाणाऱ्या ब्राह्मण स्त्रीसंदर्भात अत्यंत ममत्वाची भावना व्यक्त करणारे आहेत, हे सहज लक्षात येते.

ब्राह्मण स्त्रियांचे केशवपन आणि फुल्यांचे विचार

तरुण ब्राह्मण स्त्रियांचे त्यांच्या पतिनिधनानंतर सक्तीने केशवपन केले जायचे. याची अनेक उदाहरणे तत्कालीन बाबा पद्मनजी लिखित 'यमुनापर्यटन' व ह. ना. आपटे लिखित 'पण लक्षात कोण घेतो' या कादंबऱ्यांत आलेली आहेत. अगदी काल-परवा-परवापर्यंतही खेड्या-पाड्यांत अशा वृद्ध स्त्रिया पाहायला मिळत असत. आजही

मिळतात. ही चाल ब्राह्मणजात सोडता अन्य जातींत बिलकूल नाही. केवळ ब्राह्मणांपुरतीच मर्यादित असणारी ही चाल फुल्यांना खटकत होती. कारण जो जो अन्याय-अत्याचारांचा बळी ठरतो, तो तो त्यांना आपला वाटायचा. त्यामुळे या ब्राह्मण स्त्रियांच्या केशवपनासंदर्भातही फुल्यांनी अत्यंत ठोस आणि परिवर्तनवादी विचार मांडलेले आहेत.

स्त्रियांचे केशवपन हे न्हाव्यांकडून केले जायचे. अनेकदा त्या एकान्तातून व्यभिचार घडल्याची वर्णने कथा-कादंबऱ्यांतून येतात. न्हाव्यांनी हे कृत्य करायचेच नाकारले, तर स्वाभाविकच हा प्रकार कमी होईल असे फुल्यांना वाटत होते. त्या वेळच्या 'ज्ञानोदया'मधून केशवपनांविरुद्ध विस्तृत लिहिले जात होते. महात्मा फुल्यांनी ब्राह्मण भिक्षुकांविरुद्धचा एक खटला आधीच जिंकला होता. त्यामुळे त्यांच्या अनुयायांनी त्यापासून स्फूर्ती घेऊन नवनव्या क्षेत्रांत मोठ्या उमेदीने काम करायला प्रारंभ केला होता. या सर्वांच्याच पुढाकाराने मुंबई येथील एल्फिन्स्टन माध्यमिक शाळेच्या पाठीमागे १४ एप्रिल १८९० रोजी न्हावीबांधवांची टोलेजंग सभा भरविण्यात आली आणि न्हाव्यांनी ब्राह्मण स्त्रियांचे केशवपन करायचे नाही, असा निर्धार व्यक्त केला. या निर्णयाचे खास अभिनंदन करणाऱ्या तारा लंडनमधील इंग्रज स्त्रियांनी या संपाला आपला पाठिंबा म्हणून पाठविल्या, हे विशेष होय. शिवाय केस ही स्त्रियांना दिलेली नैसर्गिक देणगी असून पतिनिधन व केशवपन यांचा संबंधच नाही, अशी स्पष्ट भूमिका महात्मा फुल्यांनी घेतली.

फुल्यांच्या मते पुरुषांपेक्षा स्त्री श्रेष्ठ

मध्ययुगीन भारतीय समाजव्यवस्थेत स्त्रियांचा सामाजिक दर्जा उत्तरोत्तर निकृष्ट दर्जाचाच होत गेला. तो पेशवाईत तर अगदीच खालच्या थरावर येऊन घसरला. त्याबद्दल चकार शब्द काढणारे हाताच्या बोटावर मोजावेत एवढेच. त्यांत महात्मा फुले हे त्यांचे अग्रणी होते. त्यामुळे त्यांनी लिहिलेल्या 'सार्वजनिक सत्यधर्म' ग्रंथात स्त्री-पुरुषतुलना करून स्त्री ही पुरुषापेक्षा कशी श्रेष्ठ असते, हे सप्रमाण सिद्ध केले आहे. त्या वेळच्या पुरुषांना अंगवस्त्र बाळगण्याची मुभा होती. पुरुषांकडून स्त्रियांचा कितीही छळ झाला, तरी त्याबद्दल त्यांना आवाज उठविता येत नव्हता. पुरुष एकाच वेळी अनेक बायका करायचा. ही चाल अत्यंत वाईट होती. त्याबद्दल खुद्द महात्मा फुले एका ठिकाणी म्हणतात, ''घरामध्ये महापतिव्रता स्त्री असता अत्यंत लोभी पुरुष तिच्या उरावर दुसऱ्या लग्नाच्या दोन-दोन, तीन-तीन बायका करितात, त्याचप्रमाणे सर्व स्त्रिया एका पुरुषाबरोबर लग्न लाविल्यानंतर त्यांच्या घरी नांदत असता, दुसऱ्या एखाद्या

गृहस्थाबरोबर लग्न लावून त्याचेच घरी त्यास आपल्या पतीचा 'सवता' करून नांदत नाहीत!''[१८] याशिवाय स्त्रीही आपल्या मुलांना नऊ महिने उदरी वागविते, त्यांचे सर्व काही करते, ती पुरुषासारखी कामसाधू नसते. म्हणून स्त्री ही पुरुषापेक्षा निश्चितच श्रेष्ठ असते, अशी भूमिका महात्मा फुले आपल्या लेखनात सविस्तर मांडतात. स्त्री-पुरुष-समानतेचा पुरस्कार आज केला जात असला, तरी त्याचा आद्य उच्चार एकोणिसाव्या शतकात महात्मा फुल्यांनी केलेला आहे, हे विसरता येत नाही.

बालविवाह व बाला-जरठविवाहांचा फुलेकृत निषेध

एकोणिसाव्या शतकात बालविवाह सर्वत्रच व्हायचे, त्याचा निषेध करताना शेतकऱ्यांना उद्देशून फुले म्हणतात, ''शेतकऱ्यांचे आई-बाप त्यांच्या संमतीशिवाय त्यांची लहानपणी लग्ने करून देतात. यामुळे त्यांस लग्नाच्या बायका जर आवडल्या नाहीत तर त्या प्रत्येकानी दुसरी एकेक पाटाची बायको केल्यास ते कदाचित न्यायदृष्टीने अपराधी ठरतील, असे माझ्याने सांगवत नाही, तथापि, त्यांनी एकामागे एक, दोन, तीन, चार पाटाच्या बायका कराव्यात या जुलमी न्यायाला काय म्हणावे? माझ्या मते, त्यांनी पाचवी पाटाची बायको करावी. म्हणजे त्यांच्या मढ्यापुढे गाडगी धरण्याच्या पेचातून त्यांची मुले मुक्त होतील.''[१९] या विधानातील बोचरा उपरोध लक्षात घेता महात्मा फुल्यांना बालविवाहाची किती चीड होती हे लक्षात येते. बालविवाहाच्या जोडीनेच त्यांनी अनेकपत्नीत्वाच्या चालीवरही तितकेच अमानुष कोरडे ओढलेले आहेत.

या कालखंडात शेठ-सावकार इ. लोक साठ-सत्तर वर्षांचे असले तरी अत्यंत कोवळ्या वयातील मुलींशी लग्ने करीत असत. ही पद्धतही फुल्यांच्या दृष्टीने तिरस्करणीय होती. या प्रकारच्या बाला-जरठ विवाहावर आधारलेले देवलांचे 'शारदा' नाटक अनेकांना माहितीचे आहे. 'म्हातारा नच इतुका, अवघे पाऊणशे वयमान' म्हणत बोहल्यावर चढायला उतावळ्या झालेल्यांच्या मन:प्रवृत्तींचा आणि या दुष्ट रूढींचा फुल्यांनी खरपूस समाचार घेतला आहे. त्या संदर्भात ते म्हणतात. ''साठ-सत्तर वर्षांच्या जरजर झालेल्या बोथट खल्लड जरठांशी आर्यभट्टांनी पूर्वी लग्न लावलेल्या स्त्रिया मरताच त्यांनी लावण्यवती अशा अज्ञानी मुलीबरोबर पुन: संबंध करून त्या अबलांचे तारुण्यात माती कालवितात.''[२०] म्हणजेच बाला-जरठ विवाहाची चीड, अस्थायीपणा व ती एक दुष्ट पद्धत म्हणून फुले त्या पद्धतीचा नामनिर्देश करतात. कोवळ्या मुलींचा साठीच्या घरातील म्हाताऱ्यांशी विवाह करणे म्हणजे त्या मुलींच्या आयुष्याचे मातेरेच करणे, याबद्दल फुल्यांना तीव्र चीड होती. ती त्यांच्या लेखनात

व्यक्त झाली आहे. यावरून हरेक प्रकारच्या स्त्रियांच्या हरेक दुःखाविषयी महात्मा फुले त्वेषाने आपले विचार मांडतात, हे लक्षात येते. कारण ज्यांच्या ज्यांच्यावर अन्याय होतो; त्या दर्शनाने फुले व्यथित होतात. स्वतःच्या जातीपल्याड पाहण्याची अखिल मानवजातीविषयी त्यांच्या मनात असलेली कणव सर्वव्यापी होती, म्हणूनच त्यांना हे शक्य झाले.

भ्रूणहत्या, अनाथाश्रम आणि महात्मा फुले

या काळात, विशेषतः ब्राह्मण जातीत स्त्री-पुरुष संबंध म्हणजे काय हे मुलामुलींना कळण्याच्या आतच त्यांची लग्ने होत. त्यांपैकी अनेक मुलींना अकाली वैधव्य प्राप्त व्हायचे. नैसर्गिक व शारीरिक गुणधर्मावर काबू न ठेवता आल्याने अनेक ब्राह्मण विधवा स्त्रियांचे पाऊल वाकडे पडायचे. त्यातून त्यांना दिवस जायचे. बदनामी टाळण्यासाठी व स्वतःची सुटका करून घेण्यासाठी केलेल्या प्रयत्नांत अनेक स्त्रियांना स्वतःचा प्राण गमवावा लागायचा. मुलांना चुकून जन्म दिला तर तो 'कर्णा'सारखा. बापाचा पत्ता नसणारा. न सांगता येणारा. म्हणून जन्मतःच काही मुलांच्या नरडीला नख लावले जायचे. फुल्यांना हा एक मोठा सामाजिक गुन्हा वाटत होता. त्या वेळी सरकारने काही जाती-जमातींना 'गुन्हेगारी जाती' ठरविले होते. त्या 'गुन्हेगारी जातींपेक्षा' ब्राह्मण विधवा स्त्रियांची गुन्हेगारी अधिक स्वरूपाची होती. या प्रकारचे गांभीर्य लक्षात घेऊन फुल्यांनी इ.स. १८६३ साली पुण्यात 'बालहत्याप्रतिबंधक गृहाची' स्थापना केली. त्यांच्या या कार्याबद्दल फुल्यांचे आद्यचरित्रकार लिहितात, "---भटांच्या निराश्रित अनाथ विधवा स्त्रियांस पाट लावण्याची बंदी असल्यामुळे त्या व्यभिचार करून गर्भपात व बालहत्या करतात. हे आमचे न्यायी सरकार उघड डोळ्याने पाहत असून त्याजवर मात्र मांग-रामोशांसारखी चौकशी ठेवीत नाही हे मोठे आश्चर्य होय, काय? आमच्या सरकारास गर्भपात व बालहत्या करणाऱ्या बायांपेक्षा दरोडेखोर मांग-महार जास्ती दोषी आहेत असे वाटते काय?" ही वस्तुस्थिती लक्षात घेऊनच फुल्यांनी इतरांच्या सहकार्याने 'बालहत्या प्रतिबंधक गृहाची' स्थापना केली.

गांगलांच्या भूमिकेतून 'स्वजन' म्हणजे केवळ पेशवे आणि त्यांचे जातभाई ठरतात आणि महात्मा फुले त्यांच्या प्रवृत्तीविरुद्ध, शोषणाविरुद्ध विचार मांडीत होते म्हणून ते 'स्वजनद्रोही' ठरतात, असे सूचक प्रतिपादन गांगलांनी केलेले आहे. स्वजनांची गांगलकृत व्याख्या अत्यंत संकुचित अणि जात्यधिष्ठित असल्याचे या आधी पाहिलेच आहे.

महात्मा फुले आणि स्वधर्म

गांगलांनी फुल्यांवर ते 'स्वजन'द्रोही होते हा घेतलेला आक्षेप कसा अज्ञान मूलक आहे ते सविस्तर पाहिले. यानंतर गांगलांचा फुल्यांवर आक्षेप आहे तो, फुले स्वधर्मविरोधी होते असा. गांगलांनी आपल्या प्रतिपादनात स्वजनाची व्याख्या जशी स्पष्ट केली नाही, त्याप्रमाणेच त्यांनी 'स्वधर्माची' संकल्पनाही स्पष्ट केली नाही. स्वधर्म, स्वदेश, स्वजन या शब्दांबद्दल व त्यांच्या अर्थाबद्दल खुद्द गांगलांचा इतका गोंधळ असताना, संकल्पना स्पष्ट नसताना, फुल्यांवर या प्रकारचे आक्षेप घेण्यात आपल्या बौद्धिक दारिद्र्याचे प्रदर्शन करण्याने गांगलांना काय साधायचे आहे, तेच कळत नाही. फुल्यांबद्दल गांगलांनी घेतलेले आक्षेप हे जसे गांगलांचे आहेत, तसेच ते एका प्रवृत्तीचे प्रतिनिधित्व करणारेही आहेत. त्यामुळे स्वधर्म म्हणजे गांगलांना काय अभिप्रेत असावे, याचा थोडक्यात विचार करणे महत्त्वाचे आहे.

स्वजन म्हणजे पेशवे व त्यांचे जातभाई एवढेच गांगलांना अभिप्रेत आहे. त्याप्रमाणे स्वधर्म म्हणजे कर्मठ ब्राह्मणी धर्मच गांगलांना अभिप्रेत आहे, हे सहज लक्षात येते. गांगलांना संस्कृत भाषेचा चांगला परिचय असूनही 'धर्म' या शब्दाचा अर्थ नीट कळलेला आहे, असे त्यांच्या प्रतिपादनावरून वाटत नाही. 'धर्म' संकल्पनेबद्दल ज. वा. जोशी लिहितात. "धृ = धारण करणे या धातूपासून धर्म हा शब्द बनलेला आहे. त्यानुसार 'धरति लोकान ध्रियते पुण्यात्मभिः इतिवा' अशी व्याख्या होते. लोकांना धारण करणारा आणि पुण्यात्म पुरुषांकडून धारण केला जाणारा तो धर्म असे म्हणावे लागते."[२१] महाभारतात सुद्धा धर्मसंकल्पनेबद्दल हाच विचार मांडलेला आहे.

त्यामुळे फुल्यांनी ज्या धर्माला विरोध केला, तो धर्म ब्राह्मणी धर्म होता. त्यात केवळ ब्राह्मणी प्रवृत्तीच्या लोकांचा स्वार्थ साधण्याचा प्रयत्न कसोशीने केला गेला होता. या प्रकारचा धर्म मूठभरांचे जरूर कल्याण करणारा असेल, परंतु समाजातील बहुसंख्याकांवर तो अनेक प्रकारचे अन्याय-अत्याचार करणारा होता. त्या धर्माला विरोध करायचा नाही, तर काय डोक्यावर घेऊन नाचावे की काय? ज्या विषमतामूलक धर्मावर फुल्यांनी कडाडून टीका केली, तो गांगलांना स्वधर्म वाटतो. गांगलांच्या पूर्वजांनी मूठभर असूनही 'स्वधर्मा'च्या आधारे तमाम ब्राह्मणेतरांचा छळ केला. या अन्यायाविरोधी, एकोणिसाव्या शतकात, पहिला आवाज उठविला तो महात्मा फुल्यांनी. त्यामुळे ब्राह्मणी धर्माला 'स्वधर्म' मानणाऱ्यांचे आणि त्या प्रवृत्तीचे पुनरुज्जीवन करू पाहणाऱ्यांचे हितसंबंध दुखावणे स्वाभाविक आहे. गांगलांनी याच भूमिकेतून फुल्यांवर

स्वधर्मविरोधी असा आक्षेप घेतला आहे. गांगल उघडउघड ब्राह्मणी धर्माची तळी उचलून धरतात. तेव्हा हा ब्राह्मणी धर्म आणि उत्तर पेशवाईतील धार्मिक जीवन कोणत्या प्रकारचे होते हे पाहिले, की त्या धर्माचे स्वरूप स्पष्ट होईल.

भोंदू आणि लबाड ब्राह्मणी धर्म

इथे फुल्यांनी ज्या धर्मावर टीकेची झोड उठविली, तो ब्राह्मणी धर्म भोंदू तर होताच शिवाय लबाडही. भोंदूला भोंदू किंवा लबाडाला लबाड म्हणण्याने फुले स्वधर्मविरोधी ठरत नाहीत, तर ब्राह्मणी धर्माचे खरे स्वरूप उलगडून दाखविणारे बहुसंख्याकांचे मार्गदाते ठरतात. ब्राह्मणी धर्माचा पुरस्कार करणाऱ्या आजच्या गांगलांची पूर्वसूरींची परंपरा खूपच प्राचीन आहे. गांगल-व्हाया-धाकट्या पातीतील चिपळूणकर-या मार्गे

'ब्राह्मण झाला जरी भ्रष्ट । तरी तो तिही लोकी श्रेष्ठ ।
ब्राह्मण वेदमूर्तीमंत । ब्राह्मण तोचि भगवंत ।'

असे सांगणाऱ्या संत रामदासापर्यंत. अगदी त्याही पलीकडे जाऊन 'मनुस्मृतीतील' काही धर्माज्ञा आधीच पहिल्या आहेत. अशा अनेक श्रृत्या-स्मृत्यांमधून हा ब्राह्मणी धर्माचा विचार मांडला आहे. 'नारदस्मृती'[२२] मध्ये एक वचन आहे की, 'शूद्रांनी ब्राह्मणांना बोध करण्याचा आव आणल्यास राजाने शूद्राच्या घशात अत्यंत तप्त तेल ओतावे.' गांगलांच्या भूमिकेतून फुले हे शूद्र. त्यांनी विद्वत्तेचा मक्ता सांगणाऱ्या ब्राह्मणी मनोवृत्तीची पुरती धोबीपछाड केल्याने गांगल अस्वस्थ झालेले दिसतात. पेशवाई असती तर त्यांनी फुल्यांच्या घशात तापलेले तेल ओतण्याचा प्रकार नक्कीच केला असता. आजच्या लोकशाहीत त्यांना हे शक्य नसल्याने ते स्वत:च्या मनगटावर तेल चोपडून फुल्यांच्या नावाने ठणाणा करायला लागलेले दिसतात. 'नारदस्मृती' ची अशी तऱ्हा, तर 'वसिष्ठ धर्मसूत्रा'[२३] ची आणखीन निराळीच तऱ्हा, शिवाय 'आपस्तंब धर्मसूत्रा'[२४] तील काही भाग तर अत्यंत विचित्र. ही प्राचीन परंपरा झाली.

उत्तर पेशवाईतील ब्राह्मणी धर्माचे वर्णन करताना डॉ. पु. ग. सहस्रबुद्धे म्हणतात, "कपडे कसे पेहरावे, बांगड्या कसल्या घालाव्यात, भांडी कसली वापरावी, लग्नात मिरवणुका कशा काढाव्यात, असल्या बाबतीत सुद्धा जातिबंधने कडक असत. आणि याविषयी कज्जा झाला तर भागवतपुराण, विष्णूपुराण, चरणव्यूह, शूद्रकमलाकर, यातिनिर्णय यांसारखे ग्रंथ पाहून किंवा पूर्वापर वहिवाट काय आहे ते पाहून निर्णय होत असे. म्हणजे ग्रंथ आणि रूढी यांच्या शृंखलांत हा समाज इतका जखडलेला होता,

की स्वतंत्र आचार तर राहोच, पण स्वतंत्र विचार करण्याचीसुद्धा येथे सोय नव्हती.''[२५] याचा अर्थ संपूर्ण समाज ब्राह्मणी धर्माच्या नावाखाली ग्रंथप्रामाण्य व शब्दप्रामाण्य मानणारा झाला होता. बुद्धिनिष्ठतेपेक्षा पोथीनिष्ठतेच्या घाण्याला तो जुंपला गेलेला होता.

मूठभरांना बहुसंख्याकांचे सर्व प्रकारचे शोषण करण्याचे अधिकार धर्माच्या नावाने मिळालेले होते.

धर्माच्या नावावर चरणारे पोळ

पेशवाईत ब्राह्मणांना खूप मोठ्या प्रमाणात दक्षिणा वाटल्या जायच्या. दक्षिणा देताना गुणवत्ता महत्त्वाची नव्हती, तर आधी 'जात' जास्त महत्त्वाची होती. गुणवत्ता महत्त्वाची होती ती केवळ जात्यंतर्गतच. तीही ब्राह्मण जातीपुरतीच. इतर जातींचा विचार दानदक्षिणेसाठी होणेही शक्य नव्हते. राज्यकर्त्यांकडून ब्राह्मणांना दक्षिणा मिळायची, त्याचप्रमाणे सर्वसामान्य जनतेकडूनही ते धर्माच्या नावावर दक्षिणा उपटायचे. त्याचे वर्णन करताना लोकहितवादी लिहितात,

"--- कोणी म्हणतो मी कार्तिकमासी निरांजने दिली, कोणी म्हणतो मी वैशाखात मडकी दिली, आवळे दिले, --- भटांनी वेड लावावे आणि गृहस्थांनी त्याचप्रमाणे वागावे, यजमानास सांगावे की--- उष्णकाळी क्षीर भोजन करावे, म्हणजे यजमान पुण्य जाणून तसे करितो, पण वास्तविक यामध्ये पुण्य कशाचे? आळशी लोक द्रव्य खाऊन जातात आणि मालकांस पुण्य-पुण्य म्हणून ठकवितात, --- इतकेच आहे.''[२६]

दक्षिणा देतेवेळी ब्राह्मणांना पाच दिवस रमण्यात कोंडण्यात येई. त्यांना आत शिधा आणि दक्षिणा मिळायची. पाचव्या दिवशी सर्व ब्राह्मण त्या रमण्यातून सुटल्यानंतर अनेक लोक ब्राह्मणाने आपल्या घरी यावे म्हणून विनंती करण्यासाठी रस्त्याच्या दुतर्फा उभा राहत असत. त्या वेळचे ब्राह्मणांचे वर्तन अत्यंत माजोरीपणाचे असायचे. त्या संदर्भात ना. वि. जोशी लिहितात, 'पाचवे दिवशी ब्राह्मण सुटले म्हणजे सर्व रस्ते मनुष्यांनी फुलून जात. लोक आपापल्या दरवाजापुढे उभे राहून ब्राह्मणास हात जोडून विनंती करीत की, 'महाराज, आमच्या येथे भोजनाची स्नानाची तयारी आहे, यावे.' त्यास ब्राह्मण विचारीत की, 'जेवावयास काय घालशील?' त्याने एखाद्या हलके पक्वान्नाचे नाव सांगितले, तर बोलत की, 'गाईस आंबोण घाल,' ह्याप्रमाणे मस्तीने उत्तर देत.'[२७]

म्हणजे ब्राह्मणी धर्म ब्राह्मणांच्या भल्यासाठी, तर इतरांवर अन्याय करणारा

असा होता. बाह्मणी धर्मानुसार स्त्रियांनाही अत्यंत निकृष्ट पद्धतीचे स्थान दिले होते. सती, बालविवाह, बालाजरठविवाह, केशवपन इ. अनेक अन्यायी गोष्टी ब्राह्मणी धर्मानेच ब्राह्मण स्त्रियांवर लादलेल्या होत्या. शिवाय त्या गोष्टींना धर्मग्रंथ, श्रुती-स्मृती व पुराणे यांचे आधार दाखविले जात होते, दाखले दिले जात होते. जाती-जातीत भेद तर निर्माण केलेच होते, शिवाय जात्यंअंतर्गत पोटजातींचे घोळही निर्माण केले होते. रोटीव्यवहार आणि बेटीव्यवहार यांवर कडक निर्बंध होते. अस्पृश्यांची रया तर विचारता सोय नाही, या प्रकाराची झालेली होती. परधर्मीयांचा स्पर्श चालायचा; परंतु वर्णव्यवस्थेतील कनिष्ठ असलेल्यांचा स्पर्श चालायचा नाही. अगदी १९३५ साली डॉ. बाबासाहेब आंबेडकरांनी धर्मांतराची घोषणा करताच काशीच्या राजेश्वरशास्त्री द्रविड यांनी अडाणी भूमिका घेतली होती. त्यांच्या भूमिकेबद्दल खेद व्यक्त करताना गणेश रामचंद्र परांजपे म्हणतात की, 'सध्याच्या सनातनीच्या शिकवणीप्रमाणे हिंदू धर्मीयास मुसलमान, ख्रिश्चन वगैरे परधर्मींयांचा स्पर्श चालतो, पण श्रद्धाळू अस्पृश्य हिंदूचा चालत नाही. अर्थात अस्पृश्य हिंदूने धर्मांतर केले, की लगेच तो स्पृश्य होतो. म्हणजे इतर धर्म त्यास स्पृश्य करू शकतात आणि हिंदू धर्मात ते सामर्थ्य नाही. --- ही लांछनास्पद गोष्ट आहे.''[२८] म्हणजे परांजप्यांसारख्या वैदिक धर्माभिमान्यांनीही हिंदुधर्माच्या उणिवा व मर्यादा स्पष्ट केलेल्या आहेत.

ब्राह्मणी धर्म म्हणजे नरक होय !

सदासर्वकाळ नरकात वास करणाऱ्यांच्या संवेदना बोथट होतात आणि मने झडून जातात. गांगलांचे असेच झालेय असे तरी कसे म्हणावे? कारण ते संस्कृततज्ज्ञ आहेत ना? जो ब्राह्मणी धर्म परमेश्वर व भक्त यांमध्ये दलाली करायला भाग पाडतो, मानवी विषमता निर्माण करतो, मूठभरांचे सर्वाधिकार शाबूत ठेवतो, बहुंसख्याकावर अनेक बंधने लादतो, अस्पृश्य व स्त्रियांना पशुतुल्य लेखतो, तो धर्म नसून नरक आहे. या नरकाचे गाठोडे डोईवर ठेवून गांगलांनी दोहो हातांनी माशा हाणत जरूर फिरावे, कारण तो त्यांचा धर्म आहे.

या प्रकारच्या घाणीवर फुल्यांनी टीका केली म्हणून त्यांना 'स्वधर्मद्रोही' ठरविणे निव्वळ अडाणीपणाचे आहे. याउलट, ब्राह्मणी धर्मात असलेल्या अनिष्ट तत्त्वांवर हल्ला करून बहुसंख्याकांचे दास्यविमोचन करणे हे फुल्यांचे कर्तव्य होते, ही बाब लक्षात घेतली पाहिजे. या ब्राह्मणी धर्मावर केवळ फुल्यांनीच टीका केली आहे

काय? नक्कीच नाही. या प्रकारची टीका राजारामशास्त्री भागवत, भांडारकर, वि. का. राजवाडे, रानडे, आगरकर इत्यादी अनेक अभ्यासकांनी केलेली आहे. गांगल या अभ्यासकांना काय म्हणणार? का त्यांनाही 'धर्मद्रोही' च ठरविणार? या बाबतीत मात्र ते मूग गिळून बसतात.

धर्मचिकित्सेची परंपरा तर प्राचीन आहे. त्यामुळे प्राचीन धर्मचिकित्सकांना कुणी धर्मद्रोही म्हणत नाही. असे असताना गांगल हे फुल्यांना धर्मद्रोही का म्हणतात, याचे उत्तर अत्यंत साधे आहे आणि ते म्हणजे गांगलांचा जात्यभिमान आणि धर्माभिमान. त्यामुळे फुल्यांवरील गांगलकृत 'धर्मद्रोही' हा आक्षेप तकलादू आहे, हेच सिद्ध होते. फुल्यांची धर्मविषयक भूमिका केवळ नकारात्मक नाही. एका धर्ममूल्याला नकार देताना त्यांनी दुसरे पर्याय सुचविलेले आहेत, हे गांगलांनी लक्षातच घेतलेले नाही.

महात्मा फुले : सत्यशोधक समाज व सत्यधर्म

ब्राह्मणी धर्म हा बहुसंख्याकांना गुलाम करणारा असल्याने, स्वतंत्र विचार करण्याची प्रवृत्ती नष्ट करणारा असल्याने, शिवाय ग्रंथप्रामाण्य, शब्दप्रामाण्य आणि पोथीनिष्ठता या तत्त्वांना प्राधान्य देणारा असल्याने फुल्यांनी या धर्माचा जाहीर निषेध केला. त्यातील उणिवा व अन्यायमूलक रूढी सर्वसामान्यांसमोर मांडल्या. या प्रकारच्या धर्मामुळे बहुसंख्याकांचा उद्धार होणे शक्य नसल्याचे त्यांनी पटवून दिले. हे प्रबोधनाचे काम करीत असताना त्यांनी विविध माध्यमांचा वापर केला. उदा. ग्रंथ, पुस्तिका, वर्तमानपत्रे, सभा-संमेलने, मेळावे इ.

या प्रयत्नाला संघटित स्वरूप देण्याच्या हेतूनेच फुल्यांनी २४.९.१८७३ रोजी 'सत्यशोधक' समाजाची स्थापना केली. थोड्याच अवधीत 'सत्यशोधक समाजा'ने खेड्यापाड्यांत मूळ धरले.

ब्राह्मसमाज व प्रार्थनासमाज यांपेक्षा 'सत्यशोधक समाज' अनेक बाबतीत निराळा होता. सत्यशोधक समाजाचे कार्यक्षेत्र हे प्राधान्याने ग्रामीण भागात होते, तर इतर समाजांचे कार्यक्षेत्र शहरांपुरते मर्यादित होते. ब्राह्मसमाज व प्रार्थनासमाज यांनी वेद व गीता यांबद्दल आस्था दाखविताच फुल्यांनी त्यांचाही निषेध केला. सत्यशोधक समाज हा खऱ्या अर्थाने बहुसंख्याकांचा ठरला. त्यामुळे ग्रामीण भागातून प्रबोधन व्हायला मदत झाली. सत्यशोधक समाजाच्या वतीने 'सत्यशोधक जलसे' खेड्यापाड्यांत केले जात. या जलशांमधून धर्मग्रंथ, रूढी, कालबाह्य परंपरा, ब्राह्मणाचे श्रेष्ठत्व इ. गोष्टींचे उपहासाने दिग्दर्शन केले जायचे. त्यामुळे खेड्यापाड्यांतील लोकांमध्ये ब्राह्मणी

धर्मविषयी पुनर्विचार करण्याची प्रक्रिया सुरू झाली. ही महत्त्वाची गोष्ट फुल्यांनी आपल्या सत्यशोधक समाजाद्वारा साधली.

फुले स्वधर्मविरोधी होते असे म्हणताना फुल्यांची धर्मविषयक कल्पना समजून घेणे अत्यंत महत्त्वाचे आहे. पारंपरिक धर्ममूल्यांच्या विध्वंसनाची भाषा फुल्यांनी केली, तशीच धर्मविषयक नवी भूमिका फुल्यांनी मांडली हे विसरून चालणार नाही. फुल्यांच्या विचारात विध्वंसकतेबरोबर विधायकता होती हे लक्षात घेतले नाही, तर फुल्यांविषयीचे आकलन एकांगी ठरेल. फुल्यांनी आपले धर्मविषयक विचार 'सार्वजनिक सत्यधर्म' या ग्रंथात मांडलेले आहेत.

महात्मा फुल्यांचा सत्यधर्म : नवसमाजाचे 'गॅझेट' होय.

गांगलांना अभिप्रेत असलेला 'स्वधर्म' म्हणजे ब्राह्मणी धर्म. याचे खरे स्वरूप कसे पक्षपाती होते, हे वरती सोदाहरण पाहिलेच आहे. त्यामुळेच फुल्यांनी त्या धर्माला विरोध केला. याउलट, फुल्यांचा 'सत्यधर्म' हा समाजातील सर्व घटकांना केंद्रबिंदू मानणारा आहे. तो ब्राह्मणी धर्मासारखा जात्यधिष्ठित किंवा संकुचित नाही. शिवाय स्त्री-पुरुषांमध्ये भेद करणारा नाही. जातीवरून मानवात श्रेष्ठ-कनिष्ठभाव मानणारा नाही.

सत्यधर्मी कोणास म्हणावे याविषयी फुले म्हणतात, "एकंदर सर्व मानवी स्त्री-पुरुष, धर्म, गावकी व मुलकी या संबंधाची प्रत्येक मानवाची स्वतंत्रता, मालमत्ता, संरक्षण आणि त्याचा जुलमापासून बचाव करण्याविषयी जे कोणी बाध आणत नाहीत, त्यास सत्यवर्तन करणारे म्हणावे-"[२१] फुल्यांचा सत्यधर्म हा पूर्णतः इहवादी आहे. त्यांनी व्यक्तिविकास, व्यक्तिस्वातंत्र्य या कल्पनांचा आवर्जून पुरस्कार केला आहे. तद्वतच त्यांनी सामाजिक न्यायाच्या तत्त्वाची जोडही सत्यधर्माला दिली आहे. एकाच कुटुंबातील घटक विविध धर्मांचे असूनही ते गुण्यागोविंदाने एकत्रित राहू शकतील असा विश्वव्यापक मानवतावाद फुल्यांनी मांडला. ब्राह्मणी धर्मात जात आणि धंदा या दोन्ही गोष्टी जन्मावरून ठरविल्याने माणसांचा सामाजिक दर्जाही त्यावरच अवलंबून राहिला. फुल्यांनी जात आणि धंदा या भिन्न गोष्टी आहेत असे सांगून माणसाच्या कर्तृत्वाला महत्त्वाचे स्थान दिले. त्यामुळे फुल्यांचा सत्यधर्म ब्राह्मणी धर्मापेक्षा शतपटीने श्रेष्ठ होता, हे सहज स्पष्ट होते.

फुल्यांना ब्राह्मणी धर्मातील वैगुण्ये दाखववायची होती. त्यातील अज्ञानमूलक व विषमतामूलक रूढींवर हल्ला चढवायचा होता. तो चढविणे बहुसंख्याकांच्या दृष्टीने योग्य होते, हे लक्षात घेतले पाहिजे. त्यामुळे मूठभरांनी बहुसंख्याकांवर अन्याय-

अत्याचार करण्यास परवानगी देणाऱ्या ब्राह्मणी धर्माला विरोध केला म्हणून फुले धर्मद्रोही निश्चितच ठरत नाही. याउलट, त्यांनी सत्यधर्माची मांडलेली कल्पना पाहिली, की फुल्यांची धर्मकल्पना किती व्यापक, निर्व्याज्य आणि मानवी कल्याणाची होती, हे लक्षात येते.

महात्मा फुले आणि स्वदेश

महात्मा फुल्यांच्या संदर्भात तिसरा आक्षेप गांगल घेतात तो असा, की 'म. फुले हे 'स्वदेशघातकी' होते, तरीही आपण त्यांना महात्मापदी प्रतिष्ठापित केले आहे.' महात्मा फुले हे 'स्वजन व स्वधर्मद्रोही' होते असा आक्षेप घेऊन गांगलांनी आपल्या अगाध अज्ञानाचे प्रदर्शन केल्याचे याआधी पाहिलेच आहे. फुल्यांवर 'स्वदेशघातकी' असा आक्षेप घेताना, 'स्वदेशा' ची संकल्पना गांगल स्पष्ट करीत नाहीत. गांगलांना 'स्वदेश' ही कल्पना प्राचीन काळातील, मध्ययुगीन काळातील, एकोणिसाव्या शतकातील की आजची अभिप्रेत आहे, हे त्यांनी स्पष्ट करायला हवे होते.

महात्मा फुल्यांवर ते आक्षेप घेतात म्हणून एकोणिसाव्या शतकातील स्वदेश ही संकल्पना गांगलांना अभिप्रेत असावी असे वाटते. वास्तविक पाहता पेशवाईत व त्यापूर्वी स्वदेश ही कल्पना अस्तित्वात होती, असे म्हणणे धाडसाचे ठरेल. कारण हा देश छोट्या-छोट्या राज्यांमधून विभागला गेला होता. प्राचीन काळापासून ते एकमेकांशी लढत आल्याचे दाखले इतिहासात नमूद आहेत. दुसऱ्या राज्याच्या वा संस्थानिकांच्या विरोधात लढत असताना इथल्याच एतद्देशीयांनी परकीयांचे साहाय्य घेतलेले आहे, तर कधी मांडलिकत्व स्वीकारलेले आहे. काही वेळा तर परकीयांशी बेटीव्यवहार केलेला आहे. तेव्हा या प्रवृत्तीला गांगल काय म्हणणार आहेत? म्हणजे एकोणिसाव्या शतकापूर्वी प्रत्येक संस्थानिक किंवा राजा आपल्या संस्थानाला किंवा राज्यालाच स्वदेश मानायचा हे स्पष्ट होते.

खऱ्या अर्थाने स्वदेश किंवा राष्ट्रवाद ही संकल्पना इंग्रजी राज्यसत्तेच्या आगमनानंतर काही वर्षांनी उदयास आली.[३०] ब्रिटिशांचा एकछत्री अंमल सुरू झाल्यानंतर आणि १८५७ चे बंड फसल्यानंतर राणीचा जाहीरनामा प्रसिद्ध झाला. त्यानंतरच्या घडामोडीबद्दल नलिनी पंडित म्हणतात, "--- अव्वल इंग्रजीत निर्माण झालेल्या विविध प्रेरणांतून पुढे समन्वयशील नेमस्त उदारमतवाद व संस्कृतिनिष्ठ जहाल राष्ट्रवाद या दोन भिन्न विचारसरणी उदयास आल्या; आणि त्यांच्या संघर्षातून व समन्वयातून समाजजीवनाला अगदी वेगळे वळण लागले."[३१] म्हणजे इंग्रजी राजसत्ता आल्यानंतर ज्या प्रतिक्रिया

निर्माण झाल्या, त्या दोन प्रकारच्या होत्या. एक प्रतिक्रिया इंग्रजी राजसत्तेच्या धिक्काराची होती, तर दुसरी स्वागताची होती. ज्यांनी इंग्रजी राज्यसत्तेच्या स्वागताची भूमिका घेतली, त्या अनेकांपैकी एक महात्मा फुले होते. या सर्वांऐवजी केवळ फुल्यांना 'स्वदेश' द्रोही ठरविण्याची भूमिका घेऊन गांगलांनी एकोणिसाव्या शतकातील सामाजिक, राजकीय व सांस्कृतिक घडामोडींबद्दल अज्ञानच प्रकट केले आहे. त्यामुळे वस्तुस्थिती काय होती, हे समूजन घेणे गरजेचे आहे.

पेशवाईचा अंत व इंग्रजांचे आगमन : काही प्रतिक्रिया

पेशवाईबद्दल अत्यंत कडवट प्रतिक्रिया महात्मा फुल्यांनी आपल्या लेखनातून व्यक्त केलेल्या आहेत, तद्वतच राज्यकर्त्यांबद्दल आणि त्यांच्या आपपरभावाबद्दलही. त्यामुळे पेशव्यांचा व पेशवाईचा कैवारी या भूमिकेतून गांगल फुल्यांना स्वदेशद्रोही ठरवू पाहताहेत. वस्तुतः पेशवाई नष्ट झाली ती राज्यकर्त्यांच्या नादानपणामुळे, रंगेलपणामुळे आणि स्त्रैणपणामुळे. पेशवाई नष्ट होण्याचे दुःख आज गांगलांना आणि त्या वेळी गांगलांच्या पूर्वजांना झाले असेलही; परंतु या घटनेबाबत नेमक्या प्रतिक्रिया काय होत्या, हे समजून घेतले पाहिजे. इंग्रजी राज्यसत्तेपूर्वी ज्यांच्या हातांत धर्मसत्ता आणि राज्यसत्ता होत्या, त्यांचे महत्त्व इंग्रजी सत्तेनंतर कमी व्हायला प्रारंभ झाला. अशा या मूठभरांच्या मनामध्ये इंग्रजी राज्यसत्तेविषयी वैषम्याची भावना निर्माण झाली. दुसरीकडे इंग्रजी राज्यसत्तेमुळे ज्या काही सोयी-सुविधा उपलब्ध झाल्या, ज्यांना शिक्षणाची, नोकऱ्यांची संधी मिळू लागली, त्यांच्या– बहुसंख्याकांच्या -मनात इंग्रजी राज्यसत्तेविषयी आदराची भावना निर्माण झाली.

इंग्रजी राज्यसत्तेमुळे, त्यांच्या स्वार्थासाठी का असेना पण एतद्देशीयांना उदारमतवादाचा परिचय झाला. अनेक सुधारणा त्यांनी केल्या. ज्ञान-विज्ञानाचे एक युग निर्माण झाले. मुद्रणाच्या सोयीमुळे प्रबोधनयुगाला प्रारंभ झाला. या नव्या प्रबोधन युगाचे स्वागत करण्यात बाळशास्त्री जांभेकर, न्या. म. गो. रानडे, बाबा पदमनजी, लोकहितवादी, महात्मा फुले, आगरकर इ. अनेकजण होते. न्या. रानड्यांसारख्यांना तर इंग्रजी सत्ता ही 'दैवी देणगी' वाटली. तसा त्यांनी उघड उच्चार केला. या सर्वांमधूनच सामाजिक परिवर्तनाची भक्कम चळवळ उभी राहू शकली. त्यांतील केवळ फुले हे स्वदेशद्रोही होते असे म्हणायचे झाल्यास बाकीच्यांना काय म्हणायचे? म्हणजे ब्राह्मणांनी इंग्रजी राज्यसत्तेचे स्वागत केले. इंग्रजी राज्यसत्तेपासून नोकऱ्या व विविध पदव्या स्वीकारल्या तरी त्यांना काहीच न म्हणता ब्राह्मणेतरांपैकी एकट्या फुल्यांना

'स्वदेशद्रोही' ठरविणे हे शुद्ध अडाणीपणाचे आहे. वास्तविक पाहता स्वागताची भूमिका घेणाऱ्यांची मन:प्रवृत्ती समजून घेणे महत्त्वाचे आहे. गांगल याबद्दल तसा तिळमात्र प्रयत्न करीत नाहीत, असे दिसते.

बरे, पेशवाई नष्ट झाल्याने कितीजणांना वाईट वाटले? या संदर्भात गं. बा. सरदार म्हणतात, "पेशवाईचा अस्त होऊन इंग्रजांचे राज्य आले याची मूठभर हितसंबंधी सोडले तर कुणालाही खंत वाटली नाही."[३१] याचे कारण असे, की पेशवाई म्हणजे ब्राह्मणशाही असेच समीकरण झालेले होते. पेशवाई नष्ट होण्याने अस्वस्थ होणारे हे केवळ ब्राह्मण आणि पेशव्यांचे आश्रित होते. त्यांना झालेले हे दु:ख राष्ट्राभिमानापोटी झालेले नव्हते, तर आपल्या अन्नात माती कालविल्याबद्दल झालेले होते, हे उघड होय. ब्राह्मणांच्या मनात निर्माण झालेल्या या चिडीविषयी लोकहितवादी म्हणतात, "एकास लाथ मारली तर, दुसरा 'का' म्हणायचा नाही. इतके तर हे भित्रे रांडये व निर्बल झालेले होते."[३३]

इंग्रजी दान-दक्षिणा घेण्यात ब्राह्मणच पुढे

कर्तृत्वशून्य, ऐदी-ऐतखाऊ व आळशी ब्राह्मणांना खरा प्रश्न पडला होता तो आपल्या चरितार्थाचा. आपल्या दान-दक्षिणा सुरू राहिल्या, की ते मूग गिळून बसणार हे ठरलेले होते. त्यामुळे इंग्रजी राज्यसत्तेने पेशवाईतील दान-दक्षिणेची व्यवस्था काही काळ तशीच सुरू ठेवली होती. ब्राह्मण ती दान-दक्षिणा घेतही होते. त्यांना स्वदेशाची चाड आणि अब्रू असती, तर त्यांनी दान-दक्षिणा नाकारली असती. परंतु तसा नाकारणारा कुणीही झाला नाही. उलट, लाळघोटेपणाने दान-दक्षिणा घेणारेच अनेक झाले. या ऐतखाऊंना काय स्वदेशाभिमानी म्हणायचे? नक्कीच म्हणता येणार नाही.

इंग्रजी राज्यसत्ता आल्यानंतर प्रशासनात नोकऱ्या करणारा मोठा वर्ग ब्राह्मणांचा होता. कोर्ट, कचेऱ्या, महसूल खाते यांत त्यांचाच भरणा झाला होता. स्वदेशाची चाड त्यांना असती, तर त्यांनी इंग्रजांची शागिर्दी पत्करली नसती. परंतु इतिहास सांगतो, की त्यांनी ती पत्करली. इंग्रजी राज्यसत्तेबद्दल त्यांना खरोखरच चीड असती, तर इंग्रजांनी काढलेल्या वैदिक पाठशाळेत 'गोमूत्र' शिंपडून ते विद्या शिकलेच नसते. त्यामुळे सुधारक व विशेषत: फुले 'स्वदेशद्रोही' होते, असे विपर्यस्त विधान करण्याऐवजी या काळातील पेशवे व ब्राह्मण हेच स्वदेशद्रोही होते. असे रास्त विधान गांगलांनी करायला हवे होते.

पेशवे व त्यांच्या प्रवृत्तीचे लोकच 'स्वदेश'घातकी

'देश' किंवा 'राष्ट्र' ही संकल्पना लोकांशिवाय अस्तित्वात येऊ शकत नाही. परंतु पेशव्यांनी 'देश' ही कल्पना आपणापुरती व आपल्या जातिबांधवांपुरतीच मर्यादित केलेली दिसते. अन्य जाती-समाजातील लोकांसाठी पेशव्यांनी काहीच केले नाही. उलट, आपल्या कारकिर्दीत कुकर्माची अंडी उबविण्याचे कार्य चोखपणे पार पाडले. त्यांनी आपल्या चारित्र्यहीनतेचा आदर्श काय तो इतरांसमोर ठेवला. व्यसनांचे व पातक-अन्यायांचे उकिरडे निर्माण केले. लोक ऐदी व आळशी बनले. त्यामुळेच इंग्रजी राज्यसत्ता विजयी होऊ शकली. त्यामुळे 'स्वदेश'घातकी पेशवेच ठरतात. या संदर्भात ना. वि. जोशी म्हणतात, "ह्या वेळेस पेशव्यांच्या घराण्यात जो कलहाग्नि भडकला त्याने राज्याची राखरांगोळी केली."[३४] दुसऱ्या बाजीरावाने आपले राज्य १८१८ साली कंपनी सरकारला देऊन वार्षिक आठ लाख रुपये तनखा घेतला आणि तो ब्रह्मावर्त येथे जाऊन राहिला. कंपनीसरकार व अफगाणिस्तान यांच्यात युद्ध झाले, तेव्हा या बाजीरावानेच कंपनीसरकारला पन्नास लाख रुपयांचे कर्ज दिले. धन्य! धन्य! हा पेशव्याचा 'स्वदेशाभिमान!' कोणत्याही सुबुद्ध माणसाने शरमेने खाली मान घालावी, असे पेशव्यांचे कर्तृत्व. त्यामुळे पेशवे आणि त्यांच्या प्रवृत्तीचे लोकच खऱ्या अर्थाने 'स्वदेश'घातकी होते, असे म्हटले तर ते वावगे ठरू नये.

'स्वदेश' गद्दार कोण? महात्मा फुले की नातू?

महात्मा फुल्यांना 'स्वदेश' घातकी म्हणण्याने खरे 'स्वदेश' गद्दार लपविता येणार नाहीत, हे गांगलांनी लक्षात घेतलेले दिसत नाही. पेशवाईचा पाडाव झाल्यानंतर शनिवारवाड्यावर इंग्रजांचा 'युनियन जॅक' फडकविण्याचे काम बाळाजीपंत नातू या गृहस्थाने केले. याचा विसर गांगलांना कसा पडला असावा? त्याच्या मोबदल्यात इंग्रजी सरकारकडून बाळाजीपंत नातूस सरदारकी मिळाली. या विजयानिमित्त एल्फिन्स्टनने वाईमुक्कामी अनेक शास्त्री, पंडित व ब्राह्मणांना आमंत्रण देऊन त्यांना भोजन व दक्षिणा दिल्या आणि इंग्रजांनी राज्यसत्तेला ब्रह्मवृंदांकडून जाहीर असा शास्त्रोक्त पाठिंबा मिळविला. ब्रह्मवृंदांनी तो दिला. पेशव्यांचे मीठ खाऊन इंग्रजी राज्यसत्तेला पाठिंबा देणारा ब्रह्मवृंद केवळ निर्लज्ज नव्हते, तर नमकहराम, गद्दार आणि स्वदेशघातकी ठरतात, याचा गांगलांना सोयीस्कर विसर पडावा, याचेच आश्चर्य वाटते. स्वदेश बांधवांच्या कल्याणासाठी थोड्याफार चांगल्या सोयी उत्पन्न केल्या म्हणून इंग्रजी राज्यसत्तेविषयी थोडेफार चांगले बोलणारे फुले कुठे आणि इंग्रजांचा 'युनियन जॅक'

शनिवारवाड्यावर लावणारे बाळाजीपंत नातू कुठे? स्वदेशवासीयांच्या कल्याणाचा अहोरात्र विचार करणारे फुले कुठे आणि 'घर फिरले की घरच्या वाशांसारखे फिरून' इंग्रजी राज्यसत्तेला शास्त्रोक्त पाठिंबा देणारा ब्रह्मवृंद कुठे? याचा अर्थ सगळेच ब्राह्मण या प्रवृत्तीचे होते, असे म्हणण्याचे धाडस करण्यात अर्थ नाही.

१८५७ चा उठाव आणि महात्मा फुले

'पेशवाई नष्ट होताना फुल्यांनी कुठेच हळहळ व्यक्त केली नाही.' म्हणून गांगल त्यांच्यावर स्वदेशघातकी हा आक्षेप घेतात. पेशवाई नष्ट होण्याने गांगलांच्या पूर्वजांनी अश्रू ढाळणे समजू शकते; परंतु फुल्यांनीही अश्रू ढाळावेत ही अपेक्षा अनाठायी आहे, हे वरील विवेचनात मांडलेच आहे.

गांगलांनी दुसरा एक मुद्दा मांडलेला आहे. तो असा, की १८५७ च्या बंडासंबंधी फुल्यांनी प्रतिकूल लिहिले. त्या बंडाची (गांगलांच्या दृष्टीने ते स्वातंत्र्यसमर होते.) हेटाळणी केली म्हणून फुले स्वदेशद्रोही ठरतात. या संदर्भात गांगल लिहितात, "अठराशे सत्तावनचे स्वातंत्र्यसमर अयशस्वी झाले. त्याचा ह्या महात्म्याला आनंद वाटला होता." (४.१२.८८, सोबत, पृ.१४ कॉ.२) १८५७ च्या बंडात भाग घेणाऱ्या झाशीची राणी, नानासाहेब यांच्याबद्दल फुल्यांनी अनुद्गार काढले, हाही एक गांगलांचा गैरसमज असल्याने त्यांनी या सर्व विधानांचा वापर फुल्यांना 'स्वदेश'घातकी ठरविण्यासाठी केलेला दिसतो. यामुळे १८५७ चे बंड खरोखरच स्वातंत्र्यसमर होते काय? याची चर्चा होणे महत्त्वाचे आहे.

१८५७ चे बंड स्वातंत्र्यप्राप्तीसाठी नसून स्वार्थासाठी आणि धर्मासाठी!

१८५७ चे बंड खरोखरच 'स्वातंत्र्यसमर' होते काय? किंवा सावरकरांनी त्याला तसे मानले म्हणून सगळ्यांनीच त्याचे अंधानुकरण करावे काय? ज्यांना लिहिण्या-वाचण्याची जन्मजात मुभा होती, त्या जातीत जन्मलेल्या तथाकथित इतिहासकारांनी इतिहासाचे करावे ते मूल्यमापन सगळ्यांनीच मान्य करावे काय? ऐतिहासिक घटना सारख्याच असूनही त्यांचे मूल्यमापन वेगवेगळे होऊ शकते की नाही? इ. अनेक प्रश्नांचा विसर आमच्या इतिहासकारांना पडलेला असल्याने आणि त्यांची जातीय अहंता मोठी असल्याने १८५७ चा उठाव हा राजकीय बंड नसतानाही त्याला 'स्वातंत्र्य-समर' म्हणण्याची दुष्ट चाल विनाकारण महाराष्ट्रात रूढ झाली असावी, असे वाटते. पारतंत्र्यातील पराभूत मनोवृत्तींच्या लोकांसमोर गतवैभवाचे, पराक्रमाचे तसेच

उठावांचे काही आदर्श निर्माण केल्याने लोकांचे मनोधैर्य वाढेल, अशी काहींनी अटकळ बांधली असणार.

संस्थानिकांचा लढा संस्थानांसाठीच!

इंग्रजी सत्तेच्या आगमनानंतर इथल्या संस्थानिकांच्या मनात ताबडतोब स्वातंत्र्यप्राप्तीची दिव्य ज्योत प्रज्वलित झाली, असे समजणे तितकेसे बरोबर नाही. संस्थानिकांनी इंग्रजी राज्यसत्तेविरुद्ध केलेला उठाव हा स्वातंत्र्यप्राप्तीसाठी जरूर होता; परंतु संस्थानिकांना या देशाचे स्वातंत्र्य अपेक्षित नव्हते, तर केवळ आपापल्या संस्थानाचे स्वातंत्र्य अपेक्षित होते.

बरे, संस्थानिक इंग्रजांविरुद्ध लढायला का तयार झाले? स्वातंत्र्यप्राप्तीसाठी? नक्कीच नाही. कारण त्यांतील प्रत्येकाच्या मनात देश-स्वातंत्र्यापेक्षा संस्थानांचे स्वातंत्र्य आणि धर्मप्रेम या दोन गोष्टींनाच जास्त महत्त्व असल्याचे तत्कालीन घटनांवरून दिसते. इंग्रजपूर्व काळात संस्थानिकांच्या हातांत पूर्ण सत्ता होती. ते सत्तेचे खऱ्या अर्थाने मक्तेदार होते. त्यांच्या या निरंकुश सत्तेला इंग्रजी सत्तेमुळे पायबंद बसला. त्यांच्या संस्थानी तसेच वैयक्तिक मालकी व वारसा हक्कांवर काही बंधने आली. ही बंधने संस्थानिकांना जाचक वाटू लागली. या जाचापोटीच इंग्रजांविरुद्ध त्यांचे पित्त खवळले. त्या संदर्भातील काही निवडक घटना पुढीलप्रमाणे–

इ.स. १८४६ मध्ये डलहौसी हा हिंदुस्थानचा गव्हर्नर जनरल म्हणून आला. तो अत्यंत धूर्त असा राजकारणी होता. त्याने आल्या आल्याच दत्तक विधाने मान्य न करण्याचे जोरदार धोरण अवलंबिले. त्या धोरणानुसार त्याने झाशी, नागपूर, ग्वाल्हेर, सातारा इ. संस्थांनातील निपुत्रिकांच्या स्त्रियांच्या दत्तकविधानाला नामंजुरी दिली. त्याने ती राज्ये खालसा करण्याचा प्रयत्न केला. त्यामुळे संस्थानिकांच्या अस्तित्वाचा प्रश्न निर्माण झाला. बाजीरावाच्या आठ लाख पेन्शनवरील हक्कही त्याने रद्द केला. बाजीरावांच्या दत्तक पुत्राचे म्हणजे नानासाहेबांचे दत्तकविधानही त्याने नामंजूर केले.

त्यामुळे काही संस्थानिकांच्या मनात इंग्रजी राज्यसत्तेविषयी चीड निर्माण झाली. त्यांनी अन्य संस्थानिकांनाही इंग्रजांविरुद्ध उठाव करण्यासाठी गुप्त खलिते, निरोप पाठविले. हा उठाव खरोखरच स्वातंत्र्यप्राप्तीसाठी होता, तर या देशातील सर्वच संस्थानिकांनी त्यात सहभागी व्हायला हवे होते. मात्र तसे झाल्याचे दिसत नाही. इंदूरचे होळकर, काश्मीरचा महाराजा, नेपाळचा महाराजा, हैदराबादचा निजाम, सांगलीचे

पटवर्धन, ग्वाल्हेरचे शिंदे इ. अनेकजण या बंडात सहभागी झाले नव्हते. पंजाबमधील शीख हेही इंग्रजी राज्यसत्तेच्या विरोधात उभे राहिले नाहीत. त्यामुळे फुल्यांना देशघातकी म्हणण्याआधी या संस्थानिकांना काय म्हणायचे ते ठरविले पाहिजे. अठराशे सत्तावनच्या बंडात काही संस्थानिक सहभागी होतात आणि काही होत नाहीत, ही वस्तुस्थिती आहे. त्यामुळे बंडात सहभागी झालेले संस्थानिक इंग्रजी राज्यसत्तेकडून या ना त्या कारणामुळे दुखावलेले होते. इंग्रजांनी त्यांच्यावर लादलेल्या जाचक अटींमुळे त्यांच्या मनात असंतोष खदखदत होता. त्यामुळे त्यांना स्वत:चे व स्वत:च्या संस्थानचे अस्तित्व महत्त्वाचे वाटत होते. ते टिकविण्यासाठीच त्यांनी इंग्रजी राज्यसत्तेच्या विरोधात उठाव केला होता, ही गोष्ट स्पष्ट होते.

१८५७ चे बंड आणि सर्वसामान्यांची उदासीनता

ज्यांचे हितसंबंध दुखावले ते १८५७ च्या बंडात सामील झाले; परंतु सर्वसामान्य जनता मात्र या बंडात सहभागी झाल्याचे दिसत नाही. ज्यांचा पेशाच सैनिकी होता, ते लोक सोडले तर सर्वसामान्यांनी इंग्रजी राज्यसत्तेचा प्रतिकार करावा तेवढा केल्याचे दिसत नाही. इंग्रजांनी झाशीवर हल्ला करताच सर्वसामान्यांच्या वागणुकीबद्दल गोडसे भटजी म्हणतात, "ते समई शहरावर जे लोक बाईसाहेबांकडील लढावाईक होते ते सर्व पळून शहरात आले आणि घरोघर जाऊन जीव भीतीने कोणी नाहावी पाहून मिशा, दाढी, मोठमोठे कले वस्ताऱ्याने काढून टाकून गोपीचंदनाचे टिळे लावून गळ्यात तुलसीचे काष्टाची व रुद्राक्षांच्या माळा घालून बसले--- गोरे बिज्यन करण्याकरिता आले, तेव्हा सर्व लोक घाबरून भूमीवर नमस्कारासारखे पडून गोरे लोकांस असे कळविले की, साहेब आम्ही सर्व रयत लोक आहे, त्यात कोणी लढवाईक नाही, आम्हास जीवदान द्यावे."[३५] सर्वसामान्य लोकांना इंग्रजी राज्यसत्तेबद्दल चीड असती, तर त्यांनी प्रतिकाराचे प्रयत्न केले असते. तसे झाले नाही. त्यामुळे ज्यांच्या हितसंबंधांवर गदा आली, ते १८५७ च्या बंडात सहभागी झाले. याउलट, सर्वसामान्य जनता या बंडाबद्दल उदासीन व कमालीची भयग्रस्त झालेली दिसते. विष्णू भटजी यांनी १८५७ चे बंड प्रत्यक्ष पाहिल; परंतु त्याचा वृत्तान्त मात्र तब्बल पंचवीस वर्षांनी लिहून पूर्ण केला. यावरूनच रयतेची भयग्रस्तता लक्षात येते.[३६]

१८५७ चे बंड आणि धर्मभावना

१८५७ च्या बंडामागे तात्कालिक असे जे कारण घडले ते धार्मिक होते आणि

तेच अत्यंत महत्त्वाचे होते. त्यामुळेच या बंडामागे स्वातंत्र्याच्या भावनेपेक्षा धर्मभावनाच अत्यंत महत्त्वाची असल्याचे दिसून येते. या धर्मभावनेमुळेच हिंदू व मुसलमान एकत्रित असल्याचे स्पष्ट दिसते. ती महत्त्वाची घटना पुढीलप्रमाणे–

इंग्रज सरकारने बंदुकीत वापरायची नवी काडतुसे तयार केली होती. ती जास्त काळ टिकावीत म्हणून त्यांना डुकराची चरबी आणि गाईचे रक्त चोपडण्यात येई. हे चोपडण्याचे काम अस्पृश्यांना करावे लागायचे. गोळीबाराच्या वेळी ही काडतुसे सैनिकांना तोंडात धरून भरावी लागत असत. या वेळीच एका अस्पृश्य व ब्राह्मण सैनिकामध्ये झालेल्या स्पर्शास्पर्शाच्या भांडणावरून या गोष्टीचा स्फोट झाला. त्या ब्राह्मण सैनिकाचे नाव मंगल पांडे सांगितले आहे. (पहा. सत्तावनचे स्वातंत्र्यसमर, पृ ६४/६५ व ११०/१११) हीच हकिकत प्रत्यक्षात बंडात सापडलेल्या गोडसेभटजी यांनीही आपल्या 'माझा प्रवास' मध्ये दिलेली आहे. अस्पृश्य गृहस्थाची जात अनेकांनी निरनिराळी दिली आहे. गाय ही हिंदू धर्मीयांच्या दृष्टीने पवित्र, तर डुक्कर हे मुस्लिम धर्मीयांच्या दृष्टीने निषिद्ध मानले जाते. त्यामुळे ब्राह्मण व मुस्लिम सैनिकांच्या धर्मभावना या प्रसंगामुळे दुखावल्या जाणे स्वाभाविक होते. त्यामुळे हे वरवर वाटणारे व सांगितले जाणारे तात्कालिक कारण अत्यंत महत्त्वाचे वाटते. देशस्वातंत्र्यापेक्षा धर्मस्वातंत्र्याची भूमिकाच या उठावामागे प्रामुख्याने दिसून येते.

फुले स्वदेशघातकी नव्हते

फुल्यांना स्वदेशघातकी ठरविताना गांगलांनी महत्त्वाचे दोन आक्षेप घेतलेत. पहिला म्हणजे 'फुल्यांना पेशवाई नष्ट होताना आनंद वाटला' आणि दुसरा म्हणजे 'फुल्यांनी १८५७ च्या बंडाची व बंडात सहभागी झाले, त्यांची टवाळी केली आहे.'

महात्मा फुल्यांनी आपल्या लेखनात १८५७ च्या उठावाला 'भटपांड्यांचे बंड', 'कोर्तुंशी बंड', 'फसलेले चपातीचे बंड' इ. विशेषणे दिलेली असून गांगलांना ती आवडलेली दिसत नाहीत. त्यामुळे ते फुल्यांना स्वदेशघातकी ठरविण्याचा प्रयत्न करतात. १८५७ चे बंड फसल्याने फुल्यांना आनंद झाला, हाही एक आक्षेप गांगलांनी फुल्यांवर घेतलेला आहे.

वास्तविक पाहता फुल्यांनी मांडलेली मते ही अनुभवसिद्ध आहेत, हे लक्षात घेतले पाहिजे. फुल्यांनी त्या गोष्टीची अत्यंत योग्य आणि परखड कारणमीमांसा केलेली असून शास्त्रीय दृष्ट्या ती महत्त्वाची असली, तरी सनातन्यांना ती निश्चितच रुचणारी नाही. फुल्यांनी केलेल्या या कारणमीमांसेचे सार सांगताना लक्ष्मणशास्त्री

जोशी म्हणतात. ''त्या बंडात इंग्रजी राज्य गेले असते तर इतिहासाची पुनरावृत्तीच घडली असती. ब्राह्मणपेशव्यांच्या राज्याचा पुन: अवतार झाला असता. श्रुतिस्मृती पुराणांतील हिंदू संस्कृतीला पुन्हा जोर चढून शूद्र व अतिशूद्र असलेल्या बहुसंख्य जनतेच्या उद्धाराची आशा जी इंग्रजी राज्यामुळे अंकुरित झाली आहे, ती फार ठार झाली असती. सामाजिक अन्याय हा हजारो वर्षांचा आहे; याची मुळे फार खोल गेली आहेत. इंग्रजी राज्य आज आहे आणि उद्या नाही. मुख्य प्रश्न सामाजिक गुलामगिरी कशी नष्ट होईल हाच आहे.''३७ फुल्यांची बंडाविषयीची भूमिका व विचार समजून घेताना महात्मा फुल्यांच्या मूलभूत विचारांचे अधिष्ठान काय होते, हे समजून घेणे अत्यंत महत्त्वाचे आहे.

विचारांती ध्येय

महात्मा फुले विद्यार्थिदशेत असताना त्यांच्यावर अनेक चांगले संस्कार झालेले होते. १८४१ साली ते स्कॉटिश मिशनच्या इंग्रजी शाळेत शिकत होते. तिथेच त्यांची सदाशिव गोवंडे या ब्राह्मण मित्राशी मैत्री जमली. त्यांनी शिवाजी व वॉशिंग्टन यांची चरित्रे वाचलेली होती. त्यातून त्यांनी वीरवृत्ती, उदार महत्त्वाकांक्षा व स्वदेशप्रेम यांची स्फूर्ती घेतली होती. त्यातूनच आपणही आपल्या मायभूमीचे रक्षण करावे, अशी प्रेरणा फुल्यांच्या मनात निर्माण झालेली होती. त्यामुळे इंग्रजी राज्यसत्तेच्या विरोधात उठाव करावा, या दृष्टीने फुल्यांनी निश्चितपणे प्रयत्न केले होते. 'एक माळी जातीचा मुलगा इंग्रजी शिकतो आणि स्वराज्य मिळविण्यासाठी खटपट करतो.' म्हणून जोतिबांशी अनेकांची मैत्री झाली.'३८ फुल्यांनी उठावासाठी लागणारे सैनिकी शिक्षण लहुजीबुवा मांग यांच्या शाळेत घेतले. तिथे विविध प्रकारचे मैदानी खेळ, तलवार, दांडपट्टा व निशाणबाजी यांत ते चांगलेच तरबेज झाले. एक उत्कृष्ट व्यायामपटू म्हणून फुल्यांचा पुण्यात नावलौकिक झाला होता. याबद्दल स्वत: फुले यांनी 'गुलामगिरी' या ग्रंथात स्पष्टपणे सांगितले आहे.

दरम्यान, एका ब्राह्मणमित्राच्या लग्नावेळी निघालेल्या वरातीत महात्मा फुल्यांचा प्रचंड अपमान झाला. हा अपमान होण्यामागे महात्मा फुल्यांची जात हीच कारणीभूत ठरली. त्यामुळे फुले मनोमन उद्ध्वस्त झाले. या संदर्भात धनंजय कीर म्हणतात, 'त्यांच्या मनात विवेकाचे वातावरण पसरू लागले आणि विकाराचे वादळ ओसरू लागले. जी क्रांती व्हावी अशी आपली आकांक्षा आहे, ती शस्त्राने नि रक्तसिंचनाने साध्य होणार नाही, त्यासाठी दुसऱ्या कोणत्यातरी साधनांचा उपयोग करावा लागेल, याचा त्यांनी विचार केला. विचारांती त्यांनी ध्येयसिद्धीच्या मार्गाचा मनाशी पक्का

निर्णय करून टाकला. त्या निर्णयानुसार आपल्या पूर्वीच्या ध्येयाचा नि योजलेल्या मार्गाचा त्याग करून त्याने समाजक्रांतीचा झेंडा उभारण्याचे ठरविले.'[३९] महात्मा फुल्यांच्या जीवनातील या घटनांचा अन्वयार्थ व्यवस्थित व डोके शाबूत ठेवून लावणे महत्त्वाचे आहे. गांगलांनी आपल्या प्रतिपादनात ही खबरदारी घेतलेली दिसत नाही.

फुल्यांनी १८५७ च्या बंडाला 'कोर्तुंशी बंड' म्हटले, यात गांगलांना वाईट वाटण्यासारखे काय आहे, हेच कळत नाही. 'कोर्तुंशी' या शब्दाची व्युत्पत्ती नीट समजून घेतली असती, तर गांगलांनी तसा आक्षेप घेतलाच नसता. 'कोर्तुशी' शब्द मूळ इटालियन भाषेतील असून तो 'कार्तोसांओ' या शब्दापासून तयार झाला असून त्याचा मराठी अर्थ 'काडतुसांचे निमित्त होऊन निर्माण झालेले बंड', असा आहे. फुल्यांचे हे प्रतिपादन अत्यंत योग्य असून, त्याचे संदर्भ वरती पाहिलेलेच आहेत.

महात्मा फुले आणि राणी लक्ष्मीबाई

महात्मा फुल्यांनी आपल्या लेखनात झाशीची राणी लक्ष्मीबाई यांचा उल्लेख केलेला आहे. त्याबद्दलही गांगलांनी आक्षेप घेतलेला आहे. फुल्यांनी आपल्या 'सत्सार २' या ग्रंथात राणीविषयी उद्‌गार काढताना म्हटले आहे की, "तिसरी कालच्या चपाती बंडात विटाळसा होऊन बसणाऱ्या झाशीच्या राजाची स्त्री." (समग्र वाङ्मय, पृ.३०२) फुल्यांच्या विधानाचा गांगल आपल्या सोईनुसार विपर्यास करतात. 'विटाळसा होऊन बसणाऱ्या राजाची स्त्री'; या विधानाचा गांगलांना राग आलेला दिसतो; कारण विटाळसी ही स्त्री होते, पुरुष नव्हे. असे असूनही फुल्यांनी राणीच्या नवऱ्याला 'विटाळसा होणारा' असे म्हटले आहे, म्हणून गांगलांना राग आलेला आहे. झाशीच्या राणीचा नवरा गंगाधरबाबा कसा होता याच्याबद्दल गोडसे भटजी म्हणतात,

"गंगाधरबाबा राजा हा लौकिकात आठ प्रकारचे षंढ आहेत त्याप्रमाणे हा राजा षंढ आहे. --- याचे अचरण असे होते की, पुरुषवेश घ्यायचा. पैठणी नेसून जरीकाठी चोळी अंगात घालून सुगंधी तेल लावून वेणी घालीत असे. नाकात नथ व पायात तोडे-जोडवी वगैरे सर्व स्त्रियांचे अलंकार घालून स्त्रियाबरोबर बोलणे करीत असे. --- हा राजा बहुत करून महिन्याचे महिन्यास स्त्रियांसारखा एकीकडे बसून अस्पर्शदशा तीन दिवस भोगून चौथे दिवसे नाहाणाचा समारंभ मोठा करीत असे. नाहाणे जहाले म्हणजे पलंगावर निजून पलंगाखाली अग्नी ठेवून केश वाळवीत असे."[४०] ही वस्तुस्थिती लक्षात घेतली म्हणजे फुल्यांचे विधान चुकते कुठे, हेच कळत नाही.

महात्मा फुल्यांनी राणीचा उल्लेख केला आहे तो चांगली स्त्री म्हणूनच.

'सत्सार २' मध्ये यशवंताकडून स्त्री आणि पुरुष यांत श्रेष्ठ कोण असा प्रश्न विचारला असता, त्या प्रश्नाचे उत्तर देत असताना पुरुषांपेक्षा स्त्रियाच धाडसी असतात असे उत्तर फुल्यांनी दिले असून त्याच्या स्पष्टीकरणासाठी काही स्त्रियांची नावे दिलेली आहेत. त्यात अंबिका, सेमीरेमी व झाशीची राणी या तीन नावांचा उल्लेख फुले करतात. गांगलांनी फुल्यांचे समग्र लेखन जागृतावस्थेत व्यवस्थितपणे वाचले असते, तर असे अज्ञानमूलक आक्षेप निर्माण झाले नसते. गांगलांना असणारा हिंदू परंपरांचा अभिमान व त्या कालबाह्य परंपरांचे पुनरुज्जीवन करण्याचा त्यांचा प्रयत्न, या त्यांच्या भूमिकेमुळेच नको ते आक्षेप घेऊन गांगल आपले अज्ञान तर प्रकट करतातच, शिवाय आपली जातीय अहंताही स्पष्ट करतात.

अवतारकल्पना आणि महात्मा फुले

प्राचीन हिंदू परंपरेत अवतारकल्पनेला अत्यंत महत्त्व दिले जाते. या अवतार कल्पनांचे कार्य आणि वर्णन अनेक ग्रंथांतून सविस्तर केलेले आहे. ज्या ज्या वेळी मानवजातीवर व धर्मावर संकटे येतात, त्या त्या वेळी ती संकटे नष्ट करण्यासाठी परमेश्वर अवतार घेतो, असे भगवद्‌गीता सांगते.[४१] हीच कल्पना भारतीय समाजाच्या मानसिकतेचे एक अंग बनून गेलेली आहे. त्यामुळे या अवतारांकडे पाहण्याची भूमिका ही अतीव आदराची असल्याचे सर्वत्र दिसून येते. त्यामुळे अवतारी पुरुषांच्या माथी देवत्वाचे लेबल लावून धर्मभोळे लोक अवतारांसहित स्वत:लाही धन्य मानतात. त्यामुळे अवतारकल्पनेची चिकित्सा करणे हे सनातन्यांच्या दृष्टीने महत्पाप ठरते.

अवतारकल्पना या पुराणांनी व पुराणकारांनी जाणूनबुजून वाढविलेल्या आहेत. याचप्रमाणे अनेक दंतकथा व लोककथांमधूनही त्यांची मूळ कल्पना परंपरेने चालत आलेली आहे. मत्स्य अवताराची कल्पना शतपथ ब्राह्मणातील[४२] कथेवरून अस्तित्वात आली असावी. कूर्मावताराची कथा तैत्तिरेय संहितेत व आरण्यकात आढळते.[४३] पुढील काळी अवतार म्हणून रूढ झालेल्या वराहाच्या अवतार कथेचे मूळ तैत्तिरेय ब्राह्मणात (१-१.३) शोधता येते. अवतारकल्पनेच्या काही कथांची मुळे वैदिक वाङ्मयातसुद्धा शोधता येतात. ऋग्वेदातील[४४] इंद्र-नमुची कथेचा संबंध नरसिंह अवताराशी चपखलपणे बसतो. वामनावताराच्या कथेचे मूळ ऋग्वेदातील विष्णूच्या तीन पावलांत विश्व व्यापण्याच्या उल्लेखाशी जोडता येते. अवतारकल्पना ही मुळातच निरनिराळ्या पुराणांतून व इतर ग्रंथांमधून मांडलेली आढळते. त्या कथांचे कथाविशेष (Tale Types) सारखेच असले, तरी त्यांतील कथाबंधात (Motif) किंचितसा फरक

आढळतो.

अवतारकल्पनांचे आजपर्यंत जे उदात्तीकरण करण्यात आलेले आहे, ते सर्वस्वी इतिहास म्हणून खरे मानणे चुकीचे आहे. अवतारकल्पनांचे ब्राह्मणी मनोप्रवृत्तीने जसे स्पष्टीकरण दिले आहे, तसेच ते अब्राह्मणी दृष्टीनेही होऊ शकते, याचा विसर गांगलांना पडला आहे. अवतारकल्पना ही आर्य व अनार्य यांच्यातील गतकालीन परस्पर-संबंधांवर प्रकाश टाकणारी आहे. रूढ अवतारकल्पना ही ब्राह्मणी मनोवृत्तीचे श्रेष्ठत्व मानणारी असल्यामुळे आणि तीच ती कल्पना सातत्याने अ-ब्राह्मणी लोकांसमोर मांडल्याने अ-ब्राह्मणी लोकांची मानसिक गुलामगिरी घट्ट करण्यासाठी तिचा वापर कालपरवापर्यंत केलेला स्पष्टपणे दिसतो. उदा. बळी व वामन या कथेत उघड उघड ब्राह्मण वामनाचे श्रेष्ठत्व सांगितले आहे. वामन हा अवतारी पुरुष बळीसारख्या राजाचा सरळसरळ त्याला फसवून खून करतो. हे कपट असूनही, वामनला अवतार ठरवून दिल्याने ब्राह्मणाच्या आज्ञेत आपण राहिले पाहिजे, ही इतरांवर लादलेली अन्यायी आज्ञा निमूटपणे सहन करण्यातच कसा धर्म आहे, हे या बळी-वामन कथेद्वारा समाज-मनावर बिंबविण्याचा प्रयत्न केल्याचे स्पष्टपणे दिसून येते. नेमका तसाच प्रकार परशुरामाने एकवीस वेळा पृथ्वी नि:क्षत्रिय केली यात दिसून येतो. त्यामुळे अवतारकल्पनांच्या कथांमधून ब्राह्मणी प्रवृत्तींचे श्रेष्ठत्व सांगण्याचा प्रयत्न केल्याने त्या प्रवृत्तीच्या वंशजांनी अवतारकथांचे समर्थन करणे त्यांच्या भूमिकेनुसार स्वाभाविक असले, तरी जे या अवतारकल्पनांचे बळी ठरलेले आहेत, त्यांनी या अवतारकल्पनांचे समर्थन का म्हणून करावे? अवतार कल्पनेचा अन्वयार्थ ब्राह्मणी प्रवृत्तींचे लोक स्वत:च्या सोईनुसार लावतात. तिच्या दुसऱ्या बाजूचा विचार करण्याची त्यांची कुवतच खुरटलेली असते. फुल्यांनी या अवतारकल्पनांचा नवा अन्वयार्थ लावण्याचा सडेतोड प्रयत्न केला. तो तत्कालीन जात्यभिमान्यांना आवडणारा निश्चितच नव्हता आणि आजच्या जात्याभिमान्यांनाही तो खचितच पटणारा नाही. त्यामुळेच फुलेकृत अवतारमीमांसेची भूमिका समजून न घेता त्याचा विपर्यास करण्याचा प्रयत्न गांगलांनी केलेला आहे.

अवतारांवरील बाळ गांगलांची 'बालनिष्ठा'

महात्मा फुल्यांनी ग्रंथप्रामाण्य न मानता पारंपरिक अवतारकल्पनांचा नवा अन्वयार्थ लावण्याचा प्रयत्न आपल्या 'गुलामगिरी' या ग्रंथात केलेला आहे. त्या संदर्भातील फुल्यांनी केलेले विवेचन बंडखोरीचे असून ग्रंथप्रामाण्य आंधळेपणाने मानणाऱ्यांना ते रुचणारे नाही. फुल्यांनी आपल्या लेखनात मत्स्य, कच्छ, वराह,

वामन, नरसिंह इ. अवतारकल्पनांमधून ब्राह्मणी मनोवृत्तींचे प्रस्थापित केलेले श्रेष्ठत्व नाकारलेले आहे. वर्णव्यवस्थेच्या घाण्याला जुंपलेले झापडबंद विचारवंत फुले नव्हते, म्हणूनच ते अनेक शब्दांचे-अवतारांचे नवे अन्वयार्थ लावण्याचा प्रयत्न करतात. त्याद्वारे बहुसंख्याकांची मानसिक गुलामगिरी नष्ट करणे हे फुल्यांना महत्त्वाचे वाटत होते. फुल्यांनी अवताराबद्दल मांडलेल्या विचारांबद्दल गांगलांनी आपला विरोध नमूद करताना पुढील विधाने केली आहेत– १) 'अवतारकल्पना समजून घ्यायची असेल, तर डोकं आणि हृदय स्वच्छ पाहिजे. त्यात फक्त गलिच्छ शिव्या भरलेल्या असतील, तर ज्ञानाचा शिरकाव होत नाही.' २) 'समुद्रमंथन हे एक भव्योदात्त, काव्यात्म रूपक आहे. वासुकीचा दोर बांधलेली मंदारपर्वताची रवी समुद्रात घुसळायची तर तिला आधार म्हणून प्रचंड कासवच हवे. हे सगळं सुंदर मिथ आहे.' ३) 'काव्य आणि पुराण काव्य (Mythological Poetry) वाचण्याइतकी रसिकता ज्याच्या अंगी असेल, त्यांनीच या गोष्टीच्या नादी लागावं. बालिश बुद्धिवादाने (naive rationalism) त्यांची चिरफाड करू नये.' ४) 'शेतकऱ्याचा कैवारी असणाऱ्याचा आव आणणाऱ्या महात्म्याने शेतकरीमानसात, लोककथांत, लोकाचारांत, लोक-परंपरेत वराहाचे स्थान लक्षात घेऊन त्याला देवत्वाला चढविणाऱ्या सुंदर हिंदू परंपरेचे गुणगान करण्याऐवजी फक्त चिखल चिवडावा?' ५) 'मुळात सर्वच अवतार Myths असून --- त्यांची चरित्रे वाचताना एकतर भक्ताची श्रद्धा पाहिजे नाहीतर अद्‌भुत-पुराण-काव्य-रसिकाची सहृदयता. ह्यांपैकी एकही ज्यांच्याजवळ नसेल त्या अडाणी बुद्धिवाद्यांनी ह्या गोष्टींच्या वाटेस जाऊ नये.'

फुल्यांनी अवतारकल्पनांचा लावलेला अर्थ सप्रमाण खोडून काढायचा प्रयत्न गांगलांनी केलेला नाही. शिवाय काही शब्दांच्या दिलेल्या व्युत्पत्त्याही खोडलेल्या नाहीत. फुल्यांनी अवतारकल्पनांवर उठविलेल्या टीकेच्या झोडीमुळे परंपराभिमानी गांगलांना अस्वस्थ वाटत असणार. त्यामुळेच फुल्यांच्या लेखनाबद्दल (विशेषत: अवतारांसंबंधी विवेचनाबद्दल) गांगल केवळ शेरेबाजी करतात. ही शेरेबाजी केवळ विदूषकी थाटाची असून, अवतारांठायी गांगलांनी वाहिलेल्या पूर्ण निष्ठेचे ते द्योतक आहे हे लक्षात येते. अवतारी पुरुषांचे वकीलपत्र घेऊनच जणू गांगल आपली शेरेबाजी करतात हे लक्षात येते. त्यामुळे मूळ अवतारकल्पना म्हणजे काय? त्यांची संख्या किती? व अवतारी पुरुषांनी केलेले कार्य काय? हे आधी समजून घेणे महत्त्वाचे ठरते.

'अवतार' म्हणजे काय?

'अवतार'कल्पनेबद्दल अनेकांच्या मनात आदराची भावना आहे. परमेश्वर अवतार केव्हा घेतो, हे भगवद्गीतेत सांगितलेच आहे. अवतारी पुरुषांना देवत्व बहाल केलेले आहे. त्यामुळे अवतारीपुरुषांच्या कार्य-कर्तृत्वाचे परखड मूल्यमापन अनेकांना मानवणारे नाही.

त्यामुळे 'अवतार' या शब्दाच्या उत्पत्तीबद्दल काय म्हटले आहे, ते पाहणे महत्त्वाचे आहे. 'अवतार' या शब्दाची चर्चा करताना, भारतीय संस्कृतिकोशाच्या पहिल्या खंडात म्हटले आहे की, 'अव+तृ धातूवरून अवतार शब्द बनला आहे. उच्च स्थानावरून नीच स्थानावर उतरणे यालाच 'अवतार' म्हणतात.'४५ अवतार म्हणजे उच्च स्थानावरून नीच स्थानावर उतरणे असा अर्थ असल्याने, नीच स्थान प्राप्त झालेल्यांना देवत्व बहाल करायचे कसे? यावरून अवतारी पुरुषांचे स्थान (अवतरण) खऱ्या अर्थाने स्पष्ट होते. गांगल याचा अर्थ त्यांच्या सोयीनुसार लावताना म्हणतील की, परमेश्वराचे उच्च स्थान सोडून, परमेश्वराने मानवाचा अवतार घेतला म्हणजे ते नीच स्थानावर आले, यात बिघडले कुठे? या प्रकारचा युक्तिवाद करणे बिनडोकपणाचे आहे. कारण परमेश्वराचे स्थान हे उच्च आणि मानवाचा जन्म ही नीच कोटीतील गोष्ट आहे, असे मानण्यातलाच हा प्रकार आहे. त्यामुळे जो अस्तित्वात नाही, प्रयोगसिद्ध नाही, त्या परमेश्वरापेक्षा अस्तित्वात असलेल्या मानवाचे स्थान आणि अस्तित्व गौण ठरविणे, हा अडाणीपणा आहे.

अवतारांची संख्या व प्रकार

आज अनेकांनी अवतारांची संख्या दहा असल्याचे मान्य केलेले आहे. या अवतारसंख्येबद्दलही व अवतारांच्या नावांबद्दलही एकमत नाही. महाभारतात वराह, नृसिंह, वामन, भार्गवराम, दाशरथीराम, वासुदेवकृष्ण, हंस व इतर मिळून दहा अवतारांची चर्चा केलेली आहे.४६ त्यात बुद्ध हा अवतार नाही. याउलट, भागवत पुराणात चोवीस अवतारांची चर्चा केलेली आहे.४७ त्यात गंमत अशी, की हे सगळेच अवतार एकाच देवाचे नाहीत.अवतारांपैकी कूर्म आणि वराह हे दोन अवतार प्रजापतीचे आहेत, असे सांगितलेले आहे. त्यामुळे अवतारसंख्या आणि ते नेमके कुणाचे अवतार याबद्दल खुद्द पुराणात एकवाक्यता दिसत नाही.

पारंपरिकांनी या अवतारांचेही दोन प्रकार मानलेले आहेत. या संदर्भात भारतीय संस्कृतिकोशात म्हटले आहे, की 'अंशावतार व पूर्णावतार असे दोन प्रकारचे अवतार मानलेले आहेत. लहानसहान उपद्रवांच्या शांतीसाठी तेवढ्याच वेळेपुरता परमात्मा

अवतार घेतो व ते कार्य संपल्यानंतर अंतर्धान पावतो; या प्रकाराला अंशावतार म्हणतात. पण नीतिधर्माचा उच्छेद करणाऱ्या आणि भूमीला भारभूत झालेल्या रावण, कंसादी दैत्यांच्या निर्दलनासाठी भगवान जेव्हा आपल्या शक्तिव्यूहासह अवतार घेतो आणि ते कार्य पुरे झाल्यावरही काही काळ जगात राहतो, अशा अवताराला पूर्णावतार म्हणतात.''[४८]

अवतारसंघर्ष हा संस्कृतिसंघर्ष

अवतारप्रकारातील पूर्णावताराचे कार्य पाहिले म्हणजे त्यांचा अवतार कुणाला तरी नष्ट करण्यासाठीच झालेला दिसतो. उदा. वामनावतार हा बळीराजाच्या वधासाठी, रामावतार हा रावणाच्या वधासाठी, नरसिंहावतार हिरण्यकश्यपू नावाच्या दैत्याच्या वधासाठी, कृष्णावतार हा अनेकांच्या वधासाठी (उदा. कंस, पुतना इ.) तर परशुरामावतार हा क्षत्रियांचा एकवीस वेळा नि:पात करण्यासाठी. अवतारी पुरुष आणि त्यांच्याकडून मारले गेलेले हे सर्वजण भिन्न-भिन्न प्रवृत्तींचे व संस्कृतींचे प्रतिनिधित्व करणारे आहेत.

यांपैकी राम व कृष्ण या दोन अवतारांबद्दल डॉ. बाबासाहेब आंबेडकरांनी जे लेखन केले ते वादग्रस्त ठरले. कारण अवतार म्हणजे देवत्व अशी अनेकांची धारणा आहे. भास्करराव जाधवांनी रामायणावर 'नवा प्रकाश' टाकून रामावताराचे अस्सल रूप लोकांसमोर मांडलेलेच आहे. त्यामुळे या दोन अवतारांविषयी जास्त चर्चा करणे योग्य नाही. उरलेल्यांपैकी नमुना म्हणून एक/दोन अवतारांच्या स्वरूपांची चिकित्सा करणेच महत्त्वाचे ठरेल.

परशुराम अवतार

परशुराम अवताराची कथा सर्वश्रुत आहे. त्याबद्दल महात्मा फुले म्हणतात, "परशुराम स्वभावाने पुंड, साहसी, नष्ट, निर्दय, मूर्ख आणि अधम होता. तो आपल्याला जन्म देणाऱ्या रेणुकेचे शिर उडविण्यास काडीमात्र भ्याला नाही. तो शरीराने फार बळकट असून मोठा तिरंदाज असे.''[४९] फुल्यांनी परशुरामाला मातृवध करणारा म्हटलेले आहे. मातृवध करणारा गांगलांना अवतार वाटतो आणि त्याचे हे मातृवधाचे 'सत्कृत्य' समजून घेण्यासाठी डोकं आणि हृदय स्वच्छ असावे लागते, असे गांगल सांगतात. रेणुका या क्षत्रिय स्त्रीला जमदग्नी या ब्राह्मणापासून झालेला मुलगा म्हणजे परशुराम. याला सहावा अवतार मानला असून त्याने एकवीस वेळा पृथ्वी नि:क्षत्रिय केल्याच्या कथा पौराणिक साहित्यात आलेल्या आहेत.[५०] महाभारतातही तसा उल्लेख आहे.

म्हणजे परशुराम अवताराची कथा ही ब्राह्मण व क्षत्रिय यांतील सांस्कृतिक संघर्षाची कथा असल्याचे लक्षात येते. ब्राह्मण व क्षत्रिय यांच्यात आपापल्या श्रेष्ठत्वासाठी अनेक युद्धे झालेली आहेत. परशुराम अवताराद्वारे संपूर्ण क्षत्रियांचा बीमोड झाला, असा विचार रूढ झाला. त्यामुळेच छत्रपती शिवाजी महाराज काय किंवा छत्रपती शाहू महाराज काय इ. अनेकांना वेदोक्ताचे अधिकार नाकारले गेले. गांगल जसे म्हणतात तसे फुल्यांनी परशुरामाच्या पराक्रमाचे अतिरंजित वर्णन केलेले नाही; तर ते अनेक पुराणांमधून केलेले आहे.

समजा, एक वेळेस पृथ्वी नि:क्षत्रिय झाली असेल, तर दुसऱ्या वेळी ती नि:क्षत्रिय करायची गरजच काय? म्हणजे समजा, दुसऱ्या वेळी केली तरी तिसऱ्या वेळी ती नि:क्षत्रिय करायची गरजच काय? म्हणजे प्रत्येक वेळी काही ना काही क्षत्रिय राहिले, असाच अर्थ होतो. वास्तविक, परशुरामाचे हे कृत्य शक्यतेच्या कोटीतील नाही. 'भारतीय संस्कृतिकोशात' त्याबद्दल म्हटले आहे की, ''इतिहास-पुराणकारांनी परशुरामाचे कर्तृत्व एवढ्यापुरतेच मर्यादित ठेवले असते, तर चांगले झाले असते. त्यामुळे गैरसमजाला वाव मिळाला नसता. खरे पाहू जाता परशुरामाने एकवीस वेळा पृथ्वी नि:क्षत्रिय केली हा केवळ वदतोव्याघातच आहेत. केवढ्याही अतिपराक्रमी पुरुषाच्या आवाक्यातील ही गोष्ट कधीही नव्हती व नाही.''[५१] महात्मा फुले हे 'छत्रपती शिवाजी महाराजांना शिव्या देतात.' असा कंठशोष करून मराठ्यांना फुल्यांविरुद्ध चिथावण्याचा निंद्य प्रयत्न करणाऱ्या गांगलांनी 'परशुरामनामक देवावताराने संपूर्ण क्षत्रिय नष्ट केले असून, आज कुणीही क्षत्रिय नाहीत.' हे सांगण्याचे धाडस का करू नये?

दुसरी गोष्ट अशी, की परशुराम हा चिरंजीव अवतार मानला आहे. एक तर तो ब्राह्मणी मनोप्रवृत्तींचा आदर्श, अन् दुसरे म्हणजे तो चिरंजीव. फुल्यांसारख्या बुद्धिनिष्ठ माणसाला या सर्व गोष्टी खटकणाऱ्याच नव्हेत, तर वर्णश्रेष्ठत्वाचे विष पेरणाऱ्या वाटतात. केवळ वाटतात असे नव्हे; तर ती एक वस्तुस्थिती आहे. त्यामुळेच फुल्यांनी परशुरामाला जाहीर आव्हान देऊन सहा महिन्यांच्या आत हजर होण्यास सांगितले होते.[५२] त्याला आज एकशे सात वर्षे झाली. मात्र हा परमेश्वराचा अवतार अद्याप हजर झालेला नाही.

अवतारकल्पना ही दोन संस्कृतिसंघर्षामधील प्रवृत्तींचे लक्षण असून, त्यात ब्राह्मणी प्रवृत्तीचे स्तोम माजविण्याचा निरर्गल प्रयत्न केला असल्याने ती धिक्कारून लावणे नवसमाज व नवराष्ट्र घडविण्याच्या दृष्टीने महत्त्वाचे होते. फुल्यांनी ते काम चोख पार पाडले आहे.

जो प्रकार परशुरामावताराचा आहे, तसाच प्रकार बहुतेक अन्य अवतारांचाही आहे. रामावतार त्रेता युगाच्या शेवटी झाल्याची समजूत आहे. खरेतर राम हा केवळ काव्याचा नायक होता, परंतु नंतर मात्र त्याला अवतार करण्यात आले. वैदिक तत्त्वज्ञानाला पूर्णत: छेद देणाऱ्या बुद्धालाही अवतार मानलेले आहे. हा प्रकार इसवी सनाच्या सातव्या शतकानंतर रूढ झाल्याचे स्पष्ट दिसते. कुमारीलभट्टासारख्या मीमांसकाने बुद्धअवताराला विरोध केल्याचे सर्वश्रुत आहे.[५३] फुल्यांना मात्र बुद्धविचारांचे महत्त्व पटल्याचे त्यांच्या लेखनावरून लक्षात येते. वामनावतार हा तर चक्क ब्राह्मण-अब्राह्मण यांतील संघर्षाचा कथाभाग आहे. या संदर्भातील फुल्यांचे विवेचन[५४] इतके बिनतोड आहे, की त्या संदर्भात लक्ष्मणशास्त्री जोशी लिहितात, ''फुलेकृत 'बळी व वामन' यांच्या कथेचे तात्पर्य सत्य असावे, असे म्हणावयास हरकत नाही.''[५५] फुल्यांनी ब्राह्मणेतर देव-दैवते यांचा लावलेला अन्वयार्थ गांगलांनी कुठेही खोडलेला नाही. तमाम अवतार हे जणू आपले सगे-सोयरे असल्याच्या आविर्भावात गांगल केवळ शेरेबाजी करतात. केवळ शेरेबाजी करून ते थांबले असते, तर समजता आले असते; परंतु हे सर्व करताना त्यांनी आपण म्हणजे मानववंशशास्त्रज्ञ, लोकसाहित्य-विशारद, दैवतकथांचे थोर अभ्यासक, पुराणकाव्य समजून घेण्यासाठी एकमेव पात्र व्यक्ती इ. प्रकारचा आव आणला आहे. त्यामुळे त्यांचे प्रतिपादन 'आठ हात लाकूड आणि नऊ हात ढलपी' या प्रकारचे झालेले आहे.

'मिथ' (Myth) आणि त्यांचा अन्वयार्थ

गांगल म्हणतात, ''सगळेच अवतार, खरं म्हणजे Myth आहेत. ---कूर्मावतार हे सुंदर मिथ आहे. ---पुराणकाव्य वाचण्याइतकी रसिकता ज्यांच्या अंगी असेल त्यांनीच या गोष्टींच्या नादी लागावं.'' इ. इ. म्हणजे Myth किंवा पुराणकाव्य वाचण्याची रसिकता केवळ गांगलांकडे असून फुल्यांना त्याचा गंधही नाही, असे अज्ञानमूलक प्रतिपादन गांगल करतात. त्यामुळे या संदर्भातील गांगलांच्या मूलभूत संकल्पनाच तपासून पाहाव्या लागतील.

Myth या इंग्रजी शब्दाला प्रतिरूप म्हणून पुराणकथेऐवजी दैवतकथा हा शब्द दुर्गाबाई भागवतांनी वापरलेला आहे.[५६] कारण 'पुराण' या शब्दाने प्राचीन साहित्याचा विशिष्ट भाग निर्देशित केला जातो. त्यापेक्षा दैवतकथांची (Myth) व्याप्ती मोठी आहे. लोकसाहित्याचा अभ्यास दैवतकथांच्या अभ्यासानेच सुरू झालेला आहे. Andrew Lang या अभ्यासकाने 'Myth, Ritual and Religion' या ग्रंथात Myth (दैवतकथा)

चे स्वरूप स्पष्ट केलेले आहे. दुर्गाबाई त्या संदर्भात म्हणतात, "दैवतकथांत दोन परस्परविरोधी प्रवाह आढळून येतात. पहिला प्रवाह सुसंगत विचारांनी, संभाव्य जाणिवांनी भरलेला असतो; तर दुसरा प्रवाह अतर्क्य असा असतो."[५७] अवतार कथांमधील बहुतेक भाग हा अतर्क्य स्वरूपाचा आहे, यात शंकाच नाही. निरनिराळ्या अवतारांच्या उपासकांनी अवतारांचे समर्थन केलेले आहे. म्हणून त्यांना ग्रंथनिविष्ट स्वरूप प्राप्त झाले. अँड्र्यू लँग या संदर्भात म्हणतो, "सांप्रदायिकांनी अशा पुस्त्या जोडायच्या आणि विरोधक सांप्रदायिकांनी ती व्यंगे उघडी करायची, हीच दैवतकथांच्या अभ्यासाची फलश्रुती आहे."[५८] अगदी याच न्यायाने बौद्ध आणि जैन संप्रदायांतील लोकांनी वैदिक पुराणकथांवर हल्ला चढविला. ख्रिस्ती धर्मसंप्रदायातील विद्वानांनी ग्रीक दैवतकथा मोडीत काढल्या. म्हणजेच एका संस्कृतीचे-संप्रदायाचे काही लोक एखादी Myth रूढ करण्याचा, तिचे समर्थन करण्याचा प्रयत्न करतात, तर दुसऱ्या संस्कृति-संप्रदायाचे लोक ती Myth मोडीत काढतात. ही प्रक्रिया आदिम काळापासून सुरू आहे.

ब्राह्मणी धर्म व वैदिक संस्कृतीच्या अभिमान्यांनी अवतारकल्पनेचे गौरवीकरण व उदात्तीकरण करण्याचा प्रयत्न केला. बौद्ध व जैन धर्मीयांनी त्यातील व्यंगे सांगण्याचा प्रयत्न केला. एकोणिसाव्या शतकात महात्मा फुल्यांनीही अवतारकल्पनांचा फोलपणा सिद्ध करून भारतीय प्राचीन समाजाच्या इतिहासाचा शोध घेण्याचा प्रयत्न केला. त्यामुळे अवतारकल्पनांचे गौरवीकरण करणारे समर्थक जसे असू शकतात, तसे त्यातील विसंगती दाखविणारे विरोधकही असू शकतात. फुले हे त्यांपैकी एक होते. त्यामुळे Myth या कल्पनेबद्दलच गांगलांचे मूलभूत अज्ञान असल्याने, त्यांनी फुलेकृत अवतारकल्पनेवर अज्ञानजन्य शेरेबाजी केली आहे, हे लक्षात येते.

लोकसाहित्यात विशेषत: एकाच भूप्रदेशातील निरनिराळ्या जाति-जमातींमध्ये प्रचलित असलेल्या लोकसाहित्यात (लोककथा, लोकगीते, दैवतकथा, परीकथा, म्हणी, उखाणे इ.) दोन प्रकारचे महत्त्वाचे घटक असतात. एक म्हणजे समूहांतर्गत घटक (Esoteric Factor in Folklore) व दुसरा म्हणजे परकीयासंबंधीचा घटक (Exoteric Factor in Folklore). या परकीया संबंधीच्या घटकांमध्ये इतर समाजांविषयींच्या काही भावना व्यक्त झालेल्या असतात. त्या भावना कोणत्या प्रकारच्या आहेत, यावरून अनेकदा समाज संघटित ठेवला जातो, तसेच त्यांच्यात दुहीची बीजेही पेरली जातात. अवतारकथांमधील परकीयांसंबंधीचे (म्हणजेच आर्य-ब्राह्मणेतरांव्यतिरिक्त इतरांसंदर्भात) घटक हे द्वेषमूलक आहेत. त्यामुळेच अवतार-कल्पनांचे खंडन करून त्यांचा नवा अन्वयार्थ फुले लावतात. यात गैर काहीच नाही.

लोकसाहित्याच्या अभ्यासाची थोडीफार ओळख गांगलांना असती, तर त्यांनी विनाकारण अवतारकल्पनेचा उदोउदो केला नसता; उलट, महात्मा फुलेकृत अवतारसंकल्पाच्या मीमांसेमध्ये भरच घातली असती.

ब्रह्मदेव, चातुर्वर्ण्य आणि महात्मा फुले

ऋग्वेदामध्ये ब्रह्मदेवापासून चातुर्वर्ण्याची उत्पती कशी झाली आहे, ते सांगितले आहे. तो श्लोक पुढीलप्रमाणे -

'ब्राह्मणोऽस्य मुखमासीद बाहू राजन्य: कृत :।

'ऊरू तदस्य यद् वैश्य: पदभ्यां शुद्रो अजायत ।।'[५१]

(त्या सर्वात्मक पुरुषाच्या मुखापासून ब्राह्मण, बाहूपासून क्षत्रिय, मांड्यांपासून वैश्य आणि पायांपासून शूद्र बनला.) हा श्लोक प्रक्षिप्त असल्याचे अनेकजण सांगतात. या श्लोकातून वर्ण-उत्पत्ती व त्याचे श्रेष्ठ-कनिष्ठत्व सांगण्याचा प्रयत्न केलेला आहे. महात्मा फुल्यांनी आपल्या लेखनात 'मुखापासून ब्राह्मण झाला असेल तर ब्रह्मदेवाचे मुख गर्भधारण करीत होते काय? ते विटाळसे होत होते काय?' इ. तर्कसंगत प्रश्न विचारलेले आहेत. गांगल म्हणतात हे सर्व 'रूपक' असून ते समजून घेण्याची कुवत फुल्यांमध्ये नव्हती. वर्णव्यवस्थेत ज्याचे स्थान उच्च आहे, त्यांनी या उत्पत्तीकडे 'रूपक' म्हणून पाहणे म्हणजे वर्णश्रेष्ठत्वाची तळी उचलून धरण्यासारखेच आहे. अर्थालंकाराचा एक भाग म्हणून जरी वरील श्लोकाकडे पाहिले, तरी त्यातून ब्राह्मणांचे महत्त्व सांगितल्याचे व बाकीच्यांचा दर्जा त्यांच्यापेक्षा कमी असल्याचेच दाखविले आहे. या हजारो वर्षांच्या 'रूपका'मुळे इतर त्रैवर्णिकांच्या मनात मानसिक गुलामगिरी निर्माण व्हायलाच मदत झाली. फुल्यांना ती मानसिक गुलामगिरी नष्ट करायची होती. हे करावयाचे असेल तर या प्रकारच्या प्रतीकांचे 'प्रतीकभंजन' करणे महत्त्वाचे होते. फुल्यांनी नेमके तेच केले आहे. फुल्यांच्या लेखनाची मूळ भूमिका गांगलांना समजलेली नाही; ती त्यांनी व्यवस्थित समजून घेण्याचाही प्रयत्न केलेला नाही. त्यामुळे आपल्या डोळ्यांतील मुसळाकडे दुर्लक्ष करून फुल्यांच्या लेखनातील 'कुसळावर'च ते आपले लक्ष केंद्रित करतात. ही अपरिपक्वपणाची जाणीव गांगलांच्या प्रतिपादनात शब्दागणिक पाहायला मिळते.

महात्मा फुले आणि त्यांची भाषाशैली

महात्मा फुले ज्या कालखंडात आपले लेखन करीत होते, त्याच कालखंडात

आधुनिक मराठी गद्यशैलीचा पाया घातला जात होता. संस्कृत वळण, जुने पेशवाई वळण, इंग्रजी वळण व संमिश्र वळण या चार प्रकारच्या गद्य शैलीचे नमुने या काळात दिसून येतात. यांपैकी संमिश्र गद्यशैलीचा वापर फुल्यांनी केलेला दिसून येतो. भाषा ही संस्था विचारांच्या देवाण-घेवाणीसाठी अस्तित्वात आलेली आहे. एक लेखक म्हणून फुले यांची भूमिका अत्यंत स्पष्ट होती. फुल्यांना आपल्या लेखनाद्वारे लोकांचे मनोरंजन करायचे नव्हते, तर प्रबोधन करायचे होते. ज्या वर्गाचे प्रबोधन करायचे आहे, त्याची जाण फुल्यांना होती. त्यांनी आपल्या लेखनातून, ग्रंथाच्या प्रस्तावनेतून प्रकट केलेली आहे.

फुलेकृत भाषेवर गांगलांचा आक्षेप

फुल्यांनी आपल्या ग्रंथात वापरलेल्या भाषेविषयी गांगलांनी जोरदार आक्षेप घेऊन भाषा या संस्थेविषयी अज्ञानच प्रकट केले आहे. फुल्यांच्या भाषाशैलीविषयी गांगल लिहितात, ''मराठीत इतके गलिच्छ लिखाण दुसऱ्या कोणी केले नसेल ---पुढे तर सगळ्या मराठी भाषकांनी लाजेने मान खाली घालावी, अशी घाणेरडी भाषा जोतिबांनी लिहून ठेवली आहे. 'त्यास (म्हणजे ब्रह्मास) रांड्या राघोबा म्हणावे तर त्याने सरस्वती नावाच्या कन्येशी व्यभिचार केला; त्यामुळे त्याचे आडनाव बेटीचोद पडले.' 'शी! असल्या माणसाला चारचौघांसारखा सभ्य गृहस्थसुद्धा म्हणता येणार नाही. ज्योतिराव फुल्यांनी मात्र गलिच्छ, बीभत्स, उबगावणं, जुगुप्सा उत्पन्न करणारं लिखाण सदैव केलं. महाराष्ट्राच्या समाजकारणात राजकारणात जी परस्परद्वेषाची गटारगंगा आजपर्यंत दुथडी भरून वाहत आहे, तिची गंगोत्री फुल्यांच्या लिखाणात आढळते.'' गांगलांनी ही विधाने करण्यापूर्वी फुल्यांचे व्यक्तिमत्त्व, त्यांचे कार्य, ज्यांच्यासाठी ते लिहितात तो वर्ग इ. बाबी लक्षात घेतलेल्या नाहीत. त्यामुळे गांगलकृत आक्षेपांची निरर्थकता सिद्ध करणे महत्त्वाचे आहे.

महात्मा फुले यांचे व्यक्तिमत्त्व आणि शैली

महात्मा फुल्यांचे व्यक्तिमत्त्व हे बंडखोर स्वरूपाचे आहे. जे वर्णव्यवस्थेत पिचून निघालेले आहेत, पिढ्यान्‌पिढ्या अज्ञान-अंधकाराचे गुलाम बनलेले आहेत, अशा समूहांचे दास्यविमोचन फुल्यांना करायचे होते. केवळ दास्यविमोचनाचे विचार मांडून फुले थांबले नाहीत, तर ते प्रत्यक्ष कृतिशील राहिले. गतार्थ रूढी-परंपरांच्या विध्वंसनाचे विचार मांडून त्यांनी अन्य नवे पर्याय सुचविले. फुल्यांच्या व्यक्तिमत्त्वातील बंडखोरी त्यांच्या लेखनशैलीत प्रकट होणे अपरिहार्य ठरते. कारण व्यक्तीचे व्यक्तिमत्त्व

आणि शैली यांचा परस्परसंबंध असतो. या संदर्भात ग. वि. केतकर म्हणतात, '---- ज्याप्रमाणे एखादी लिहिलेली ओळ वाचल्याबरोबर 'हे अमक्याचे अक्षर आहे' असे कोणीही त्या अक्षराची ओळख असलेला मनुष्य सांगू शकतो, त्याचप्रमाणे एक-दोन छापील मजकुराच्या ओळी वाचून हा अमक्याचा लेख आहे, हेही मनुष्य भाषाशैलीची चांगली ओळख झाल्यानंतर सांगू शकतो. भाषाशैलीची स्वभावाशी पूर्ण समरसता झाली म्हणजे ती त्या माणसाची स्वाभाविक शैली बनते.'६० त्यामुळे फुल्यांचे व्यक्तिमत्त्व जसे बंडखोर होते तसेच त्यांची शैली, हे लक्षात घेतले पाहिजे.

श्लील-अश्लीलविवेक

फुल्यांच्या लेखनावर अश्लीलतेचे व ग्राम्यतेचे आरोप विष्णुशास्त्री चिपळूणकरांपासून ते गांगलांपर्यंत अनेकांनी केलेले आहेत. हे आक्षेप नवे नसून जुनेच आहेत. ग्राम्यता-अश्लीलता या बाबी देश-काल-संस्कृती व संस्कार यांनुसार बदलणाऱ्या असतात. उच्च संस्कृतीत वाढलेल्यांना जे शब्द अश्लील वाटतील, ते इतरांना वाटतील असे नाही. शिवाय फुले यांनी वापरलेले शब्द वा शब्दसमूह वाचकांच्या मनातील विकार कुठेच चाळवत नाहीत. याउलट, प्रचलित व्यवस्थेविषयी एक प्रकारची चीड व संताप निर्माण करतात. ब्रह्मदेवाला फुले 'बेटीचोद' म्हणतात. जरूर म्हणतात. स्वत:च्या कन्येशी त्याने व्यभिचार केल्याचा दाखला ग्रंथांतरीच सापडतो. त्यामुळे त्याला 'बेटीचोद' न म्हणता 'कन्यागमे' किंवा 'कन्येबरोबर समागम करणारा' असे म्हटले असते, तर गांगलांना ते चालले असते काय? फुल्यांनी या प्रसंगी 'श्लीलाश्लीलतेचा फोल विवेक केला नाही.' असे जे स. गं. मालशे म्हणतात, तेच बरोबर आहे. वास्तविक पाहता शब्द श्लीलही असत नाही आणि अश्लीलही. शब्दाचा वापर करणारा कोणत्या भूमिकेतून त्याचा वापर करतो व वाचणारा ते कोणत्या भूमिकेतून समजून घेतो, यावरच श्लील-अश्लीलता अवलंबून असते. त्यामुळे फुल्यांनी शब्दांचा वापर कोणत्या भूमिकेतून केलेला आहे; हे समजून न घेता, त्यांच्या लेखनातील विशिष्ट शब्द स्वतंत्रपणे बाजूला काढून त्यावर अश्लीलतेचा शिक्का मारता येणार नाही. संस्कृतातील कालिदासकृत महाकाव्याचा परिचय असलेल्या गांगलांनी तरी किमानपक्षी भाषेच्या संदर्भात एवढे अज्ञान प्रकट करायला नको होते.

महात्मा फुले आणि बोली भाषा

आपण कोणत्या समूहासाठी लिहितोय; त्याची जाणीव फुल्यांना होती. त्यामुळे

त्यांना कळेल अशा भाषेत लिहिणे ही त्यांनी आपली नैतिक जबाबदारी मानली. त्यामुळे संस्कृतप्रचुर शब्दांचा वापर कटाक्षाने टाळून फुल्यांनी सर्वसामान्यांना कळणाऱ्या बोली-भाषेचा वापर केला. या संदर्भात महात्मा फुलेविचारांचे अभ्यासक स. गं. मालशे म्हणतात, "ज्या पददलितांशी ते एकरूप झाले होते, त्यांच्या भाषेचा वाण आणि गुण तिला लागलेला आहे. संवादरूपामुळे त्यांची भाषाशैली बोलीभाषेशी अधिक निकट आलेली आहे--- ग्रांथिक व पुस्तकी भाषा खूपच संकेतनिष्ठ असते---पण बोली त्या नियमाशी फटकून राहणारी असते. अर्थात त्यामुळेच तिच्यामध्ये टवटवीत ताजेपणा, दणकटपणा व जिवंतपणा असतो. फुल्यांची शैली पुस्तकी बनून निर्माल्यवत झालेली नाही. चांगलाच ठसका लागावा अशी ती झणझणीत आहे."[६१] त्यामुळे फुल्यांनी वापरलेल्या बोलीचा ठसका जसा चिपळूणकरांना लागला, त्याच ठसक्याने गांगलही हैराण झालेले दिसतात.

फुल्यांनी लोकभाषेचा-बोलीचा-वापर केला म्हणून ती भाषा-शब्दकळा-अश्लील ठरत नाही. बोलीभाषेतील 'मुका' शब्द संस्कृतिनिष्ठ अश्लील ठरविणार आणि ग्रांथिक भाषेत 'चुंबन' म्हटले, की ते मात्र श्लील ठरविणार. ज्या अत्यंत बेगडी कृत्रिम भाषेचा वापर करून जे चिपळूणकर मराठी भाषेचे शिवाजी ठरले, त्यांनी मात्र गुळगुळीत-थुलथुलीत भाषेत वर्णवर्चस्वाचा विचार मांडला, तरी ती भाषाशैली चांगली आणि फुल्यांनी रांगड्या भाषेत सर्वसामान्यांच्या कल्याणाचा विचार मांडला तर ती भाषाशैली मात्र अशुद्ध-अश्लील ठरविणे यासारखा दुसरा कपाळकरंटेपणा नाही.

महात्मा फुल्यांच्या लेखनातील संदर्भ

महात्मा फुले ज्या कालखंडात आपले लेखन करीत होते, त्या काळात ज्ञान-विज्ञानाच्या शाखा आजच्यासारख्या प्रगत झालेल्या नव्हत्या. इतिहास, समाजशास्त्र, मानववंशशास्त्र इ. ज्ञानशाखांबद्दल तर ऐतिहासिक भूमिकेऐवजी पुराण कल्पनांवरच जास्त प्रमाणात भर दिलेला दिसतो. फुले मात्र त्याला अपवाद दिसतात.

एखाद्या घटने-गोष्टीविषयी परंपरा जो अर्थ सांगते, त्यापेक्षा निराळा अर्थ फुले लावण्याचा प्रयत्न करतात. हा प्रयत्न करीत असताना ते कधी सडेतोड युक्तिवादाचा वापर करतात, तर कधी तर्ककठोर बुद्धिवादाचा वापर करतात. रामायण, महाभारत, मनुस्मृती, भागवत, संतवाङ्मय, मुकुंदराज, ज्ञानेश्वर इ. बद्दल फुल्यांनी मांडलेली मते वरवरची नसून त्या त्या ग्रंथांच्या अध्ययनानंतरच मांडलेली दिसतात. त्यामुळे अनेक ठिकाणी ते मूळ ग्रंथातील उताऱ्यांचे/पृष्ठांचे संदर्भ देतात. ही गोष्ट फुल्यांचा बहुश्रुतपणाच

सिद्ध करणारी आहे.

मनुस्मृती आधी की भागवत आधी? असा प्रश्न उपस्थित करून त्यांनी मनुसंहिता ही भागवतानंतर केली असावी, असे मत दिले आहे. हे मत ते दोहो ग्रंथांचा तौलनिक अभ्यास करूनच देताना दिसतात. त्या संदर्भात ते म्हणतात, "भागवतातील वसिष्ठाने मी खून केला नाही, म्हणून सुदामन राजासमोर शपथ घेतल्याची उपमा मनूने आपल्या ग्रंथाच्या आठव्या अध्यायात, एकशेदहाव्या श्लोकात कशी घेतली? त्याचप्रमाणे विश्वामित्राने विपत्तीकाली कुत्र्याचे फरे खाल्याविषयी त्याच ग्रंथाच्या दहाव्या अध्यायामध्ये एकशेआठाव्या श्लोकात कशी उपमा घेतली?" म्हणजे फुल्यांनी आपली मते मांडत असताना संस्कृत धर्मग्रंथांचा अभ्यास केल्याचे लक्षात येते. त्यामुळेच ते आपले प्रतिपादन ससंदर्भ करतात. अवतारसंकल्पाचे खंडण करताना त्यांनी मूळ कथा मूळ ग्रंथाधारे दिलेल्या असून नंतर त्यांचा फोलपणा सिद्ध केलेला आहे.

संस्कृत/मराठी भाषेतील संदर्भाच्या जोडीनेच फुल्यांनी आपल्या ग्रंथात इंग्रजी भाषेत लिहिलेल्या अनेक ग्रंथांचेही संदर्भ दिलेले आहेत. त्यात Henry Meal यांच्या 'A Cepoy Revolt, Captain James Cook यांच्या Voyages Round the World' जॉन विल्सन यांच्या 'Three Thousand years ago', Prescott यांच्या 'History of Puru आणि Brazil' William Johns यांच्या 'The laws of manu, Son of Brahma' इ. अनेक इंग्रजी ग्रंथांचे संदर्भ महात्मा फुले देतात. फुल्यांनी दिलेल्या या संदर्भांमुळे त्यांनी मांडलेल्या विचारांना वजन प्राप्त होते, हे लक्षात घेतले पाहिजे. फुले आपली विधाने केवळ ऐकीव माहितीवर न करता जी मते खोडायची आहेत, ती मुळातून वाचतात असे दिसते.

आद्य मराठी गद्य शैलीकार महात्मा फुले

तत्कालीन मराठी गद्यपरंपरेचा विचार करता विष्णुशास्त्री चिपळूणकरांना 'मराठी भाषेचे शिवाजी' म्हटले जाते. पण फुल्यांचा मात्र अनुल्लेखच केला जातो. महात्मा फुले आणि विष्णुशास्त्री यांच्या लेखनाबद्दल प्रभाकर वैद्य म्हणतात, "मराठी भाषेच्या दृष्टीने विष्णुशास्त्री हे जसे प्रभावी शैलीकार होते, तसेच फुलेसुद्धा एक शैलीकार होते. सामान्य जनतेसाठी, त्यांच्या दृष्टीतून, त्यांच्या भाषेतून बोलणारा, त्यांची सुख-दुःखे सोप्या पण प्रभावी लोकभाषेत व्यक्त करणारा मराठीचा पहिलाच आणि इतर सर्वांहून सर्वस्वी वेगळाच असा हा शैलीकार होता. चिपळूणकरी शैलीचा प्रभाव, आदर्श, सतत पन्नास-पंचाहत्तर वर्षे गाजत राहिला; पण तो कुठपर्यंत? मूठभर ब्राह्मणांपर्यंत,

शिक्षणाचे वर्तुळ घुटमळत होते तोपर्यंतच मूठभर ब्राह्मण एवढाच वाचकवर्ग होता तेथपर्यंत.''[६२] फुले यांच्या लेखनाचा वाचकवर्ग बहुसंख्य होता, तर चिपळूणकरांच्या लेखनाचा वाचकवर्ग मर्यादित होता.

विष्णुशास्त्र्यांनी फुल्यांच्या लेखनावर केलेली टीका ही पूर्वग्रहदूषित अशीच आहे. फुल्यांनी आपल्या लेखनातून मांडलेल्या विचारांचे खंडन न करता विष्णुशास्त्री, फुल्यांना 'शुद्धलेखनाचे धडे' घेण्याचा सल्ला देतात. तत्कालीन मराठी भाषा, तिचे स्वरूप यांविषयी महर्षी वि. रा. शिंदे यांनी मांडलेले विचार अत्यंत महत्त्वाचे आहेत. ते म्हणतात, ''खरी मराठी भाषा ज्ञानेश्वरांपासून तुकारामापर्यंतच होती. ती प्रथम मोरोपंताने बिघडवली. बिघडता बिघडता लोकहितवादी आणि जोतिबा फुले यांच्यापर्यंत ही कशीबशी जीव धरून होती. पण चिपळूणकरांनी व आगरकरांनी तर तिचा गळा चेपला. टिळकांनी व हरिभाऊ आपट्यांनी तोंडात शेवटचे दोन घोट सोडले, पण ते शेवटचे ठरले.''[६३] वरील अवतरणावरूनसुद्धा महात्मा फुल्यांची मराठी भाषा ही अधिक अस्सल असल्याचेच लक्षात येते. आपल्या लेखनातून जे सांगायचे ते नेमकेपणाने व वाचकांना कळेल अशाच प्रकारच्या भाषेचा वापर फुले करतात. त्यात कृत्रिमता नाही.

फुल्यांची प्रबोधनाची भूमिका लक्षात घेता त्यांचे गद्यलेखन सर्वसामान्यांना कळणारे, त्यांच्याशी संवाद साधणारे याच प्रकारचे असणे योग्य होते. फुल्यांच्या लेखनाबद्दल बळीराम कुंभार म्हणतात, ''जोतिरावांच्या भाषेत मोठे-मोठे प्रौढ शब्द, आलंकारिक वाक्ये दिसणार नाहीत. कारण त्यांचे लिहिणे हे लोकांना साहित्याची ओळख करून देणारे नव्हते, तर आपल्या जीवितयात्रेच्या मार्गात जे खाचखळगे असतील, ते दाखवून बहुजन समाजास सुखाचा सन्मार्ग दाखविणे हा त्यांचा हेतू होता.''[६४]

फुल्यांना सर्वसामान्यांविषयी वाटणारा जिव्हाळा त्यांच्या लेखनातूनही व्यक्त झालेला आहे. या जिव्हाळ्यापोटीच त्यांनी दुष्ट रूढी-परंपरांवर तीव्र हल्ला केलेला आहे. त्यामुळे अनेकदा त्यांची भाषा आक्रमक होते. मात्र त्यांची मूलभूत भूमिका विध्वसंकाची नसून विधायकतेचीच आहे हे लक्षात येते. फुल्यांच्या लेखनाचे वर्णन करताना गं. बा. सरदार म्हणतात, ''त्यांच्या लिखाणाचा मुख्य रोख ब्राह्मणांच्या कपटविद्येवर व स्वार्थलंपटतेवरच आहे. त्यातील बारीकसारीक तपशिलांबद्दल दुमत होण्याचा संभव आहे; पण त्यांनी बेडरपणे वेशीवर टांगलेली दलित वर्गाची गाऱ्हाणी रास्तच होती, असे म्हणावे लागते. त्यांची भाषा प्राय: अशुद्ध, ओबड-धोबड आणि

क्वचित असभ्य व ग्राम्यही आहे; तरीदेखील त्यांच्या वाक्यावाक्यांत अंत:करणातील तळमळ व आवेश स्पष्ट दिसतो. जोतीराव काही समाजशास्त्रज्ञ किंवा तत्त्वज्ञानी नव्हते. हिंदुधर्मीयांच्या समाजरचनेची तात्त्विक चिकित्सा करण्याची त्यांची मुळीच आकांक्षा नव्हती. त्यांना फक्त अन्यायाने व दारिद्र्याने गांजलेल्या मूक व कनिष्ठ जातीतील लोकांत सामाजिक असंतोष उत्पन्न करावयाचा होता.''[६५]

फुल्यांच्या लेखनात तत्कालीन उच्चभ्रूंना ओबड-धोबडपणा दिसणे स्वाभाविक होते, मात्र ही भाषा बहुसंख्याकांची होती हे विसरता येत नाही. फुल्यांच्या भाषेत एक प्रकारचा रांगडेपणा होता. भाषेचे हे रांगडेपण बहुजनसमाजाला आपले वाटणारे होते. म्हणूनच त्यांना आम जनतेचे 'पहिले मराठी गद्य शैलीकार' मानण्यास हरकत नाही.

हा तर चिपळूणकरी प्रवृत्तीचा जुनाच आविष्कार

महात्मा फुल्यांनी रांगड्या, बोलीभाषेत बहुसंख्याकांच्या कल्याणाचे विचार मांडले. फुल्यांची भूमिका ही प्रबोधनाचीच होती. त्यामुळे फुल्यांच्या लेखनातील आशयावर लक्ष केंद्रित करणे महत्त्वाचे असून अभिव्यक्ती ही गौण ठरते, याचा विसर चिपळूणकरांना पडलेला होता. आशयापेक्षा चिपळूणकरांनी प्राधान्य दिले ते शब्दांच्या कारागिरीला. त्यांनी स्वत: मात्र शब्दांच्या कारागिरीतून सनातनी प्रवृत्तीचे विचारच मांडले. त्यामुळे फुल्यांच्या लेखनातील शुद्धलेखनाच्या चुका काढण्याचा प्रयत्न तथाकथित, पढीक विद्वानांनी केला. चिपळूणकरांनी पाडलेला हा अनिष्ट पायंडा अद्यापही टिकून असल्याचे दिसते.

गांगलांनी फुलेविचारांची समीक्षा करीत असताना जे आक्षेप घेतलेले आहेत, त्यांत नवे काहीच नाही. कारण विष्णुशास्त्री चिपळूणकरांपासून व समकालीनांपासून याच प्रकारचे आक्षेप फुल्यांवर घेण्यात आलेले आहेत. त्यामुळे गांगलांचे आक्षेप नवे नसून जुनेच आहेत, हे लक्षात येते. हे विचार केवळ गांगल या व्यक्तीचे असले, तरी ते एका प्रवृत्तीचे द्योतक आहेत, हे सहज लक्षात येते.

गांगलांच्या आधीही असाच एक अज्ञानमूलक प्रयत्न चिंतामण गणेश ओक नावाच्या व्यक्तीने केला असून[६६] त्यातही त्यांनी ब्राह्मणी धर्माच्या अतीव अभिमानापोटी सारासारविवेकाशी फारकत घेऊन अडाणी विधाने केलेली आहेत. वर्णव्यवस्थेने शूद्रातिशूद्र ठरविलेल्यांनी ब्राह्मणी धर्मग्रंथ, अवतारकल्पना यांची केलेली परखड समीक्षा डोळसपणे ज्यांच्या लक्षात घेता येत नाही, ती वैचारिक पातळीवर खोडता येत नाही. त्यामुळे ओक, गांगलांसारखे परंपरावादी याच प्रकारचे लेखन करणार आणि

पुनरुज्जीवनवादाच्या नावाने शिमगा करणार, हे उघड आहे.

महात्मा फुल्यांचे द्रष्टेपण

महात्मा फुले हे काळाच्या आरपार पाहणारे द्रष्टे पुरुष होते. त्यांचा भविष्यावर विश्वास नसेल, परंतु त्यांनी समाजमनाच्या नाडीचे केलेले विवेचन अचूक होते. त्यामुळेच त्यांनी एकोणिसाव्या शतकात मांडलेला विचार ('विद्येविना मती गेली---') हा आजच्या महाराष्ट्र सरकारच्या शिक्षणखात्याला आपले घोषवाक्य म्हणून स्वीकारणे भाग पडलेले आहे.

महात्मा फुल्यांनी आपल्या 'सार्वजनिक सत्यधर्म' या ग्रंथात ब्राह्मणी धर्मग्रंथांविषयी म्हटले आहे, "शूद्रादि अतिशूद्रांस दास करण्यासंबंधी ग्रंथ जर धूर्त भट्टांनी समूळ नाहीसे केले नाहीत, तर ईश्वर परमन्यायी असून सर्वसमर्थ आहे. यास्तव तोच थोड्या दिवसात शूद्रादि अतिशूद्रांच्या हातून परस्पर धूर्त आर्यभट्टांचा व त्यांच्या पाखंडी ग्रंथांचा धिक्कार करवील, असे मी भविष्य करतो"[६७] फुल्यांनी धर्मग्रंथांविषयी केलेले निदान अत्यंत अचूक होते. इ.स. १९२७ साली महाडच्या चवदार तळ्यावर सत्याग्रह करीत असताना डॉ. बाबासाहेब आंबेडकरांनी 'मनुस्मृती' या धर्मग्रंथाची जाहीर होळी करून फुल्यांच्या विचारांची झेप फार पुढची असल्याचे आणि त्यांच्या विचारांत द्रष्टेपणा असल्याचेच सिद्ध केले आहे.

देशाला स्वातंत्र्य मिळाल्यानंतर राष्ट्रीय सभेचे कार्य संपले. त्यांचे ध्येय स्वातंत्र्यापुरतेच मर्यादित होते. उलट, आजच्या विविध सामाजिक प्रश्नांसंदर्भात उकल करण्यासाठी महात्मा फुल्यांचे विचार, बाबासाहेब आंबेडकरांचे विचार, छत्रपती शाहू महाराजांचे विचार मार्गदर्शक ठरणारे आहेत. त्यामुळेच सामाजिक परिवर्तन होण्याला मदत होणार आहे. हे क्रांतीचे चक्र रोखून धरू पाहणाऱ्यांनी, तसा प्रयत्न करणे म्हणजे आत्मघात करण्यासारखेच आहे. पुनरुज्जीवनवादाऐवजी आज बुद्धिनिष्ठा व विवेकनिष्ठा यांची गरज असून त्यानेच समाज व राष्ट्र यांचे हित साधले जाणार आहे, याची रास्त जाणीव परंपराभिमान्यांनी ठेवणे ही आजच्या काळाची मूलभूत गरज आहे.

भारताला स्वातंत्र्य मिळाल्यानंतर आपण लोकशाही जीवनप्रणाली स्वीकारलेली आहे. एकविसाव्या शतकाच्या उंबरठ्यावर उभे असतानाही कालबाह्य परंपरांचे गौरवीकरण व त्यांच्या वृथाभिमानाला बळी पडणे म्हणजे विज्ञानयुगातील जीवनमूल्यांशी फारकत घेण्यासारखे आहे. धर्ममूल्ये कालमानानुसार बदलत असतात. याचा विवेक आजही अनेक धर्ममार्तंडांना राहिलेला दिसत नाही. त्यामुळे जातीय दंगे, धार्मिक दंगे आणि

एकूणच समाजजीवन अस्वस्थ करणारे प्रसंग वाढताहेत. एका विशिष्ट धर्माची महती गाणे व तो इतरांवर लादणे म्हणजे भारतीय घटनेशीच द्रोह आहे. या प्रकारची भूमिका देशविघातक आहे. या देशाचे अखंडत्व टिकविण्यासाठी तमाम परिवर्तनवाद्यांनी पुनरुज्जीवनवाद्यांना, त्यांच्या समर्थकांना व त्यातून स्वत:चे राजकारण साधू पाहणाऱ्यांना वेळीच थोपविणे गरजेचे आहे.

संदर्भ

१) बा. कृ. भावे : पेशवाईच्या सावलीत : पृ. ३६

२) भा. शं. शेजवलकर (संपा.) : शेजवलकरांचे लेख, पुस्तक ३ रे, पृ. २७/२८

३) श्री. रा. टिकेकर (संपा.) : लोकहितवादींची शतपत्रे : पृ. ३२०/२१

४) धनंजय कीर : महात्मा जोतिराव फुले; आमच्या समाजक्रांतीचे जनक, आ. २री, पृ. २८

५) ना. वि. जोशी : पुणे वर्णन : पृ. १६२/६६

६) धनंजय कीर : स. गं. मालशे (संपा.) : म. फुले समग्र वाङ्मय, पृ. १९२

७) तत्रैव : पृ. २००

८) तत्रैव : पृ. २६१ ते २६३

९) तत्रैव : पृ. १९१

१०) ''रा. रा. ज्ञानोदय कर्ते यास - वि. वि. गेल्या बुधवारी नीतीप्रसारक मंडळींच्या शेतवडीतील सभेत शेतकरी लोकांचे हितवादी प्रसिद्ध रा. रा. जोतिराव गोविंदराव फुले यांचे 'असूड' चा तिसरा भाग यावर सुबोधपत्रिका वगैर पत्रातून जाहिरात दिल्याप्रमाणे व्याख्यान झाले. त्याची हकिकत थोडक्यात लिहून आपणांकडे पाठविली आहे. तिला कृपा करून आपल्या येत्या अंकी जागा मिळेल अशी पूर्ण आशा आहे.

प्रथम मंडळीचे सेक्रेटरी मि. सिमिथन बेंजामिन यांनी व्याख्यानकाराविषयी मंडळीला थोडक्यात माहिती देऊन रा. रा. यल्लाप्पा बाळाराम याही अध्यक्षस्थान स्वीकारावे म्हणून सूचना केली, त्यास रा. रा. रामजी सतोजी आवटी यांनी अनुमोदन दिल्यावर ते अध्यक्षस्थानी विराजमान झाले. नंतर व्याख्यानकार रा.

रा. जोतिबा फुले याही 'शेतकऱ्याचा आसूड' भाग तिसरा यावर व्याख्यान झाले --- व्याख्यानास मंडळी सुमारे दोनशे होती. तीत शेतवडीतील माळी मंडळींचा भरणा अधिक होता. व बऱ्याच मंडळीस बसण्यास व उभे राहण्यास जागा नसल्यामुळे परत जावे लागले. व्याख्यान फार चित्तवेधक होते. ते दीड तास चालले ते चालले असता त्यात शेतकऱ्यांच्या दुःखप्रद स्थितीविषयी ज्या ज्या वेळी मुद्दे येत असत त्या त्या वेळी एकंदर सर्व मंडळी मधून-मधून टाळ्यांचे गजर करून आपले मनोभाव प्रदर्शित करीत असे."

दारिद्र्याने गांजलेला शेतकरी फुल्यांना आपला देशबांधव वाटत होता. त्यामुळे त्यांच्या उद्धारासाठी हरेक प्रयत्न करणे हे फुल्यांनी आपले कर्तृव्य मानले. त्याप्रमाणे ते सतत कृती करत राहिले. समाज जागृतीची जी-जी माध्यमे असतात. त्यांचा-त्यांचा त्यांनी अत्यंत यशस्वी वापर केला.

ज्ञानोदय :२०-९-१९८३

११) धनंजय कीर : महात्मा जोतिराव फुले, पृ. २६५

१२) डॉ. भदन्त आनंद कौसल्यायन : मनुस्मृती का जाळली गेली? पृ. ६२/६४

१३) धनंजय कीर : उनि; पृ.५

१४) वासुदेव कृष्ण भावे : पेशवाईच्या सावलीत. १९३५, पृ. २७९.

१५) रा. शं. वाळिंबे : महाराष्ट्राची सामाजिक पुनर्घटना, पृ. ३१/३२

१६) "--- अशा गवशा बायका कुणबिणी म्हणून घरी ठेवल्या म्हणजे एखादेवेळी अतिशूद्र जातीच्या स्त्रियाही ब्राह्मणाच्या कुटूंबात घुसल्यामुळे प्रायश्चित्त घेता घेता पुरेवाट व्हायची. असा प्रसंग बाजीराव मोरेश्वर भावे यांजवर ता. १५.९.१७९५ रोजी पुण्यात गुदरला. बाजीराव मोरेश्वर हे गोपाळराव जोशी यांच्या वाड्यात राहत होते. भावे यांची कुणबीण जातीने चांभार असल्याचे चार महिन्यांनी उमगले, पण चार महिने संसर्ग घडलाच. म्हणून त्यांस व त्यांचे घरी बिऱ्हाडाने राहणाऱ्यास प्रजापत्य प्रायश्चित्ये सांगण्यात आली." (वा. कृ. भावे: पेशवेकालीन महाराष्ट्र, पृ. ४६)

१७) जोतिराव गोविंदराव फुले : सार्वजनिक सत्यधर्म : आ. २री, १९३८ पृ. १३/१४

१८) तत्रैव : पृ. १४

१९) धनंजय कीर, स. गं. मालशे (संपा.) : उनि पृ. २५२
२०) तत्रैव : पृ. ३६१
२१) ज. वा. जोशी : धर्माचे तत्त्वज्ञान, पृ. ६
२२) "शूद्राने जर द्विजावर खोटे आरोप केले तर अधिकाऱ्यांनी शूद्राच्या जिभा मधोमध चिरून त्यांना द्विजिव्ह करावे. शूद्रांनी द्विजांचा नामोल्लेख जर तिरस्कारपूर्वक केला तर लाल अंगार तापविलेली ६ अंगुळे लांबीची लोखंडी सळई शूद्राच्या घशात कोंबावी. शूद्रांनी ब्राह्मणांना बोध करण्याचा आव आणल्यास राजाने शूद्राच्या घशात अत्यंत तप्त तेल ओतावे. ब्राह्मणशेजारी शूद्र बसेल तर त्यांचे ढुंगण कापावे. (नारदस्मृति, अध्याय १, पृ. २२ ते २७)
२३) "शूद्राचे अन्न खाल्ल्यानंतर आपल्या पत्नीबरोबर जो ब्राह्मण संभोग करेल त्याचे मुलगे शूद्र जातीचे मानण्यात येतील." (वासिष्ठ धर्मसुत्र : अ. ६)
२४) "ब्राह्मणाच्या घरी शूद्र जाताच तत्काल ब्राह्मणाने त्याच्याकडून कष्टाची कामे करून घ्यावी व त्यानंतर वाटल्यास त्याला काही अन्न द्यावे." ('आपस्तंब धर्मसुत्रः खं. ४)
२५) पुरुषोत्तम गणेश सहस्त्रबुद्धे : महाराष्ट्र संस्कृती पृ. ६३०
२६) पु. ग. सहस्त्रबुद्धे (संपा.) : लोकहितवादींची शतपत्रे, आ. ४ थी,
२७) ना. वि. जोशी : उनि, पृ. ६२
२८) गणेश राजाराम परांजपे : सनातन्यांचे लपंडाव, १९३८, पृ. १/२
२९) जोतिराव गोविंदराव फुले : सार्वजनिक सत्यधर्मः आ. २री, पृ. ९५
३०) नलिनी पंडित : महाराष्ट्रातील राष्ट्रवादाचा विकास, पृ. २७/२८
३१) तत्रैव : पृ. २८
३२) गं. बा. सरदार : महात्मा फुले : व्यक्तित्व आणि विचार. पृ. ९
३३) डॉ. पु. ग. सहस्त्रबुद्धे (संपा.) लोकहितवादींची शतपत्रे, पृ. १६८
३४) ना. वि. जोशी : उनि, पृ. ४२
३५) विष्णुभट गोडसे : माझा प्रवास (१८५७ च्या बंडाची हकीकत) पृ. ९१
३६) विष्णुभट गोडसे : तत्रैव, प्रस्तावना, पृ. ५
३७) पी.बी. साळुंखे (संपा.) : महात्मा फुले गौरव ग्रंथ, पृ.१०९
३८) वि. भा. गोवंडे : त्रिमूर्ती दर्शन- आ. पहिली, १९५३, पृ. ३२

३९)	धनंजय कीर : महात्मा जोतिराव फुले, पृ. २१
४०)	विष्णुभट गोडसे : माझा प्रवास (१८५७ च्या बंडाची हकिकत) पृ. ३३/३४
४१)	यदा यदा हि धर्मस्य ग्लानिर्भवती भारत । अभुत्यानमधर्मस्य तदात्मानं सृजाम्यहम ॥ परित्राणाय साधूनां विनाशायच दुष्कृताम । धर्मसंस्थापनार्थाय संभवामि युगे युगे ॥ - श्रीमद्भगवदगीता: ४. ७ - ८
४२)	शतपथ ब्राह्मण : (२.९.१.१)
४३)	तैतिरेय आ. (१.२३. १-९)
४४)	ऋग्वेद : (८.१४. १३)
४५)	पं. महादेवशास्त्री जोशी (संपा.) : भारतीय संस्कृतिकोश, प्रथम खंड आ. २री, पृ. २८६
४६)	महाभारत : शंतिपर्व, ३३९
४७)	भागवत पुराण : ६.२.७.
४८)	पं. महादेवशास्त्री जोशी : उनि, पृ. २९०
४९)	धनंजय कीर / स. गं. मालशे (संपा.), म. फुले: समग्र वाङ्मय, पृ. ११५
५०)	अ) पद्मपुराण : पृ.२४८, ब) मत्सपुराण: ४७.२४४ क) वायुपुराण : ३६, ९०, ९१.८८
५१)	पं. महादेवशास्त्री जोशी (संपा.) : उनि : पृ. ४२९
५२)	धनंजय कीर / स. गं. मालशे (संपा.), उनि : पृ. ११८
५३)	पं. महादेवशास्त्री जोशी' (संपा.) : उनि, पृ. २८९
५४)	धनंजय कीर / स.गं.मालशे: (संपा.) : उनि, पृ.१०५ ते १०८
५५)	पी. बी. साळुंखे व इतर (संपा.) : उनि, पृ. ११३
५६)	दुर्गा भागवत : लोकसाहित्याची रूपरेखा : पृ. १४९
५७)	दुर्गा भागवत : तत्रैव, पृ. ३२
५८)	Andrew Lang : Myth, Ritual and Religion I, PP 8-1 6
५९)	ऋग्वेद : १०. ९०. १२
६०)	ग. वि. केतकर : लो. टिळकांची भाषाशैली, सा. केसरी, २३ जुलै १८२९
६१)	पी.बी. साळुंखे (संपा.) : महात्मा फुले गौरव ग्रंथ, पृ. ६६८
६२)	प्रभाकर वैद्य : महात्मा फुले आणि त्यांची परंपरा, पृ. २३९

६३) गो. मा. पवार (संपा.) : महर्षी विठ्ठल रामजी शिंदे यांची रोजनिशी, (उद्.) प्रस्तावना, पृ. ४३

६४) बळीराम कुंभार : महात्मा जोतिराव फुले, पृ. ६०

६५) गंगाधर बाळकृष्ण सरदार : महाराष्ट्राचे उपेक्षित मानकरी, पृ. १४८

६६) चिं. ग. ओक : जोतिबा फुले : कार्य व वाङ्मय यांचे सत्यरूप दर्शन, प्र. आ १९८४

६७) धनंजय कीर / स. गं. मालशे (संपा.) उनि, पृ. ३७०.

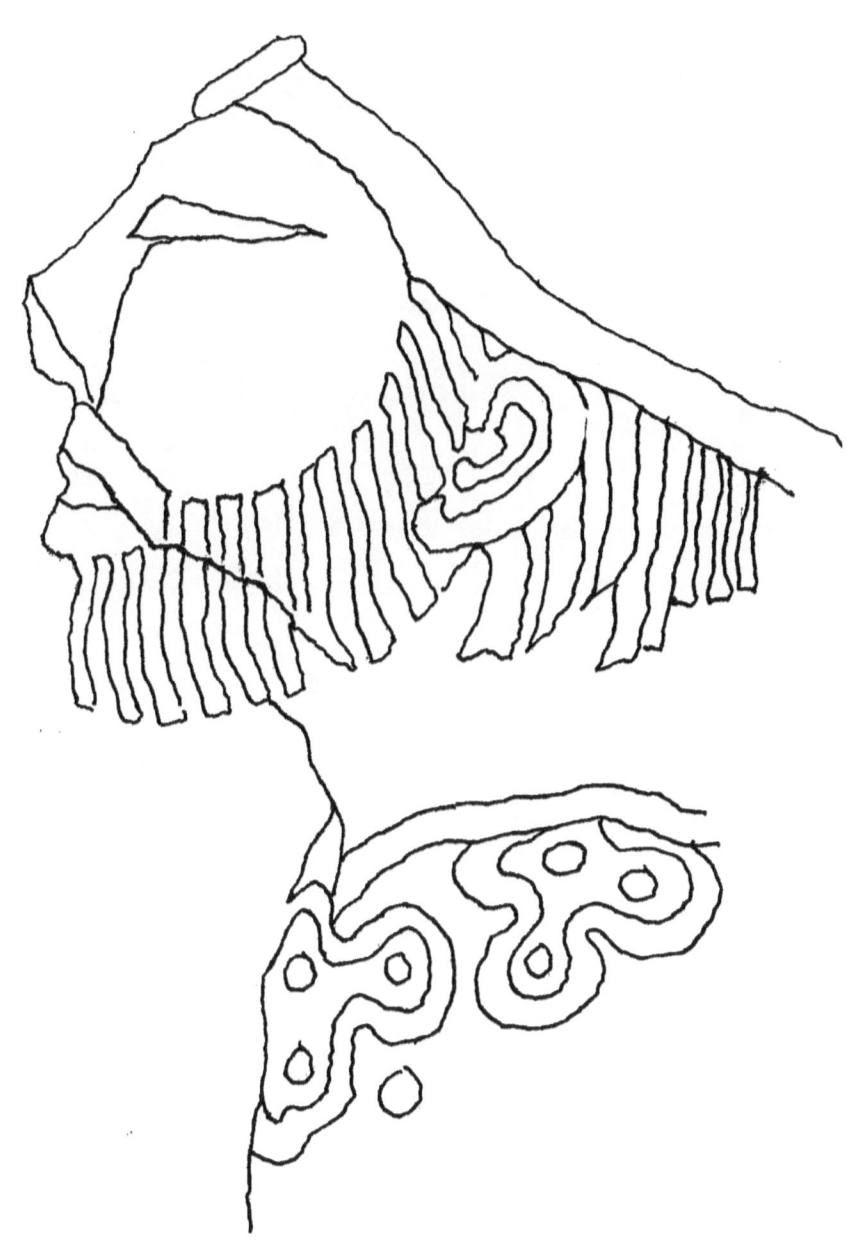

३.
राजर्षी शाहू महाराज : वेदोक्त की पुराणोक्त प्रकरण
उत्तम कांबळे

रयतेचा राजा म्हणून मान्यता पावलेल्या करवीर संस्थानाच्या छत्रपती राजर्षी शाहू महाराज यांचे जीवन म्हणजे अनेक सामाजिक, क्रांतिकारक घटनांचा एक प्रेरणादायी ग्रंथ आहे. धर्म, शिक्षण, शेती, सांस्कृतिक, खेळ, कला, वाणिज्य, वसतिगृहे, महिलांचा उद्धार, दलितांचा उद्धार आदी सर्वच क्षेत्रांत महाराजांनी क्रांतिकारक निर्णय घेतले. कसलीही पर्वा न करता या निर्णयांची अंमलबजावणी केली. 'राजसत्ता जनतेच्या विकासासाठी असते आणि ती त्यासाठीच वापरली पाहिजे.' असा क्रांतिकारी सिद्धान्त या महाराजांनी तयार केला होता. ज्याला क्रांतीचे प्रयोग करायचे असतात आणि क्रांतीच्या लाटा घराघरांत पोचवायच्या असतात, त्याच्या जीवनात संघर्ष अटळ असतो. त्याचे सारे जीवनच संघर्षाने भरलेले असते. महाराजांचेही असेच आहे. वर्षानुवर्षे तयार झालेली मानसिकता आणि माणसाचे अवमूल्यन करणारे कायदेकानून, परंपरा, रिवाज बदलण्यासाठी त्यांना संघर्ष करावा लागला. अनेक वादळांशी झुंजावे लागले.

'वेदोक्त प्रकरण' हे महाराजांच्या जीवनातील असेच एक संघर्षशाली पर्व आहे. एका संस्थानात निर्माण झालेले हे संघर्षपर्व देशभर गाजले. महाराजांच्या विजयावर या पर्वाने शिक्कामोर्तब केले. शंभर वर्षांनंतरही या संघर्षावरील चर्चा थांबलेली नाही. जगाने नव्या शतकात आणि नव्या सहस्रकात प्रवेश केला आहे. एकीकडे माहितीचे मायाजाल आहे. तो चंद्रावर स्वारी करतोय. मानवाच्या वाटचालीतील विकासाचे, विशेषत: तंत्रज्ञानाच्या विकासाचे एक मोहक रूप दिसते आहे, तर दुसरीकडे जगाच्या पाठीवर ठिकठिकाणी धर्म, जात, वंश आदींवरून वणवे भडकत आहेत. धर्मावरील वादांना युद्धाचे स्वरूप येत आहे. युद्धाच्या भडक्यात हजारो कबुतरे त्यांच्या घरट्यांसह जळताहेत, राख होताहेत. काही ठिकाणी या वादाने मारामारीचे,

काही ठिकाणी राजकारणाचे, काही ठिकाणी दहशतवादाचे रूप धारण केले आहे तर काही ठिकाणी उत्खनन सुरू आहे. इतिहासाच्या पुनर्लेखनाचा प्रयत्न सुरू आहे. धार्मिक कलहांना आमंत्रण देणाऱ्या घटना भारतातच नव्हे, तर इतरत्रही घडताहेत. आम्ही सांगू तोच इतिहास आणि आम्ही सांगू तोच धर्म, अशी टोकाची मते मांडली जात आहेत. एका खांद्यावर कबुतरे आणि दुसऱ्या खांद्यावर अण्वस्त्रे असा एक दुभंगलेला समाज निर्माण करण्याचे प्रयत्न प्रतिगाम्यांकडून सुरू आहेत. या सर्व स्थितीत शांतपणे इतिहास समजून घेण्याची आवश्यकता असते. महाराजांच्या जीवनात आलेले वेदोक्त प्रकरण केवळ धार्मिक क्षेत्रापुरतेच मर्यादित राहिले नाही, तर एक जबरदस्त विचारमंथनही या वादामुळे घडले. कोण कोणत्या बिंदूवर होता हे साऱ्या जगाने पाहिले. या संघर्षामुळे सामाजिक परिवर्तनासाठीच्या वाटा मोकळ्या झाल्या. नव्या विचारांचे अंकुर फुटू लागले. धर्माचे जग, वेदाचे जग समजून घेण्याची प्रेरणाही निर्माण झाली. या जगाचे स्वरूपही उघड होऊ लागले. फुल्यांच्या सत्यशोधकी विचारांचा जागर मोठ्या प्रमाणात सुरू झाला. माणसाच्या प्रतिष्ठेची चर्चा आणि कृती मोठ्या प्रमाणात होऊ लागली. आजचा काळ अनेक कलहांनी भरलेला आहे. वर्षानुवर्षे चालत आलेल्या कलहाचे काही ओझे आजही वर्तमानाच्या खांद्यावर आहे. याशिवाय, नवे ओझेही निर्माण होत आहे. या ओझ्याकडे पाहण्याची अभ्यासू दृष्टी नव्या पिढीला मिळावी; कोणत्या आणि कसल्या पाऊलखुणा पाहत आपण चाललो आहोत, हेही तिला कळावे, यासाठी इतिहासातील मोठ्या संघर्षाचे स्मरण वारंवार करणे आवश्यक असते. सामाजिक आणि एकूणच परिवर्तनाच्या लढ्यांनी वेदोक्त प्रकरणापासून स्फूर्ती घेतली आहे. चार्वाक ते राजर्षी शाहू महाराज ते वर्तमान असा एक लांब पल्ला वेदांवरील वादाने गाजला आहे.

काय आहेत हे वेद?

पृथ्वीवर मनुष्य जन्माला येण्यापूर्वी वेद जन्माला आले असे म्हणतात. वेद कुणा पुरुषाने जन्माला घातले नाहीत, म्हणून ते अपौरुषेय आहेत, असे मानले जाते. माणसाच्या जन्मापूर्वीच ते जन्माला आल्याने त्यांचा नेमका कालखंड सांगता येत नाही. जगातील पहिले वाङ्मय म्हणजे वेद. परमेश्वराने मानवजातींच्या कल्याणासाठी त्याची अंमलबजावणी केली म्हणून ते अनादी आहेत, नित्य आहेत आणि अपरिवर्तनीयही आहेत. भारतातील धर्म आणि संस्कृतीचा मूळ गाभा, मूळ आधार आणि महत्त्व वेदांवरूनच समजते. परमेश्वराचा निःश्वास म्हणजे वेद. वेदांपासून केवळ भारत नव्हे,

तर सारे जगच निर्माण झाले आहे. वेद हे शब्दस्वरूप असल्यामुळे ते आकाशातून उत्पन्न झाले. तपश्चर्या करणाऱ्या साधूंना दिसले. वेद अपौरुषेय असल्यामुळे वेदमंत्रांतील शब्दांचा अनुक्रम जसा आहे, तसाच म्हटला पाहिजे. शब्द नित्य आहे. त्याचा अनुक्रम नित्य आहे. उच्चारणपद्धती नित्य आहे आणि अर्थही नित्य आहे. पूर्वी ज्याला चारही वेद पाठ असत तो चतुर्वेदी, तीन वेद पाठ असणारा त्रिवेदी, दोन पाठ असणारा द्विवेदी असे. पूर्वी वेदाचे भाग नव्हते. ते नंतर करण्यात आले. ऋग्वेद, यजुर्वेद (यजुर्वेद शुक्ल व कृष्ण), सामवेद आणि अथर्ववेद. ऋग्वेदाच्या आठ, यजुर्वेदाच्या शांयशी, सामवेदाच्या एक हजार आणि अथर्ववेदाच्या नऊ शाखा झाल्या. वेदांचे अध्ययन भारतात पिढ्यान् पिढ्या आहे. आर्यांचे हे धार्मिक वाङ्मय अतिशय उच्च प्रतीचे मानले जाते. ब्राह्मणसमाजाने वर्षानुवर्षे वेद पठण केले. मूळ वेद जसेच्या तसेच राहतील, याची काळजी घेतली.

वेदांच्या रूपाची कल्पनाही करण्यात आली आहे. वेद म्हणजे अलौकिक पुरुष आहेत, अशीही कल्पना आहे. ऋग्वेद हा सोनेरी वर्णाचा, कमळाच्या पानाप्रमाणे रुंद डोळे असणारा, सुंदर मानेचा, पांढऱ्या दाढी-मिशांचा आणि दोन हात उंचीचा पुरुष आहे. त्याचे गोत्र अत्री आहे. त्याची देवता ब्रह्म आहे. गायत्री त्याचा छंद आहे. यजुर्वेद हा प्रकृतीने सडपातळ, त्याची देवता रुद्र व छंद त्रिष्टुभ आहे. सामवेद हा सतत माळधारी आणि स्वच्छ वस्त्र नेसणारा आहे. तो चर्म आणि दंड धारण करतो. त्याचे डोळे सोनेरी आहेत. त्याची देवता विष्णू आहे. त्याची उंची सहा हात. त्याचे गोत्र काश्यप आहे. अथर्ववेद या सर्वांहून वेगळा आहे. त्याचा स्वभाव क्रूर आहे. तो हलकी कामे करतो. त्याचा रंग निळा. त्याची उंची नऊ हात म्हणजे सर्व वेदांत हा उंच आहे. तो सपत्नीक असतो. त्याचे गोत्र वैजान, त्याची देवता इंद्र आणि छंद अनुष्टुभ आहे.

वेद आणि ब्राह्मणसमाजाचाच संबंध वर्षानुवर्षे राहिला आहे. अन्य तीन वर्ण अपवादानेच याच्याशी जोडले जातात. वेदाबरोबर अठरा पुराणेही आहेत. धर्म व्यापक करण्यासाठी आणि अन्य सर्व वर्णांत तो पोचण्यासाठी पुराणांचे महत्त्व आहे. पण पुराणे वेदाच्या तुलनेने तशी कनिष्ठच आहेत. वेदाला असलेले पावित्र्य, महत्त्व पुराणांना नाही. भारतीय संस्कृतीच्या व्यापक प्रचारासाठी पुराणांचा उपयोग झाला आहे. पुराणे अठरा आहेत, ती पुढीलप्रमाणे : १) ब्रह्म पुराण, २) पद्म पुराण ३) विष्णु पुराण, ४) शिव पुराण, ५) भागवत पुराण, ६) नारदीय पुराण, ७) मार्कण्डेय पुराण, ८) अग्नी पुराण, ९) भविष्य पुराण,१०) ब्रह्मवैवर्त पुराण, ११) लिंग पुराण, १२) वराह पुराण, १३) स्कंद पुराण, १४) वामन पुराण, १५) कूर्म पुराण, १६) मत्स्य

पुराण, १७) रुद्र पुराण, १८) ब्रह्मांड पुराण. (संदर्भ : विश्वकोश)

वेदोक्त प्रकरणापूर्वी

करवीर संस्थानामध्ये राजर्षी शाहू महाराज यांच्या जीवनात वेदोक्त प्रकरण घडले, ते १८९९ च्या सुमारास. हे प्रकरण समजून घेण्यापूर्वी समकालीन संस्थानांमध्ये काय स्थिती होती, हे समजून घेणेही आवश्यक ठरते. वेदोक्त प्रकरणाच्या निमित्ताने फक्त करवीर संस्थानातच नव्हे, तर अन्य संस्थानांमध्येही असे ताण निर्माण झाले होते. ते कशा प्रकारचे होते, हेही समजून घेऊया.

छत्रपती शिवाजी महाराज यांच्या राज्याभिषेकाच्या वेळी वाद निर्माण झाला होता. राजे क्षत्रिय आहेत की नाहीत, हा वादाचा मूळ मुद्दा होता. काशीच्या गागाभट्टांनी राज्याभिषेकात पुढाकार घेतला. हा वाद संपला. त्यानंतर अठराशेपर्यंत हा वाद फार मोठ्या प्रमाणात उफाळून आला नाही. परशुरामाने क्षत्रिय समाज नष्ट केला आहे. नंद-घराण्यानंतर क्षत्रिय समाज संपला. अशा चर्चा होत होत्या. सातारचे छत्रपती प्रतापसिंह महाराज यांच्या काळात हा वाद पुन्हा उफाळून आला. कलियुगात क्षत्रिय नाही, असे पुन्हा मांडण्यात आले. यावर महाराजांनी देशभरातील विद्वान ब्राह्मणमंडळी एकत्र बोलावून आपण क्षत्रिय असल्याचा निवाडा करून घेतला होता. 'सिद्धांत विजय' हा ग्रंथही लिहून घेतला होता. आपल्या व आपल्या नातेवाइकांच्या धार्मिक हक्कांचे रक्षण करण्यासाठी हा प्रयत्न होता. प्रतापसिंह महाराजांनी मेवाडमध्ये क्षत्रियांची वहिवाट कशी आहे? तसेच उदेपूर व सातारा येथील घराण्यांच्या वंशावळीची माहिती मिळवण्यासाठी चतरसिंग भोसले व बापू कान्होबा फडणीस यांना उदेपूरला पाठवले होते. देशभरातले विद्वान ब्राह्मण गोळा केले होते. एकदा सोक्षमोक्ष लावावा, हीच एक भावना त्यामागे होती. सातारच्या पाठशाळेत वादविवाद सुरू झाला. महाराजांनी वेदशास्त्रसंपन्न शास्त्री विठ्ठल सखाराम ऊर्फ आबा पारसनीस व प्रभू यांना क्षत्रियांतर्फे वकीलपत्र दिले. 'कलियुगात क्षत्रिय मुळीच नाहीत आणि ब्राह्मणांखेरीज इतरांना वेदाचा अधिकारच नाही', असे म्हणणारा एक पक्ष आणि क्षत्रिय आहेत व त्यांना वेदाचा अधिकार आहे, असे म्हणणारा प्रतिपक्ष यांच्यात कित्येक दिवस वाद झडत राहिले. ठरावाच्या दिवशी म्हणजे निवाड्याच्या दिवशी पुण्यापासून बेळगावपर्यंतचे हजारो ब्राह्मण निकाल ऐकण्यासाठी साताऱ्यात आले होते. बंदोबस्तही चोख होता. महाराजांच्या बाजूने निकाल लागला. संस्कृत 'सिद्धांत विजय' हा ग्रंथही त्यातून जन्माला आला. विद्वानांच्या सभेतील खडाजंगीवादानंतर चोवीस सिद्धांत बाहेर पडले.

ते सर्वमान्य झाले. त्यांपैकी काही पुढीलप्रमाणे :

१) परशुरामाने एकवीस वेळा ही पृथ्वी निःक्षत्रिय करण्याचा प्रयत्न केला असला तरी सर्वच्या सर्व क्षत्रिय संपले नाहीत. जे उरले त्यांचे वैदिक कर्म सोडवलेले नाही.

२) नंद-घराण्याचा नाश झाल्यानंतरही क्षत्रियांचे अस्तित्व होते.

३) आचारानुसार कलीत (कलियुगात) जाती ठरत नाहीत.

४) क्षत्रियांनी शूद्रान्न भक्षण केले. वांगी-गाजरे खाल्ली तरी क्षत्रियत्व राहते.

५) सातारा, तंजावर, नागपूर व करवीर (कोल्हापूर) येथील राजघराण्यांचे मूळ एकच असून त्यांच्याकडे ऋग्वेदानुसार कर्म चालते.

६) दक्षिण देशातील महाराष्ट्र क्षत्रियांची उपनामे व भोसले, शिर्के, महाडिक, मोहिते, गुजर, अहिरराव, पालकर, खानविलकर, माने, घाटगे व जाधव या क्षत्रिय कुलांची गोत्रे, प्रवर, हिंदुस्थानातील नावे पडण्याची कारणे पाहण्यात आली.

७) क्षत्रियांची व शूद्रांची नावे एकच असली, तरी ती पडण्याची कारणे पाहण्यात आली.

या ठरावानंतर त्याच्या प्रती घेऊन ठिकठिकाणांहून मान्यता मिळवण्यात आली. साताराचे प्रतापसिंह महाराज व त्यांचे नातेवाईक (मोहिते, शिर्के, महाडिक, गुजर, पालकर, अहिरराव इत्यादी) यांना क्षत्रियत्वामुळे वेदाधिकार आहेत. कर्नाटक प्रांतात क्षत्रिय असून आम्ही त्यांच्या घरी वेदोक्त कामे करतो, वगैरे आशयाची पत्रे जमवण्यात आली. तंजावर, आनेगोंदी, कोची, म्हैसूर, अकलूज, कुरुंदवाड, बेंकापूर, शेडबाळ, विद्यानगर आदी ठिकाणचे पांडुरंगाचार्य, नरसिंहाचार्य, बाबाचार्य,भीमाचार्य, माधवाचार्य आदींनी पत्रे दिली. भोसले आणि अकरा कुळांमधील धार्मिक कार्ये वेदोक्त पद्धतीने करण्याचे ठरले. १८३५ मध्ये क्षत्रिय मराठेमंडळींची सभा झाली. दक्षिणेकडच्या ब्राह्मणांनी वेदोक्त कर्म करण्यास नाकारले तर उत्तरेकडील ब्राह्मण आणून कर्मे करावीत, असे ठरले.

बडोदा संस्थानात महाराज सयाजीराव गायकवाड गादीवर होते. तेथील धार्मिक विधी पुराणोक्त आहेत, असे पंडित शिवदत्तशास्त्री-जोशी यांनी महाराजांच्या निदर्शनास आणले आणि आपण क्षत्रिय असल्याने वेदोक्त विधी व्हावेत, असा आग्रह धरला. १८९६ च्या सुमाराची ही घटना आहे. करवीरमधील वेदोक्त प्रकरण सुरू होण्यापूर्वी चार वर्षे अगोदरची. सयाजीराव गायकवाड यांनी इतिहासकार सरदेसाई यांच्यामार्फत

आपल्या क्षत्रियत्वासंबंधीचे पुरावे गोळा करून घेतले आणि अन्य मराठ्यांनी असेच विधी करावेत, असे फर्मान काढले. दरम्यानच्या काळात महात्मा ज्योतिबा फुले आणि गायकवाड महाराज यांची अठराशे चौऱ्यांयशी मध्ये भेट झाली होती. फुले यांनी सांगितलेल्या सत्यशोधक विचारांमुळे महाराज प्रभावित झाले होते. वेदोक्त प्रकरणानंतर महाराजांनी मराठा पुरोहित तयार करण्यासाठीचे एक विद्यालय बडोद्याचे दिवाण रामचंद्रपंत धामणकर यांच्यामार्फत सुरू केले.

कोल्हापूरच्या गादीवर आलेल्या प्रत्येक छत्रपतींनी आपले विधी वेदोक्त पद्धतीने केले होते. १८६० ते १८८२ च्या दरम्यान मात्र त्यात खंड पडला, असे एक अभ्यासक पी.बी. साळुंखे यांनी 'राजर्षी शाहू स्मारक ग्रंथात' म्हटले आहे. बाबासाहेब महाराज गादीवर असताना दरबारातील एक पुरोहित पंडित रघुनाथशास्त्री पर्वते यांनी महाराजांना सांगितले, की 'महाराज, या गादीवरच्या महाराजांना संतती प्राप्त होत नाही. दत्तक घ्यावे लागते. आपले विधी वेदोक्त पद्धतीने होतात म्हणून हे घडते आहे.' धार्मिक वृत्तीच्या बाबासाहेब महाराजांना पुरोहिताचे म्हणणे पटले आणि त्यांनी वेदोक्त विधी बंद केले. तीस वर्षे असे विधी झाले नाहीत. महाराजांनी स्वेच्छेने हे विधी बंद केले होते. यामुळे त्यांच्या क्षत्रियत्वाला बाधा पोचण्याचा काहीएक संबंध नव्हता.

छत्रपती शिवाजी महाराज यांच्या राज्याभिषेकाच्या वेळीच वेदोक्त किंवा क्षत्रियत्व प्रकरणावर पडदा पडला होता. त्यानंतरही दोन-अडीचशे वर्षांनी असाच प्रसंग त्यांच्या वारसदारावर आला. पेशवाई राजकीय सत्तेत आली आणि स्थिर होऊ लागली तसे हे वाद मोठ्या प्रमाणात निर्माण झाल्याचे, इतिहासावर नजर टाकताना दिसते. धर्माच्या आधारे हे तंटे निर्माण करण्यात आले आणि राजा-महाराजांना कोंडीत पकडण्यात आले.

असे सुरू झाले वेदोक्त प्रकरण

राजर्षी छत्रपती शाहू महाराज हे धार्मिक वृत्तीचे होते. सर्व प्रकारचे धार्मिक व्यवहार ते नित्यनेमाने करत असत. त्यांच्या एका हातावर शिवमूर्ती गोंदवलेली होती. छत्रपतींचे घराणे क्षत्रिय होते. शक्तिपूजेला या घराण्यात महत्त्व होते. महाराज रोज शिवपूजा करत असत. इंग्लंडच्या दौऱ्यावर असतानाही त्यांनी पूजेत खंड पडू दिला नाही. आपल्या घराण्याच्या कुलदैवतांची पूजाही ते करत. श्री अंबाबाईच्या दर्शनासाठी ते कोल्हापुरात आणि कोल्हापूरजवळ असलेल्या हुपरी येथे जात असत. कार्तिकस्नानासाठी ते पंचगंगा नदीत जात असत. त्यांच्याबरोबर मंत्र म्हणणारा त्यांचा पुरोहितही असे.

महाराज धर्मभोळे मात्र नव्हते. कर्मकांडाच्या ओंजळीने पाणी पिणारे नव्हते.

१९०० सालात ऑक्टोबर-नोव्हेंबरच्या (राजर्षी शाहू स्मारक ग्रंथात हे साल १८९९ असल्याचे म्हटले आहे.) महिन्यात पवित्र स्नान घेण्यासाठी ते पंचगंगेच्या घाटावर गेले. राजघराण्याचे पुरोहित नारायणराव राजोपाध्ये मंत्र म्हणण्यासाठी घाटावर होते. महाराज स्नानासाठी नदीपात्रात उतरले तेव्हा त्यांच्याबरोबर संस्कृत आणि वेदशास्त्राचे गाढे अभ्यासक राजारामशास्त्री भागवत, महाराजांचे बंधू श्रीमंत बापूसाहेब घाटगे- कागल, मेहुणे मामासाहेब खानविलकर होते. महाराजांचे स्नान सुरू झाल्यानंतर राजोपाध्ये यांनी मंत्रपठण करण्यास सुरुवात केली. ते वेदोक्त मंत्र म्हणण्याऐवजी पुराणोक्त मंत्र म्हणताहेत हे भागवतशास्त्री, घाटगे आदींच्या लक्षात आले. क्षत्रिय राजासाठी वेदोक्त मंत्र म्हणण्याची आवश्यकता होती, पण राजोपाध्ये दुसरेच मंत्र म्हणत होते. राजाच्या स्नानावेळी मंत्रपठण करणाऱ्या पुरोहिताने स्वत: अगोदर स्नान करणे आवश्यक असते, पण राजोपाध्ये अंघोळ न करता मंत्रपठण करताहेत, ही गोष्टही भागवतशास्त्रींसह सर्वांच्या लक्षात आली. महाराजांना ही माहिती देण्यात आली.

महाराज म्हणाले, "अहो राजोपाध्ये, तुम्ही वेदोक्त मंत्रांऐवजी पुराणोक्त मंत्र का म्हणता आहात?'

राजोपाध्ये - "वेदोक्त मंत्राची शूद्रांना गरज नसते, म्हणून मी पुराणोक्त म्हणतोय."

महाराज - "आपण स्नान न करता मंत्र म्हणताहात."

राजोपाध्ये - "होय. कारण शूद्रासाठी मंत्रोच्चार करताना पुरोहिताने अगोदर स्नान करण्याची गरज नसते."

राजोपाध्ये यांचे उत्तर ऐकून पंचवीस वर्षांच्या तरण्याबांड राजाला धक्का न बसल्यास नवलच म्हणावे लागेल. महाराज प्रचंड संतापले होते. राजघराण्याचे पुरोहित म्हणून महाराजांनीच राजोपाध्ये यांची नेमणूक केली होती. खऱ्या अर्थाने ते त्यांचे नोकर होते. राजघराण्याचे नोकर होते. राजोपाध्येंना वार्षिक वीस हजार रुपये मिळवून देईल इतके इनाम आणि वतन होते. १९०० सालातील वीस हजार रुपयांची आज किती किंमत होईल, याचा विचार करावा. या वार्षिक वीस हजार रुपयांशिवाय राजघराण्यात नित्य पूजा करतानाही काही रक्कम मिळत असे. वर्षाला अंदाजे एक हजार रुपये मिळायचे. राजोपाध्येंना पुरोहित म्हणून तर दर्जा होताच, शिवाय संस्थानच्या सरदाराप्रमाणेही त्यांना दर्जा दिला गेला होता. आपल्या वतनक्षेत्रात ते न्यायदानाचे कामही करू शकत. दिवाणी आणि फौजदारी खटल्यांचा निवाडा ते देऊ शकत. डेक्कन कॉलेजमधून १८९३ मध्ये राजोपाध्येंनी बी.ए. पदवी संपादन केली होती आणि

१९०१ मध्ये ते एल. एल. बी. परीक्षेसाठी बसले होते. संस्कृत आणि आधुनिक ज्ञान यांचा अभ्यास त्यांच्याकडे होता. राजघराण्यात ते प्रतिष्ठित म्हणून ओळखले जात. सर्व महत्त्वाच्या सभा-समारंभांना त्यांची हजेरी असे.

वेदोक्त मंत्र म्हणण्यास उघडपणे आणि उद्धटपणे नकार देणाऱ्या राजोपाध्ये यांच्याविषयी महाराजांना प्रचंड चीड आली. पण त्यांनी आपला संयम ढळू दिला नाही. खेदाने पण शांतपणे त्यांनी ही घटना स्वीकारली. महाराजांमधील धार्मिक बंडखोराचा जन्म येथेच झाला.

राजोपाध्ये यांनी महाराजांसाठी वेदोक्त मंत्र म्हणण्यास नकार दिला, ही गोष्ट काही पंचगंगेच्या घाटापुरती मर्यादित राहिली नाही. ती संस्थानभर पसरली. प्रजेलाही धक्का बसला. महाराज चिडले नाहीत. राजोपाध्ये यांना तोंडी इशारा दिल्यानंतर त्यांनी काही वेळ वाट पाहिली. दरम्यानच्या काळात ऐतिहासिक कागदपत्रांची जुळवाजुळव केली. काही मंडळी सातारच्या महाराजांकडे गेली. 'सिद्धांत विजय' या ग्रंथाची माहिती घेतली. राजोपाध्ये यांनी केलेल्या वर्तनाची प्रतिक्रिया महाराज अजमावत होते. आपण जे काही केले, त्याविषयी राजोपाध्ये यांना पश्चात्ताप तर वाटतच नव्हता; शिवाय मोठ्या संघर्षाच्या तयारीसाठी ते जुळवाजुळव करत आहेत, असे महाराजांच्या लक्षात आहे. ब्राह्मण समाज राजोपाध्ये यांच्यामागे संघटित होत होता. १९०१ च्या ऑगस्टमध्ये नारायण भट सेवेकरी या सुशिक्षित पुरोहिताला कोल्हापुरातील पुरोहितवर्गाने बहिष्कृत केले. राजवाड्यावर जाऊन श्रावणी समारंभासाठी त्यांनी पौरोहित्य केले, हा त्यांचा गुन्हा ठरवण्यात आला. पन्हाळ्यातील वाड्यावर महाराज मुक्कामाला गेले. तेथे त्यांच्या मातेचे वर्षश्राद्ध करण्यासाठी (महाळ सण) राजोपाध्ये गेले नाहीत. दिवसेंदिवस राजोपाध्ये आक्रमक होत आहेत आणि घडलेल्या घटनेला धार्मिक आणि सामाजिक कलहाचे व्यापक स्वरूप देण्याचा प्रयत्न करत आहेत, हे लपून राहिले नाही. छत्रपती शिवाजी महाराज यांच्यासह त्यांचे वंशज क्षत्रिय आहेत, ही गोष्ट अनेकवेळा सिद्ध होऊनही पुन्हा एकदा ती सिद्ध करण्याची वेळ शाहूराजांवर आली होती. एक नवा संघर्ष उभा ठाकला होता. नव्या शतकाच्या उगवतीलाच या संघर्षाचे रणशिंग फुंकले गेले पंचगंगेच्या घाटावर...

आता अधिक शांत बसणे म्हणजे राजोपाध्येंना अधिक आक्रमक होण्यास प्रोत्साहन देण्यासारखे होते. महाराजांनी ७ ऑक्टोबर १९०१ ला राजोपाध्येंना पहिली नोटिस पाठवली. करवीर सरकारच्या म्हणजे महाराजांच्या नायब खासगी कारभाऱ्यांनी ती पाठवली आहे. 'राजघराण्यात क्षत्रियांसाठी करावयाच्या विविध धार्मिक विधींकडे

आपले दुर्लक्ष होत आहे, असे निदर्शनास आले आहे. यापुढे हे विधी योग्य पद्धतीने होतील, याची आपण काळजी घ्यावी.' असा आदेश हुजुरांनी (महाराजांनी) काढला असल्याचे या पत्रात म्हटले आहे. पत्राची भाषा, त्यातील सभ्यता आणि संयम लक्षात घेण्यासारखा आहे. राजोपाध्ये यांनी महाराजांच्या पत्राला कसल्याही प्रकारचा प्रतिसाद दिला नाही. उलट, त्यांनी मोठ्या प्रमाणात मोहीम उघडली. कोल्हापुरात ते पुरोहित-वर्गाचे संघटन करू लागले. महाराजांविरुद्ध लोकांना चिथावू लागले. कोल्हापूरबाहेरही अशाच प्रकारे 'आपल्यावरच अन्याय झाला आहे', असा त्रागा करत महाराजांविरोधी लोकमत संघटित करू लागले. त्या काळात लोकमान्य बाळ गंगाधर टिळक म्हणजे अधिकारी व्यक्ती होते. ते 'केसरी' नावाचे वर्तमानपत्र चालवत. त्यांच्या कानावरही वेदोक्त प्रकरण गेले. महाराजांनी दिलेल्या पत्राला उत्तर मिळण्यापूर्वीच टिळकांनी 'केसरी'त सलग दोन अग्रलेख लिहिले. 'वेदोक्ताचे खूळ -१' (२२ऑक्टोबर १९०१), 'वेदोक्ताचे खूळ-२' (२९ ऑक्टोबर १९०१) असे त्या अग्रलेखांचे शीर्षक आहे. या शीर्षकावरूनच टिळकांनी हा विषय कसा घेतला असावा, हे लक्षात येते. 'केसरी' अतिशय प्रतिष्ठित आणि वजनदार दैनिक होते. ब्रिटिशांविरुद्ध असंतोष निर्माण करण्याचे काम ते करत होते. टिळकांना जेवढी स्वातंत्र्याविषयी आस होती, तेवढीच धार्मिक क्षेत्राविषयी होती. विद्वत्तेमुळे त्यांना काही अघोषित अधिकारही प्राप्त झाले होते. एक विद्वान, व्यासंगी, अभ्यासू संपादक आणि नेता काय बोलतो, काय लिहितो, याकडे स्वाभाविकच साऱ्यांचे लक्ष असे. 'केसरी' वर्तमानपत्र गावोगाव सामुदायिकपणे वाचन करण्याचा तो काळच होता. वेदोक्तप्रकरणी टिळक काय बोलणार, हेही महत्त्वाचे होते. टिळकांनी दोन्ही अग्रलेखांत राजोपाध्ये यांचीच बाजू घेतल्याचे दिसते. आणि 'आता छत्रपती शिवाजी महाराजांबरोबर कर्तबगारी संपली आहे. इतरांनी नको त्या गोष्टींचा आग्रह धरू नये', अशी समजूतही त्यांनी काढलेली आहे. 'केसरी'त अग्रलेख येणे, याचा अर्थ वेदोक्तविषय संपूर्ण महाराष्ट्राचा आणि महाराष्ट्राबाहेरचा होणे असा होता. करवीर संस्थानातील वेदोक्त प्रकरण अशा प्रकारे करवीरबाहेर चर्चेचा विषय ठरले. वेदोक्तप्रकरणी टिळकांनी मांडलेली भूमिका अनेक विद्वान ब्राह्मणांनी पुढे नेल्याचे दिसते. वाचकांना टिळकांची ही भूमिका सविस्तर समजावी, म्हणून दोन्ही अग्रलेख जसेच्या तसे देत आहे.

वेदोक्ताचे खूळ - १ (२२ ऑक्टोबर १९०१)

अलीकडे इंग्रजी विद्येने व पाश्चिमात्य शिक्षणाने संस्कृत झालेल्या मराठे

मंडळींच्या मनात जी काही खुळे शिरली आहेत त्यांपैकीच वेदोक्त कर्माचे खूळ हे एक होय. बरेच दिवसांपूर्वी हे बंड प्रथमतः श्री. गायकवाड सरदार यांच्या प्रोत्साहनाने बडोद्यास सुरू झाले व त्याचा संसर्ग आता कोल्हापूरपर्यंत जाऊन भिडला आहे, व इतर ठिकाणीही तोच प्रकार होण्याचा संभव आहे. हे खूळ एकाच ठिकाणी होते तोपर्यंत त्याबद्दल विशेष लिहिण्याचे काही कारण नव्हते. पण बडोदे आणि कोल्हापूरसारख्या संस्थानचे अधिपती राजा या नात्याने आपणाकडे असलेल्या धर्माच्या बाबतीत तिऱ्हाईतपणाचा अधिकार विसरून जाऊन जेव्हा एका विवक्षित ज्ञातीचे पुरस्कर्ते बनतात, इतकेच नव्हे तर, त्यांच्या खुळास पाठबळ देऊन परधर्मी सार्वभौम राजाकडे आपल्या संस्थानातील प्रजेस धाव घेण्यास लावतात तेव्हा यासंबंधाने दोन शब्द लिहिणे जरूर होते. आम्ही जे यासंबंधाने विवेचन करणार आहो ते कोणाही व्यक्तीस अनुलक्षून नसून या प्रश्नाची आजपर्यंतची हकिगत कशी आहे, त्याची व्यवस्था कोणत्या प्रकारे झालेली आहे, व पुढे ती कोणत्या धोरणावर झाली पाहिजे इत्यादी सामान्य तत्त्वांचाच आजच्या व पुढच्या लेखात विचार करणार आहो. याबद्दल कोणास काही वाईट वाटण्याचे कारण नाही. जातिभेद हा हिंदू लोकांच्या अगदी हाडी खिळलेला आहे. जिवास परमेश्वराची प्राप्ती कशाने होईल एवढाच 'धर्म' या शब्दाचा अर्थ धरिला तर हिंदू धर्मात जातीचा अगर खाणे, पिणे अथवा इतर आचार यांचा बिलकूल संबंध येत नाही हे उघड आहे. कारण आमच्या धर्मात परमेश्वर वसिष्ठास जितका साध्य होता तितका जनकासही होता, आणि ज्ञानेश्वर-एकनाथांप्रमाणेच तुकाराम, गोरा कुंभार आणि चोखामेळा यांसही गती प्राप्त झालेली आहे. अशा प्रकारच्या धर्मात खाणे, पिणे आणि जाती यांचा समावेश होत नाही. हे आचार स्वतंत्र आहेत व ते स्मृति-ग्रंथातून 'आचार आणि व्यवहार' या सदराखाली पडतात. तथापि, हिंदू लोकांची ज्ञातिधर्मावरील आसक्ती इतकी दृढ आहे, की हिंदुचे ख्रिस्ती झाले तरी त्यांच्या मनावर परंपरागत आलेले ज्ञातिभेदाचे संस्कार जळलेल्या दोरीत तिचा पीळ जसा कायम राहतो तद्वत कायम राहतात. हे परंपरागत किंबहुना रक्तमांसगत भेदाभेद अजिबात मोडून टाकून सर्व हिंदुस्थानातील जातींचा सबगोलंकार करणे इष्ट असले तरी शेकडो वर्षेपर्यंत शक्य नाही हे कोणासही कबूल केले पाहिजे. व आम्ही आजच्या प्रश्नाचा जो विचार करणार आहो तो याच धोरणावर करणार आहो. समाजाच्या स्थितीत जी काही कोणास पालट करावयाची असेल ती व्यवस्थेने व बेताबेतानेच केली पाहिजे व जी पालट करावयाची तीही अशी असली पाहिजे, की तिची उपयुक्तता चटकन लोकांच्या लक्षात येईल. हल्ली वेदोक्त कर्माबद्दल जी चळवळ चालू आहे ती तशा प्रकारची नाही हे पूर्वेतिहासावरून

कोणाच्याही सहज लक्षात येईल. हा इतिहास कित्येकांस अवगत नसेल म्हणून त्याची आज खाली थोडक्यात हकिगत देत आहो. ज्ञातिधर्माप्रमाणे पाहता ब्राह्मण, क्षत्रिय, वैश्य यांस जे गृह्य संस्कार सांगितलेले आहेत ते वेदोक्त मंत्राने करावे अशी स्मृतीतून वचने आहेत. परंतु धर्मशास्त्रावरील जे प्रसिद्ध व सर्वमान्य ग्रंथकार आहेत, त्यांच्या मते, खऱ्या क्षत्रिय व वैश्य जाति हल्ली नाहीशा झालेल्या आहेत. व ब्राह्मण आणि खरोखर शूद्र यांच्या दरम्यान ज्या जाती आहेत, त्यांचे जे संस्कार करणे ते वरील तारतम्य लक्षात आणून केले पाहिजे असे त्यांचे मत आहे. आता प्रश्न असा आहे, की मराठे हे अस्सल क्षत्रिय आहेत किंवा शूद्र आहेत, अथवा या दोहोंमध्ये तारतम्याने यांची कोणती तरी पायरी लाविलीच पाहिजे. पूर्वपक्ष असा आहे, की मराठे हे क्षत्रिय होत आणि त्यामुळे त्यांच्याकडे होणारी कर्मे ब्राह्मणांनी 'वेदोक्त' केली पाहिजेत. परंतु ही कोटी नवी आहे असे नाही. इतिहासाकडे जरा नजर फेकली असता असे दिसून येईल, की यवनी राज्याची लाट उत्तरेकडून दक्षिणेकडे जोराने खाली येत असता तिला विंध्याद्रीप्रमाणे अडवून धरून ज्या रणशूर मराठे वीरांनी माघार खावयास लाविली आणि आपल्याला गोब्राह्मणप्रतिपालक असे अन्वर्थक नाव घेऊन हिंदु धर्माचे, हिंदु राष्ट्राचे आणि हिंदु लोकांचे अस्तित्व कायम राखले त्याच्या कारकिर्दीत या प्रश्नाचा एकदा निकाल झालेला आहे. तो काल असा होता की, श्रीशिवाजीमहाराजांस कोणत्या रीतीने वरिष्ठ स्थान देता, येईल त्यास उच्च पद, उच्च मान, उच्च अधिकार कोणत्या रीतीने मिळतील, हे महाराष्ट्रातील प्रत्येक पुरूष कृतज्ञता-बुद्धीने पाहत होता. काशीतील ज्या भट्ट घराण्यात पुरुषांस अद्यापही काशीक्षेत्री अग्रपूजेचा मान आहे त्याच घराण्यातील स्वत:वर सांगितलेल्या पुरुषांच्या योग्यतेचेच विद्वान ग्रंथकार श्रीगागाभट्ट हे त्या वेळी दक्षिणेत येऊन त्यांच्या हस्ते, त्यांच्या देखरेखीखाली आणि त्यांच्या सल्ल्याने, आणि त्या वेळच्या महाराष्ट्रातील प्रसिद्ध ब्राह्मण, शेणवी, परभू, मराठे वगैरे ज्ञातींच्या मुत्सद्द्यांच्या व शूर पुरुषांच्या संमतीने, किंबहुना सर्व महाराष्ट्राच्या अनुकूलतेने व इच्छेने श्री शिवाजी महाराजांची सत्तेचाळिसाव्या वर्षी मुंज करण्यात येऊन त्यांस शास्त्रोक्त रीतीने राज्याभिषेक केला व तेव्हापासून त्यांच्या राजशकास सुरुवात झाली, ही गोष्ट इतिहासात नमूद आहे. हल्ली ज्या काही मराठे लोकांनी वेदोक्ताचे खूळ माजविले आहे ते आपल्यास शिवाजी महाराजांपेक्षा ज्ञातीने अधिक श्रेष्ठ समजत असतील असे आम्हांला वाटत नाही. तसेच त्या काली भोसलेकुलावर महाराष्ट्रांतील लोकांची जी श्रद्धा जडलेली होती व तेव्हा महाराष्ट्रातील सर्व आबालवृद्ध स्त्रीपुरुष हिंदू धर्माचे संरक्षण करणाऱ्या पुरुषास व्यवहाराने व शास्त्राने ज्या काही सवलती देण्यासारख्या

असतील त्या सर्व किंवा त्याहूनही कांकणभर जास्त देण्यास जितक्या उत्सुकतेने, हौसेने आणि कृतज्ञताबुद्धीने तयार होते तसा आता कोणाही मराठ्याचा अधिकार राहिलेला नाही. अशा वेळी अशा स्थितीत या प्रश्नाचा जो निकाल लागला आहे तो कांकणभर मराठ्यांच्या बाजूचाच लागला असेल हे कोणासही आम्ही सांगावयास पाहिजे असे नाही. तो कालच असा होता, की दुसरा निर्णय आम्हाला कबूल नाही, म्हणून भोसल्याच्या कुळापेक्षा ज्याचे कूळ कर्तबगारीने, ज्ञातीने आणि मानाने कमी आहे अशा मराठे लोकांनी आता तक्रार करावी अथवा उचल खावी हे व्यवहारास, शिष्टपरंपरेस अथवा ज्ञातिसंप्रदायपद्धतीस अगर न्यायास अनुसरून आहे असे आम्हांस वाटत नाही. श्रीशिवाजी महाराजांस महाराष्ट्रातील सर्व लोक केवळ शिवाजी अवतार समजून ईश्वराप्रमाणे वंद्य मानीत होते आणि अद्यापही मानतात, व त्यांच्याबद्दल जो काही निर्णय झाला असेल तो गागाभट्ट किंवा त्यांनी पाचारण करून आलेले क्षेत्रोक्षेत्रींचे शेकडो विद्वान ब्राह्मण यांनी मनात काही कुचर ठेवून केला असेल असे म्हणणे अगदी वेडेपणाचे आहे. हिंदू पातशहा राज्याभिषेक होऊन केव्हा नजरेस पडतो व त्याचा शक कसा चालू होतो इकडे सर्व महाराष्ट्राचे लक्ष लागले होते. या सर्वांच्या सल्ल्याने क्षत्रियास उचित अशा शास्त्रोक्त रीतीने राज्याभिषेक व तदंगभूत व्रतबंध करून भोसले घराण्यात गृहकर्माबद्दल जी परंपरा तेव्हा लावून दिली गेली व जी सातारचे महाराज व कोल्हापूरचे महाराज यांच्या घराण्यात अद्याप चालत आहे ती निर्मूल आणि अप्रमाण असे म्हणण्याचे साहस करून वेदोक्तांचे बंड माजविणाऱ्यांनी काय पुरुषार्थ योजिला असेल कोण जाणे! बरे, हे खूळ माजविणारांची योग्यता आणि अधिकार पाहू गेले तर तेही श्री शिवाजी महाराजांच्या अधिकारतेजापुढे खद्योतवत् देखील पासंगास लागावयाचे नाहीत. ज्या पुरुषाने आपल्या पराक्रमाने सर्व महाराष्ट्रातील लोकांत आपल्याबद्दल पूज्यबुद्धी उत्पन्न करून जगाच्या इतिहासात आपले नाव अजरामर करून ठेविले त्याला स्वत:च्या वंशांत किंवा स्वत:च्या कुलांत गृह्यकर्मे करण्याची जी पद्धत मान्य झाली व जी पद्धत तत्कालीन सर्वधर्मीय ब्रह्मवृंदांनीही मोठ्या आनंदाने आणि कृतज्ञता बुद्धीने कबूल केली ती बरोबर नाही व त्या पद्धतीत आपला मानभंग होऊन आला ज्ञातिमूलक दर्जा व अधिकार कमी होतो असे मराठे वंशांतील आधुनिक पुरुषांस वाटावे हे आमचे मोठे दुर्भाग्य होय. आपल्या प्रांतातील किंवा राष्ट्रातील लोकांकडून धन्य म्हणवून घेण्यास हल्लींच्या 'वेदोक्त' च्या खुळाखेरीज दुसरे हजारो मार्ग आहेत. परंतु ज्ञातिमूलक खोट्या अभिमानाने आणि अवदशेच्या फेऱ्याने आम्हांस इतके ग्रासले आहे, की माझी मुंज लागताना अमुक मंत्र म्हटला नाही तर माझा व माझ्या देशाचा

सर्वस्वी घात झाला असे मानण्यापर्यंत मजल येऊन ठेपली आहे. आपल्या थोर वाडवडिलांनी किंवा कुलप्रवर्तकांनी स्थापलेली व मान्य केलेली व तेथपासून आतापर्यंत अव्याहत चालत आलेली परंपरा किंवा तत्काली निर्णित झालेली गोष्ट ही पुन: उकरून काढून निव्वळ वाद वाढविणे व त्यातच भूषण मानणे यापलीकडे आम्हांस काही उद्योग राहिला नाही. व सुधारणा काय ती हीच आहे व मराठे ज्ञातीचे खरे हित यातच आहे असे उद्‍गार काही ठिकाणी निघू लागले आहेत. पूर्वपरंपरा, इतिहास व निर्णय लक्षात आणता हे सर्व विचार अवनतीचे आणि अविचारीपणाचे आहेत, असे कोणाच्याही सहज लक्षात येईल. श्री शिवाजी महाराजांच्या वेळच्या मराठे लोकांच्या हल्लीच्या वंशजांनी अशी काय थोर कृत्ये केली आहेत किंवा पुरावा मिळविला आहे, की त्यामुळे श्री शिवाजी महाराजांस संतोषाने जे ज्ञातिधर्मासंबंधी अधिकार देण्यात आले त्यापेक्षा अधिक अधिकार हल्लीच्या पुरुषांस महाराष्ट्रीयांनी देण्यास कबूल व्हावे? हल्लींचा मनु फिरला आहे आणि परधर्मी सार्वभौम छत्राखाली एवढेच चार करणे आमच्या हातात राहिले आहे, असल्या समजुतीवरच जर ही चळवळ चालली असेल तर त्याचा विचार निराळा केला पाहिजे. आजच्या लेखात परंपरा कशी आहे हे सांगून हल्लींची चळवळ पूर्ण निर्णयांशी किती विसंगत व विरुद्ध आहे एवढे दाखविले आहे. बाकीच्या गोष्टींचा विचार स्थलसंकोचास्तव पुढील खेपेवर टाकणे भाग आहे.

वेदोक्ताचे खूळ - २
(२९ ऑक्टोबर १९०१)

गेल्या खेपेस श्री शिवाजी महाराजांच्या वेळी या प्रश्नाचा कसा काय निकाल झाला याचे दिग्दर्शन केले आहे. महाराजांस राज्याभिषेक वेदोक्त मंत्राने झाला व तदंगभूत व्रतबंधही तसाच करण्यात आला अशाबद्दल इतिहासात उल्लेख आहे, पण त्यांच्या घरचे सर्व संस्कार वेदोक्त होत असत अशाबद्दल कोठेही पुरावा नाही. उलट सातारच्या महाराजांच्या घरात जी परंपरा चालू आहे व जी मध्यंतरी विच्छिन्न झाली होती असे म्हणण्यास पुरावा नाही, तिजवरून पहाता भोसले कुळातील गृह्यसंस्कार पुराणोक्तच होत असत असे दिसून येते. आणि असे जर आहे तर श्री शिवाजी महाराजांच्या जातकुळींपेक्षा ज्यांची जातकुळी अधिक श्रेष्ठ नाही त्यांनी वेदोक्ताचे खूळ माजवून लोकांच्या शांततेचा व हक्काचा विनाकारण भंग करावा आणि सुशिक्षित संस्थानिकांनी हे प्रकार आपल्या संस्थानात घडू द्यावे, किंबहुना त्यास उत्तेजन द्यावे हे आमच्या मते अगदी गैरशिस्त होय. वेदोक्त मंत्र संस्काराच्या वेळी म्हटल्याने कोणत्याही

जातीस अधिक श्रेष्ठपणा येतो किंवा संस्कार अधिक शास्त्रोक्त होतो अशी जर कोणाची समजूत असेल तर ती चुकीची आहे. कारण ब्राह्मणजातीत देखील स्त्रियांचे संस्कार, व्रते, पूजा वगैरे पुराणोक्तच होतात. पण तेवढ्याकरिता ब्राह्मणांच्या सर्व स्त्रिया शूद्र जातीच्या आहेत असे कोणी समजत नाही. सोळा संस्कारात ज्या निरनिराळ्या क्रिया आहेत त्या चालविताना वेदोक्त मंत्र म्हणतात याचाही विनियोग अर्थावरून न करता पुष्कळ वेळा शब्दसादृश्यावरूनच केलेला असतो. अशा विनियोगास विनियोग असे म्हणतात व वैदिक मंत्रांचे अशा तऱ्हेचे विनियोग केल्यामुळेच आज हजारो वर्षे वेदांचे रक्षण झाले, असा आमच्याकडील व पश्चिमेकडील विद्वानांचा सिद्धांत झाला आहे. गर्भाधानापासून अंत्येष्टीपर्यंत शास्त्ररीत्या संस्कार होणे हे जितके अवश्य, तितकेच ते वैदिक मंत्राने झाले पाहिजेत हे अवश्य नाही, आणि वैदिक मंत्रांनी संस्कार झाले म्हणजे मराठे व ब्राह्मण एका जातीचे होतील अशी जर कोणाची कल्पना असेल तर तीही निर्मूल आहे. ब्राह्मण जातीतील स्त्रियांस वेदोक्त मंत्र म्हणण्याचा अधिकार नसताही त्या जातीने ब्राह्मण आहेत, आणि मराठे लोकांनी वेदोक्त मंत्र म्हटले तरी ते मराठेच राहतील हे लक्षात ठेविले पाहिजे. दुसरी लक्षात ठेवण्यासारखी गोष्ट अशी, की मराठे लोकांस आपण खरे क्षत्रिय असे वाटत असेल तर आपले क्षात्रतेज व्यक्त करण्यास वेदोक्त मंत्राने श्रावणी करणे हा काही खरा मार्ग नव्हे. ज्या लोकांच्या पूर्वजांनी गेल्या शतकात मुसलमानी राज्याची लाट मार्गे हटवून हिंदू धर्माचे पुनरुज्जीवन केले ते जातीने अस्सल क्षत्रिय असोत वा नसोत, त्यांची योग्यता स्नानसंध्या करून धर्म राखणाऱ्या ब्राह्मणांपेक्षा कोणत्याही रीतीने कमी आहे असे आम्ही मानीत नाही. हे मत आज आम्ही नव्याने सांगतो असे नाही. विश्वगुणदर्शात कृशानूने महाराष्ट्रांतील ब्राह्मणास ''उपनयनविवाहो उत्सवैकप्रधानी'' म्हणजे ते लग्न-मुंजी उत्सव म्हणून करतात, शास्त्रोक्त म्हणून करीत नाहीत, असा दोष दिला असता ''चमूनियमनेन ला जनपदाधिकारेण वा । द्विजव्रज उपव्रजन प्रभुपदं । महाराष्ट्रज:।। न वृत्तिमिह पालयेद्यदि धरासुराणां ततो । भवेद्यवनवेष्टितं भुवनमेतब्राह्मणम् ।।'' असा विश्वावसूने त्याचा परिहार केला होता. आणि हाच न्याय मराठे लोकांसही पूर्णपणे लागू आहे. त्यांच्या घरच्या क्रिया वेदोक्त झाल्याने त्यांस विशेष महती प्राप्त होईल असे मानणे अगदी चुकीचे आहे. ''क्षताक्तिल त्रायत इत्युदग्र:। क्षत्रस्य शब्दो भुवनेषु रूढ:।।'' अशी क्षत्रिय शब्दाची कालिदासाने व्याख्या केली आहे. परंतु हल्लीचा काल असा आला आहे, की क्षत्रियाने देखील क्षतास मलमपट्टी लावूनच आपले कर्तव्य उरकले पाहिजे. अशा स्थितीत आपले संस्कार वेदोक्त करण्यास झटण्यापेक्षा खऱ्या क्षात्र धर्मास उचित वर्तन

ठेवणे हे खऱ्या क्षत्रियाचे किंबहुना ब्राह्मणांचेही कर्तव्य आहे हे आम्ही सांगावयास नको. देशाला अनेक प्रकारची जी अनेक क्षते पडली आहेत ती भरून काढण्याची महाराष्ट्रातील मराठे व ब्राह्मण यांनी ईर्षा बाळगिली पाहिजे व परवा कर्नल सीलीसाहेबांनी मराठ्यांस कोल्हापूर येथे जो उपदेश केला तोही अशाच प्रकारचा आहे. तिकडे लक्ष न देता व श्री शिवाजी महाराजांच्या काली जो निर्णय झाला, त्यासही न जुमानता काही उच्छृंखल मराठे लोकांनी नवीन खुळे काढावी आणि त्यांस मराठे संस्थानिकांनी उत्तेजन द्यावे हे अत्यंत शोचनीय होय. यांत देशहिताचा बिलकूल संबंध नसून उलट जातीतील सलोखा मात्र मोडला जाणार आहे. काही मराठे मंडळींनी हट्टाने जरी वेदोक्त क्रिया केली तरी सामाजिक किंवा राष्ट्रीयदृष्ट्या त्यापासून त्यास काही फायदा नाही. कारण, हल्ली कित्येक युरोपियन लोकही जर वेदपठण करतात तर त्याप्रमाणेच वेदोक्त कर्मे करणाऱ्या मराठ्यांची स्थिती होईल, यात काही भूषण नाही, बहुमान नाही आणि देशकार्यही नाही. महाराष्ट्रात मराठे लोकांस जो मान आहे तो त्यांच्या वाडवडिलांच्या शौर्यामुळे त्यास प्राप्त झालेला आहे, व तशा प्रकारचे शौर्य, धाडस व देशाभिमान हे गुण जोपर्यंत त्यांच्यामध्ये जागृत रहातील तोपर्यंत त्यांचा मान कधीही कमी व्हावयाचा नाही. वेदोक्त कर्मे करणारे ब्राह्मण पाणी भरतात आणि पुराणोक्त कर्म करणारे मराठे राजपदाचा अनुभव घेतात हे जर आम्ही डोळ्याने पाहत आहो, तर वेदोक्त मंत्रांनीच आपले संस्कार झाले पाहिजेत असा मराठ्यांनी आग्रह धरणे चुकीचे नव्हे काय? संस्काराच्या वेळी वैदिक मंत्र म्हणणे हे आज हजारो वर्षे चालत आलेल्या वहिवाटीने एका विशिष्ट जातीतील पुरुषांचे (स्त्रियांचे नव्हे) लक्षण झाले आहे, परंतु जातिजातीस जो काही मान आहे तो या लक्षणावर नसून त्या त्या ज्ञातीत कार्यकर्ते पुरुष ज्या प्रमाणावर निपजतात त्या प्रमाणावर आहे ही गोष्ट इतिहासावरून सिद्ध होत आहे. असे असता केवळ अज्ञानाने किंवा मत्सराने एका जातीने दुसऱ्या जातीच्या विशिष्ट लक्षणाचा अंगीकार करण्याचा प्रयत्न करावा व त्यास शहाण्या माणसांनी उत्तेजन द्यावे हे बरोबर नाही.

परंतु कित्येकांचे असे म्हणणे पडेल की, हल्लींचा मनु पालटलेला असल्यामुळे पाहिजे त्यास पाहिजे ते करण्याची मुभा आहे, मात्र पिनल कोडाप्रमाणे तो गुन्हा नसला म्हणजे झाले, आणि हे तत्त्व लक्षात आणले म्हणजे साहेबलोकांस जर वेद म्हणण्याची किंवा शिकण्याची मुभा आहे तर हिंदू धर्मातील ब्राह्मणांखेरीज इतर जातींस ती अवश्य असली पाहिजे. हल्लींचा काल व्यक्तिस्वातंत्र्याचा आहे ही गोष्ट खरी आहे. युरोपियन लोक वेदांचे पठण करीत असता जर त्यास आमच्याने मनाई करवत नाही तर

मराठ्यांस तरी का करावी हे म्हणणे प्रथमत: बरेच संयुक्तिक दिसते. परंतु या प्रश्नाचा विचार करतेवेळी हा वेदपठणाचा प्रश्न नाही, वेदोक्त संस्कार करण्याचा प्रश्न आहे हे लक्षात ठेवले पाहिजे. कोणाही युरोपियन ब्राह्मणांनी वेदोक्त संस्कार केलेले नाहीत, व व्यक्तिस्वातंत्र्याचेच मत घेतले तर कोणाही ब्राह्मणास अशा प्रकारे मराठ्यांचे वेदोक्त संस्कार करण्यास लावणे किंवा तो न करील तर त्याची जहागीर जप्त करणे हे अयोग्यच नव्हे तर अन्यायाचे होईल. समाजामध्ये आज शेकडो वर्षे ज्या रीतिभाती चालत आलेल्या आहेत व विशेषकरून ज्या रीतिभातींचा धर्माशी संबंध आहे त्यात फेरबदल करणे तो जुलमाने न करिता खुषीने केला पाहिजे, हे तत्त्व सार्वभौम इंग्रज सरकारने कबूल केलेले आहे, व याच तत्त्वास अनुसरून हिंदुस्थानातील मांडलिक संस्थानिकांनीही आपले वर्तन ठेवले पाहिजे. राजाला जो अधिकार आहे तो समाजाची घडी मोडून समाजात असंतोष उत्पन्न करण्याकरिता नव्हे व या अधिकाराचा जर एखादा संस्थानिकांकडून दुरुपयोग होईल तर त्याची दाद घेणे सार्वभौम सरकारास भाग पडेल. संस्थानातील प्रजेमध्ये ज्ञातिज्ञातींतील तंटे संस्थानच्या अधिपतीच्या प्रोत्साहनाने अधिक विकोपास जाऊ नयेत अशाबद्दल खबरदारी घेणे हे इंग्रज सरकारचे कर्तव्य आहे. मराठेशाहीस किंवा ब्राह्मणी राज्यात जर असे प्रकार घडले असते तर राजा आणि प्रजा यांच्यामध्ये किंवा ज्ञातिज्ञातींमध्ये तंटे माजून अखेरीस दंगेधोपे होण्यापर्यंतही मजल आली असती. हल्ली इंग्रज सरकारच्या अमलाखाली तशी गोष्ट होणे शक्य नाही, पण त्याबरोबर असा बंदोबस्त आहे की, पूर्वापर धार्मिक वहिवाटीत कोणीही विनाकारण बळजबरी करून बिघाड करू नये. या तत्त्वाप्रमाणे पाहिले असता असे दिसून येईल, की मराठे लोकांच्या घरी ब्राह्मण वेदोक्त कर्म करीत नाहीत म्हणून त्यांची इनामे किंवा जहागिरी जप्त करण्याचा जो कित्येक ठिकाणी धाक दाखविण्यात आला आहे तो अन्यायाचा व संस्थानास अपायकारक आहे. तसेच ठिकठिकाणच्या देवळातील, मठातील वगैरे पूजाअर्चा चालविण्याचे अधिकार किंवा कोणत्याही मराठी संस्थानिकाकडे धर्मकर्मे करण्याचे अधिकार ज्यांच्याकडे आहेत ते वहिवाटीप्रमाणे हे अधिकार चालविण्यास जोपर्यंत तयार आहेत तोपर्यंत त्यांची वतने किंवा जहागिरी काढून घेणे हेही जुलमाचे व अन्यायाचे आहे. फार लांब कशाला, महाराष्ट्रात इंग्रज सरकारचे राज्य झाल्यावर गावोगाव जे सेटलमेंट झाले तेव्हा देशपांडेपणाची किंवा जोशीपणाची वतने होती ती सदर वतनदारांची सरकारास जरूर नसताही त्याजकडे चालविण्यात आली. धर्मासंबंधी देणग्यांस व वतनास हाच न्याय लागू आहे. मराठे संस्थानिकांस जर पुराणोक्त कर्मे करणारे ब्राह्मण उपाध्ये नको असतील तर त्यांस त्यांनी बोलावू नये, पण तेवढ्याकरिता

सदर उपाध्ये जोपर्यंत वहिवाटीप्रमाणे कर्मे करण्यास तयार आहेत तोपर्यंत त्यांचे वेतन बंद करता यावयाचे नाही. सार्वजनिक देवळे, धर्ममंदिरे, मठ वगैरेसंबंधाने हीच व्यवस्था अथवा तत्त्व लागू आहे. याठिकाणच्या पूजाअर्चा बदलण्याचा कोणाही संस्थानिकास अधिकार नाही व हल्लींच्या पालटलेल्या मनूतील व्यक्तिस्वातंत्र्याचे तत्त्व घेतले तरीही हल्ली काही ठिकाणी जे प्रकार होत आहेत ते न्यायदृष्ट्या कधी योग्य ठरणार नाहीत. आमच्या संस्थानिकांस हे तत्त्व सांगण्याची आज आम्हांवर पाळी यावी ही मोठ्या दु:खाची गोष्ट आहे. हिंदू संस्थानातील हिंदू ज्ञातिज्ञातींमधील तंटे हिंदू राजास तिऱ्हाईतपणे तोडता येऊ नयेत हे मोठे लाजिरवाणे होय व या कामी लोकांस सार्वभौम सरकारची मदत घ्यावी लागली तर आमचे राजे सुधारलेल्या पद्धतीने राज्य चालविण्यास अद्याप पात्र झाले नाहीत याबद्दल दुसरा पुरावा शोधण्याची काही जरूर राहणार नाही. तरी या सर्व गोष्टींचा विचार करून मराठे संस्थानिक आपले वर्तन सोडतील अशी आम्हांस उमेद आहे. महाराष्ट्रात मराठे लोकांचा मान कमी आहे असे नाही व तो वेदोक्त कर्म केल्याने जास्त वाढेल असेही नाही. तेव्हा विनाकारण खोट्या अभिमानास बळी पडून मराठे संस्थानिकांनी राजा या नात्याने तिऱ्हाईतपणाचा जो त्यांजकडे अधिकार आहे, तो अविचारीपणाने घालवू नये एवढीच त्यांस आमची विनंती आहे. बाकी मराठे लोकांस वेदोक्त कर्म करणे असल्यास त्यांनी ते खुशाल करावे, त्यांचा हात धरणारा या कालात कोणी राहिला नाही, पण अमक्या ब्राह्मणांनीच ते आमच्या घरी केले पाहिजे असा आग्रह मात्र त्यास धरता येणार नाही, किंवा देवालये किंवा देवस्थाने यांची पूर्वापार चालत आलेली वहिवाट मोडता यावयाची नाही. हल्लीच्या व्यक्तिस्वातंत्र्याच्या दृष्टीने हा विचार झाला. इतिहासाच्या दृष्टीने काय निर्णय झालेला आहे तो पूर्वीच सांगितलेला आहे. तेव्हा या गोष्टी लक्षात घेऊन जर आमचे संस्थानिक चालतील तर यासंबंधाने जास्त लिहिण्याची काही आवश्यकता पडणार नाही. निरनिराळ्या ज्ञातींतील लोकांचा सलोखा कसा व्हावा हे आम्हांस पहाणे आहे व तशा दृष्टीनेच या विषयावरील लेख आम्ही लिहिले आहेत.

या अग्रलेखानंतर पुन्हा महाराज आणि राजोपाध्ये यांच्यातील वादाकडे वळूया. राजोपाध्ये यांनी महाराजांच्या पहिल्या पत्राचे म्हणजे नोटिशीचे उत्तर दिलेच नाही. महाराजांच्या पत्राचे उत्तर द्यावे, असे त्यांच्या पगारी सेवकाला वाटले नाही, यावरूनही राजोपाध्ये यांना वेदोक्ताची लढाई किती जोरात लढायची होती, हे स्पष्ट होते. महाराजांनी ८ नोव्हेंबर १९०१ ला दुसरी नोटीस पाठवली. राजवाड्यातील सर्व

धार्मिक विधी वेदोक्त पद्धतीने करण्यास आपण तयार आहात की नाही, हे पुन्हा या नोटिशीद्वारे विचारण्यात आले. आपल्याला वेदोक्त पद्धतीने धार्मिक कर्मे करायचीच नसतील तर तसे मोकळेपणाने सांगावे. या विषयावर आपल्याला दोन-तीन वेळा व्यक्तिगत सांगण्यात आले आणि तसे पत्रही पाठविण्यात आल्याचेही नोटिशीत म्हटले आहे.

ऑक्टोबर १९०१ मध्ये नोटिशीचे प्रकरण सुरू झाले, पण १९०२ च्या मेपर्यंत राजोपाध्ये काही दाद देत नव्हते. ते नोटिशीचे उत्तर पाठवत नव्हते किंवा हजर राहत नव्हते. महाराजांनी १ मे १९०२ ला कोल्हापूर दरबारातर्फे तिसरी नोटिस पाठविली. या नोटिशीतील भाषा कडक होती. पण असभ्य नव्हती. 'आपल्याला राजवाड्याचे पुरोहित म्हणून वेदोक्त पद्धतीने धार्मिक विधी करायचे आहेत की नाही हे कळवा, अन्यथा आपल्याला पदावरून कमी करण्यात का येऊ नये?' अशी विचारणा या 'कारणे दाखवा' नोटिशीत करण्यात आली आहे.

आपल्याला मिळालेल्या तिसऱ्या नोटिशीचे उत्तर राजोपाध्ये यांनी अतिशय कौशल्यपूर्ण दिले आहे. एखाद्या निष्णात वकिलालाही लाजवेल, असे ते आहे. राजोपाध्ये यांनी स्वत: कायद्याचा अभ्यास सुरू केला होता. 'मी परीक्षा देणार होतो.' 'मी प्रवासात होतो', 'मी डॉक्टरांकडे गेलो होतो', 'मी अधिकाऱ्यांशी बोललो होतो', असे उत्तर त्यांनी दिले आहे. 'राजवाड्यात होणारे सर्वच धार्मिक विधी वेदोक्तानुसार व्हावेत अशी सरकारांची इच्छा आहे. पण जे जे व्यवहारात आहे, ज्याला ज्याला शास्त्राधार आहे ते ते मी करण्याचा प्रयत्न केला आहे. सगळ्याच गोष्टी वेदोक्तानुसार करायच्या असतील तर स्वामी जगदगुरुंचा निर्णय, नाशिक, वाई आदी ठिकाणच्या विद्वानांचा निर्णय घ्यावा लागेल. शहरातील ब्राह्मण संघटनेची मते खूप प्रतिकूल आहेत. (वेदोक्त विधी करण्यास) शास्त्रानुसार विधी न करणाऱ्यांना ते बहिष्कृत करतील. मलाही बहिष्कृत करतील.' असे राजोपाध्ये यांनी उत्तरात म्हटले आहे.

५ मे रोजी राजोपाध्ये यांचे पत्र मिळाल्यावर महाराजांच्या दरबाराने या पत्रावर विचार केला. महाराजांचे धार्मिक विधी वेदोक्त पद्धतीने करता येणार नाहीत हेच राजोपाध्ये यांनी आपल्या खुलाशात ठामपणे म्हटले होते. चर्चेअंती राजोपाध्ये यांना राजघराण्याच्या पुरोहितपदावरून कमी करण्यात आले.

राजोपाध्ये यांच्या खुलाशावरून बऱ्याच गोष्टींवर प्रकाश पडला होता.

१) राजघराण्यात वेदोक्त पद्धतीने विधी केले जात नव्हते.

२) पुराणोक्त विधी याचा अर्थ महाराज क्षत्रिय नसून शूद्र आहेत.

३) नोटिशीची उत्तरे देण्यास राजोपाध्ये यांनी टाळाटाळ केली आहे.

४) वेदोक्त विधी करण्याची राजोपाध्ये यांची इच्छा नाही.

५) राजोपाध्ये यांनी उघडपणे, जाणीवपूर्वक महाराजांनी दिलेल्या आज्ञांचा भंग केला आहे.

सबब,

१) राजघराण्याचे पुरोहित म्हणून काम करण्याच्या पदावरून राजोपाध्ये यांना कमी करावे.

२) राजोपाध्ये म्हणजे राजघराण्याचे पुरोहित म्हणून त्यांना दिलेली इनाम खेडी आणि इनाम जमिनी त्यांच्याकडून व त्यांच्या कुटुंबीयांकडून काढून घ्याव्यात.

३) राजोपाध्ये यांना दिलेले महसूल, नागरी आणि मानाचे अधिकार, तसेच निवाड्याचे अधिकार काढून घ्यावेत.

दरबारातील खासगी कारभारी एन. पी. भिडे यांच्या सहीने हा निर्णय राजोपाध्ये यांना कळवण्यात आला. राजोपाध्ये यांना पाठवलेले पहिले पत्र आणि निर्णय यात सुमारे सहा महिन्यांचा कालावधी होता. त्या अवधीत महाराजांनी आपण क्षत्रिय असल्याचे पुरावे गोळा केले. श्रीमंत बाबासाहेब महाराज यांच्या कालावधीत वेदोक्त विधी का बंद पडले, याचा अभ्यास केला. बाबासाहेब महाराज यांचे इंग्रजी शिक्षण जेमतेम होते. त्यांच्या भोळेपणाचा लाभ घेऊन आणि वेदोक्त विधीमुळेच संतती दगावली असे सांगून त्यांची दिशाभूल करण्यात आली, असे अभ्यासाअंती निष्पन्न झाले. तंजावर, सातारा, उदयपूर आणि नागपूर आदी भोसलेकुळाच्या विविध शाखांमध्ये वेदोक्त विधी होत असल्याचे लक्षात आले. महाराजांनी दोन विद्वान ब्राह्मणांची नेमणूक करून सर्व पुरावे गोळा केले होते. या सर्वांवरून महाराज क्षत्रिय आहेत आणि त्यांना वेदोक्त अधिकार आहे, याविषयी काही शंका रहात नव्हती. प्रश्न होता तो राजोपाध्येंचा...

राजोपाध्ये यांना पुरोहितपदावरून कमी करण्याचा निर्णय झाल्यानंतर तसे पत्र पाठविण्यात आले. महाराजांनी आपल्या पत्राचा फेरविचार करावा, असा विनंतीअर्ज राजोपाध्ये यांनी २८ जुलै १९०२ ला केला. 'माझ्याबाबत घेतलेला निर्णय अन्यायकारक आहे. या निर्णयामुळे माझे खूप नुकसान होणार आहे. पूर्वग्रहदूषित दृष्टिकोनातून निर्णय झाला आहे. या निर्णयाचा फेरविचार करावा, अशी विनंती आहे.' या अर्जाशिवाय राजोपाध्ये यांच्या वतीने युक्तिवाद करणारेही पत्र आहे. त्यात चोवीस युक्तिवाद आहेत. राजोपाध्ये यांच्याकडे असलेली मालमत्ता वडिलोपार्जित आहे, ती त्यांच्या वडिलांनी त्यांच्या नावावर केली आहे, असा एक युक्तिवाद आहे.

राजोपाध्ये यांनी केलेला फेरविचाराचा अर्ज दरबाराने फेटाळून लावला. हुजुरांनी फेरनिर्णयाचा अर्ज काळजीपूर्वक पाहिला. फेरविचार करावा असे नवे काही त्यात नाही, अर्ज फेटाळण्यात येत आहे. असा निर्णय घेण्यात आला. तसे पत्र राजोपाध्ये यांना पाठवण्यात आले. अर्ज फेटाळताना कार्यकारी मुख्य न्यायाधीश आर. आर. शिरगावकर, महसूल विभागाचे कार्यकारी मुख्य न्यायाधीश बी. व्ही. जाधव यांचे मत घेण्यात आले होते. इथे एक गोष्ट लक्षात येईल, की राजोपाध्ये यांच्याविषयी निर्णय घेताना महाराजांनी कुठेही आपला संयम ढळू दिला नाही. भावनेच्या भरात त्यांनी निर्णय घेतला नाही. संस्थानात उपलब्ध असलेले कायदे, परंपरा, रिवाज याचा त्यांनी वापर केला. दरबाराने घेतलेला हा निर्णय पोलिटिकल एजंटामार्फत मुंबई सरकारकडे पाठवण्यात आला. त्यांनी या निर्णयाला मान्यता दिली.

दरबारातून इंग्रजांकडे

महाराज आपल्या निर्णयापासून ढळत नाहीत, हे लक्षात आल्यानंतर राजोपाध्ये यांनी ९ जानेवारी १९०३ ला कोल्हापूर व सदर्न महाराष्ट्र कंट्रीचे पोलिटिकल एजंट ले. क. डब्ल्यू. बी. फेरीज यांच्याकडे अर्ज केला. 'पूर्वीप्रमाणे आपले इनाम चालू रहावे व हक्कही चालू रहावेत, यासाठी आपण छत्रपती शाहू महाराज यांना सल्ला द्यावा', अशी विनंती राजोपाध्ये यांनी या अर्जात केली होती, पण इथेही राजोपाध्ये यांना अपयश आले. 'राजोपाध्ये यांना धार्मिक सेवेसाठी महाराजांनी इनाम जमीन दिली आहे. पण सेवा देण्यात राजोपाध्ये अयशस्वी झाले त्यामुळे महाराजांनी इनाम काढून घेतले आहे. महाराजांनी घेतलेल्या निर्णयात मी (पोलिटिकल एजंट) हस्तक्षेप करावा असे काही आढळत नाही. म्हणून अर्जदाराचा अर्ज मी फेटाळतो आहे.' महाराजांना महसुलाचे पूर्ण अधिकार आहेत, असाही निवाडा पोलिटिकल एजंटांनी दिला.

राजोपाध्ये यांनी लढाईचा आणखी एक भाग म्हणून मुंबई सरकारकडे एक अर्ज केला २३ मे १९०३ ला. 'माझे पुरोहितपद मला पुन्हा मिळावे, माझी इनाम जमीन व अन्य मालमत्ता मिळावी, पूर्वी मिळणारे सर्व प्रकारचे अधिकार मला मिळावेत आणि 'सरदार' श्रेणीही मिळावी' असे अर्जात म्हटले होते. १६ ऑक्टोबर १९०३ ला गव्हर्नमेंट ऑफ बॉम्बेने (मुंबई सरकार) हा अर्ज फेटाळला आणि 'महाराजांनी त्यांना असलेल्या अधिकारात राहून राजोपाध्ये यांच्याबाबतचा निर्णय घेतला आहे' हे स्पष्ट केले. अर्ज करण्यासाठी सरकारी पातळीवर राजोपाध्ये यांना आता एकच ठिकाण उरले होते. ते म्हणजे 'गव्हर्नमेंट ऑफ इंडिया.' भारताचे गव्हर्नर जनरल लॉर्ड कर्झन

यांच्याकडे ५ जानेवारी १९०५ ला राजोपाध्येंनी दीर्घ अर्ज केला. १० एप्रिल १९०५ ला पुरवणी अर्ज केला. ९ मे १९०५ ला गव्हर्नर जनरलनी अर्ज फेटाळला. 'आपल्या अधिकारातील निर्णय घेण्यास महाराज सक्षम आहेत आणि त्यांनी घेतलेल्या निर्णयात गव्हर्नमेंट ऑफ इंडिया हस्तक्षेप करू इच्छीत नाही' असा निकाल दिला.

राजोपाध्ये आता कायद्याच्या सर्व लढाया हरले होते. ते जेव्हा सातत्याने लढत होते, तेव्हा दरबाराबाहेर काय घडत होते, हे पाहणेही महत्त्वाचे ठरेल. कोल्हापूरमध्ये शंकराचार्यांचे एक पीठ होते. करवीरचे शंकराचार्य पीठ म्हणून ओळखले जायचे. या पीठावर शंकराचार्य म्हणून वासुदेवशास्त्री भिलवडीकर होते. पीठाला संस्थानची मदत होती. कायमस्वरूपी उत्पन्नाची काही तरतूद केली होती. नवे शंकराचार्य नेमताना जुन्या शंकराचार्यांचा निर्णय महत्त्वाचा असला तरी महाराजांची संमतीही आवश्यक होती. भिलवडीकर हे वेदोक्त प्रकरणात शाहू महाराजांच्या विरोधी छावणीत होते. 'महाराजांना वेदोक्त अधिकार नाही' हे मत तेही ठामपणे मांडत होते. आपली प्रकृती ठीक नसल्याच्या कारणावरून त्यांनी २० फेब्रुवारी १९०३ ला काशिनाथबुवा ब्रह्मनाळकर यांना आपले शिष्य म्हणून पीठावर बसविले. जुने शंकराचार्य संकेश्वरात जाऊन राहू लागले. नवे आणि जुने दोघेही महाराजांचा वेदोक्त अधिकार मान्य करीत नसत. दोघेही टिळकपंथीय होते. महाराजांच्या मान्यतेशिवाय शंकराचार्य नेमले गेले म्हणून पीठाचे उत्पन्न गोठवण्यात आले. इकडे राजोपाध्ये प्रत्येक ठिकाणी हरत होते. वेदोक्त प्रकरण पुरोहितवर्गावरच उलटत होते. अशा स्थितीत पीठाचा होणारा आर्थिक कोंडमारा टाळण्यासाठी म्हणा किंवा नव्या शंकराचार्यांची मान्यता घेण्यासाठी म्हणा, महाराजांना वेदोक्त अधिकार असल्याचे दोन्ही शंकराचार्यांनी जाहीर केले. जुन्या शंकराचार्यांनी जून १९०४ मध्ये, तर नव्या शंकराचार्यांनी १० जुलै १९०५ मध्ये महाराजांच्या वेदोक्ताला मान्यता दिली. ही मान्यता देण्यासाठी १९०५ साल उजाडले. कारण शंकराचार्यांनी निर्णय लांबणीवर टाकण्याचा प्रयत्न केला होता. व्हाईसरॉयकडे राजोपाध्ये यांचा अर्ज होता.त्यावर काय निर्णय लागतो, याचा अंदाजही शंकराचार्य घेत असावेत, असे ॲड. पी.बी. साळुंखे यांनी 'राजर्षी शाहू स्मारक ग्रंथा'मध्ये लिहिलेल्या लेखात म्हटले आहे. (पान ४२८)

राजोपाध्ये प्रकरण कायद्याच्या क्षेत्रात रंगत होते. जे ब्राह्मण महाराजांसाठी वेदोक्त मंत्र म्हणतात, त्यांना ब्राह्मण समाज जातीतून बहिष्कृत करीत होता आणि जे म्हणणार नाहीत, त्यांचे उत्पन्न बंद होत होते. अशा परिस्थितीतून महाराज क्षत्रिय आहेत का? असतील तर त्यांच्याकडील विधी वेदोक्त मंत्राने करता येतील का, यावर

शंकराचार्यांनी निवाडा द्यावा, असा अर्ज विष्णुभट महादेवभट्ट देवधर रा. करवीर, बालंभट्ट पिले, रघुनाथभट्ट पारगावकर व वासुदेव केशवभट्ट पोरे यांनी केला. यावर छत्रपती शाहू महाराज कोल्हापूर यांचे घराणे क्षत्रिय आहे. त्यांच्या घराण्यात वेदोक्त कर्म करण्यास काहीच हरकत नाही, असा निवाडा शंकराचार्य यांनी १० जुलै १९०५ ला दिला.

इंग्रज अधिकाऱ्यांपासून ते शंकराचार्यांपर्यंत अनेक निवाडे महाराजांच्या बाजूने झाले तरीही ब्राह्मण समाजात मात्र अद्याप एकवाक्यता होत नव्हती. निर्णय होत नव्हता. शेवटी डिसेंबर १९०५ ला समस्त ब्रह्मवृंद श्रीक्षेत्र करवीर यांची म्हणजे कोल्हापुरातील सर्व ब्राह्मणांची बैठक झाली. या बैठकीत मांडलेला ठराव महत्त्वाचा आणि ऐतिहासिक आहे. १९०० ते १९०५ पर्यंत जो ब्राह्मण राजवाड्यावर धार्मिक कर्मे करण्यास जाईल, त्याला बहिष्कृत करण्याचा इशारा देण्यात आला होता आणि काहींना बहिष्कृतही केले होते. या पार्श्वभूमीवर बैठकीत मंजूर झालेला ठराव मुद्दाम येथे जसाच्या तसा देत आहे.

समस्त ब्रह्मवृंद श्रीक्षेत्र करवीर यांचा ठराव

क्षत्रियकुलावंतस श्री शाहूछत्रपती महाराज सरकार करवीर यांची धर्मकृत्ये वेदोक्त पद्धतीने व्हावी किंवा कसे यासंबंधाने प्रश्न उपस्थित होऊन बरेच दिवस वाद चालू होता. त्यांस छत्रपतीचे कुलांत वेदोक्त कर्माचा प्रचार प्राचीनपासून चालत असून श्रीमंत बाबासाहेब महाराज यांची गृह्यकृत्ये क्षत्रियधर्मानुसार वेदोक्त पद्धतीने होत होती. नंतर श्रीमंत राजाराम महाराज व शिवाजी महाराज यांची कारकीर्द उदयास न आल्यामुळे व त्यांचा वास प्रौढ दशेत विशेषेकरून परदेशात झाल्याकारणाने त्यांचे काही काही आचार लुप्तप्राय झाले होते. अशी स्थिती चौकशीअंती क्षेत्रस्थ ब्रह्मवृंदास दिसून आली, त्याबद्दल पूर्वसंप्रदायाचे दाखले, त्यावेळचे माहीतगार ब्राह्मणांचे जबाब व गृह्यकर्मपद्धतीचे ग्रंथ जे उपलब्ध झाले ते दाखल करून घेतले आहेत. ते आचार पूर्ववत चालू करण्याची सद्वासना श्री शाहू छत्रपती महाराज यांस झाल्यामुळे त्यांनी आपले उपाध्यायास व आश्रित ब्राह्मणवर्गास आपली इच्छा कळविली. त्यांनी तो प्रश्न त्यावेळचे श्री जगद्गुरू, मठ संकेश्वर यांस व क्षेत्रस्थानास कळविला. श्रीमन्महाराज यांचे घराण्यात जी पूर्वापार वहिवाट होती ती पुन्हा प्रवृत्त करणेस हरकत नाही, असा क्षेत्रस्थांचा अभिप्राय होता. परंतु श्रीजगद्गुरू व क्षेत्रस्थ ब्रह्मवृंद यांची एकवाक्यता होऊन या प्रश्नाचा निर्णय होणे अत्यंत इष्ट होते. तशी एकवाक्यता न होता क्षेत्रस्थानीच

ठराव केला आणि तो जगद्‌गुरूंस मान्य झाला नाही तर इतर ठिकाणचे ब्राह्मणांस आचार-व्यवहाराविषयी या बाबतीत कदाचित अडचण पडेल व अशा महत्त्वाचे प्रकरणात क्षेत्रस्थांचा व जगद्‌गुरूंचा मतभेद असणे हे धर्मव्यवस्थेस व लोकहितास इष्ट नाही. हा विचार मनात आणून क्षेत्रस्थ ब्रह्मवृंद जगद्‌गुरूंचे निर्णयाची प्रतीक्षा करीत होता. अशा विवंचनेत राजोपाध्ये व सरकारचे आश्रित यांस कोणचा मार्ग स्वीकारावा हे मोठे संकट पडले. तशा प्रसंगी त्यावेळचे जगद्‌गुरू, मठ करवीर व संकेश्वर यांनी पूर्वापर संप्रदाय लक्षात घेऊन जी वेदोक्त कर्मे राजघराण्यात विशेष वहिवाटीत नव्हती त्यांचा पुन्हा स्वीकार करणेविषयी आज्ञा दिली असती तर महाराज सरकारास, त्यांचे उपाध्यायांस व करवीर क्षेत्रस्थांपैकी ज्यांचा राजघराण्याशी आश्रितपणाचा संबंध होता अशा अनेक ब्राह्मणांस जे क्लेश सोसावे लागले ते लागतेना, व महाराजांचा क्षत्रियधर्मानुसार गृह्यकर्मे करणेचा अधिकार वादग्रस्त होऊन त्या संबंधाने या क्षेत्राचे व परक्षेत्रांचे काही ब्राह्मणांचे मनात अनेक विकल्प उत्पन्न झाले तसे झाले नसते. तथापि आता गत गोष्टींविषयी विचार करणेत लाभ नाही. क्षेत्रस्थ ब्रह्मवृंदाकडे काही क्षेत्रस्थानी या वादाचा निर्णय मिळावा म्हणून जसे अर्ज केले होते त्याचप्रमाणे जगद्‌गुरुंकडेही केले होते. श्रीजगद्‌गुरू विद्याशंकरभारती यांनी श्रीविद्यानृसिंहभारती यांस शिष्य करून श्रीजगद्‌गुरूचे गादीवर विधियुक्त बसविले आणि आचार, व्यवहार, प्रायश्चित्त वगैरे ज्ञातिधर्मासंबंधी जगद्‌गुरूतत्त्वाचे सर्व अधिकार ज्ञातिधर्मांकडील शिक्कामोर्तबासहित देऊन आपण केवळ संन्यासधर्माचे सेवन करणेचे व्रत स्वीकारले. त्यांनी धर्मशासन करणेचे सर्व अधिकार श्रीजगद्‌गुरू विद्यानृसिंहभारती यांजकडे सोपविल्यामुळे या प्रकरणाचे अर्जही त्यांच्याकडे निर्णयास पाठविले. त्यांनी दूरदृष्टीने भूत, भविष्य, वर्तमान स्थितीचा विचार करून व क्षेत्रस्थ ब्रह्मवृंदास जी माहिती होती व जी प्रमाणे उपलब्ध होती त्यांचा विचार करून महाराज सरकारास वेदोक्त कर्माचा अधिकार असल्याविषयी जो निर्णय केला आहे तो प्रसिद्ध झालाच आहे. श्रीजगद्‌गुरूंनी फार दिवस शिल्लक पडलेल्या प्रकरणाचा योग्य निर्णय करून मतद्वैविध्याचे अनिष्ट परिणामाची जी भीती क्षेत्रस्थ ब्रह्मवृंदास होती ती दूर केली, हे गुरुमहाराजांचे क्षेत्रस्थांवर मोठे उपकार आहेत. क्षेत्रस्थानी आपला निर्णय प्रसिद्ध न केल्याने काही ब्राह्मणांस अनेक विकल्प उत्पन्न करणेस अवकाश मिळाला. ते केवळ भ्रममूलक आहेत असे सर्व श्रद्धाळू ब्राह्मणांस विदित करणे हे अवश्य कर्तव्य जाणून क्षेत्रस्थ ब्रह्मवृंदाकडून असा निर्णय करणेत येत आहे की, श्रीजगद्‌गुरू, मठ करवीर व संकेश्वर यांनी या प्रकरणाचा केलेला निर्णय क्षेत्रस्थांस पूर्ण संमत असून करवीर ब्रह्मवृंदाचीही याविषयी अशी आज्ञा आहे की :-

करवीर ब्रह्मवृंदाचा ठराव

श्रीशाहू छत्रपति महाराज सरकार करवीर हे क्षत्रिय आहेत. या राजघराण्यातील नित्य-नैमित्तिक गृह्यकृत्ये व हव्यकव्यादि धर्मकृत्ये मन्वादिस्मृतिप्रतिपादित पूर्वापार वहिवाटीस अनुसरून क्षत्रियोचित वेदोक्त पद्धतीने होत जावीत. याविषयी कोणीही संदेह घेणेचा नाही. मिती मार्गशीर्ष कृष्ण ९ शके १८२७ (विश्वाससुनाम संवत्सरे)

* वे. शा. आत्मारामशास्त्री पित्रे (अध्यक्ष)
* रा.बा. कृष्णाजी नारायण पंडितराव
* श्री. रा. रा. बल्लाळकर जोशीराव
* रा. रा. रामराव कृष्ण राजाज्ञा
* वे. शा. कृष्णाशास्त्री विठ्ठलशास्त्री सेवेकरी
* भिकुशास्त्री अग्निहोत्री
* अनंतभट केशवभट लाटकर ऊर्फ ढब
* आपाशास्त्री सांगावकर
* बाबाचार्य नागाचार्य खुपेरकर
* बाबुशास्त्री गुळवणी
* वे. शा. बाळशास्त्री हुपरीकर
* रा. सा. विश्वनाथ बल्लाळ गोखले
* श्री. रा. रा. माधवराव भास्करराव जोशीराव
* वे. शा. गोपाळशास्त्री परांडेकर
* श्रीपादभट राजारामभट गुळवणी
* आत्मारामभट सखारामभट हर्डीकर
* सीतारामभट नारायणभट हळदीकर
* विठ्ठलाचार्य आपाचार्य वैद्य जोशी
* चिमणभट भाऊभट धर्माधिकारी
* वामनभट बाबाभट ढवळीकर
(महाराजांचे तीर्थोपाध्ये)

(ह्याशिवाय आणखी सुमारे दोनशे मान्यतेच्या सह्या सदरहू ठरावावर आहेत.)

काही दिवसांपूर्वी करवीरमध्ये सर्व ब्राह्मण एका बाजूला आणि महाराज दुसऱ्या बाजूला असे चित्र निर्माण झाले होते. सर्व ब्राह्मणांनी एकत्र येऊन राजोपाध्ये यांना पाठिंबा दिला. राजवाड्यावर वेदोक्त विधी केला म्हणून नारायणराव भट सेवेकरी यांना बहिष्कृत केलेच, शिवाय नायब खासगी कारभाऱ्याला एक निवेदन दिले. सेवेकरी यांनी अंबाबाईच्या मंदिरात पूजा केल्याने मूर्ती अपवित्र झाली आहे, तिचे शुद्धीकरण करून घेतले पाहिजे अशी मागणी केली. महाराजांच्या बाजूने उभे राहणाऱ्यांना पूजेसाठी पाणी घेण्यासही ब्राह्मण संघटनेने मज्जाव केला. महाराज इंग्लंडच्या दौऱ्यावर निघाले तेव्हा त्यांना आशीर्वाद देण्यास नकार देण्यात आला. ते परतल्यावर अंबाबाईच्या मंदिरात त्यांनी जाऊ नये, असा आग्रह धरण्यात आला. महाराज पतरल्यानंतर त्यांच्या सत्कारासाठी ठेवलेल्या कार्यक्रमात गडबड झाली. १४ सप्टेंबर १९०२ ला त्यांच्या दत्तक मातोश्री आनंदीबाई महाराज यांचे निधन झाले. याही वेळी महाराजांना धार्मिक कार्याबाबत धमक्या देण्यात आल्या. एकीकडे महाराज आपल्या मातेच्या मृत्यूमुळे

व्यथित झाले होते, तर दुसरीकडे मन:स्ताप देणारे वातावरण होते. याच दिवशी रात्री जुन्या राजवाड्यात आग लागली. महाराजांवर देवीचा कोप झाला आहे, त्यांनी वेदोक्ताचा आग्रह धरल्याने असे घडले, असे ब्राह्मण सांगू लागले. राजवाड्यामध्ये भीतीचे, गोंधळाचे वातावरण तयार केले जात होते. शाहू महाराज हे कागलच्या घराण्यातील आहेत. त्यांना दत्तक घेतले गेले आहे, म्हणून ते क्षत्रिय नाहीतच, असा प्रचार ब्राह्मणांनी सुरू केला. राजोपाध्ये यांची जमीन महाराजांना हडप करायची आहे, स्वत:ला क्षत्रिय म्हणावे यासाठी ते लाच देत आहेत, त्यांना स्वत:ला क्षत्रिय सिद्ध करून बडोदा संस्थानाचे जावई व्हायचे आहे, असे एक ना अनेक आरोप होऊ लागले.

लोकांमधील चर्चा वृत्तपत्रांपर्यंत नेण्यात आली. राजाराम कॉलेजमधील एक प्राध्यापक विष्णू गोविंद विजापूरकर यांनी महाराजांच्या मदतीनेच 'समर्थ' नावाचे नियतकालिक सुरू केले होते. याच नियतकालिकाचा वापर त्यांनी महाराजांविरुद्ध अपप्रचार करण्यासाठी सुरू केला. 'केसरी' ने तर अग्रलेख लिहिले होते. आंदोलन करणाऱ्या ब्राह्मणांचा नेताच 'केसरी' होता. 'माधववृत्त', 'काळ', 'गुराखी', 'जगद्हितेच्छू', 'प्रेक्षक', 'सुबोध', 'सिंधू' 'बेळगाव समाचार', 'ब्रह्मोदया' आदी पुणे, सातारा, कोल्हापूरच्या नियतकालिकांनी महाराजांच्या विरुद्ध भूमिका घेतली. याशिवाय मराठी, इंग्रजीतून अनेक पत्रके काढून वाटण्याचा सपाटा सुरू करण्यात आला. या सर्व वातावरणाचा कोणाही माणसावर विपरीत परिणाम झाला असता. आरोप, शिवीगाळ, शाप, राग, क्रोध, संशय, धमक्या आदी सर्व आयुधे ब्राह्मण-वर्गाकडून मोठ्या प्रमाणात वापरली जात होती. ही सर्व वादळे अंगावर झेलत महाराज एखाद्या पर्वताप्रमाणे धीर-गंभीर उभे होते. सरळ मार्गाने उत्तर देत होते. काही वेळा व्यथित होऊन इंग्रज अधिकाऱ्यांना पत्रही लिहीत होते. धर्माच्या आधाराने एका महाराजांना नामोहरम करण्याचा प्रयत्न कसा होऊ शकतो, हे उभा देश पाहत होता.

राज्याभिषेकानंतरची पहिली चार-पाच वर्षे धर्माच्या ठेकेदाराविरुद्ध लढण्यात गेली, पण प्रत्येक ठिकाणी महाराजांचाच विजय झाला. राजोपाध्येही शरण आले. सर्वच ठिकाणचा पराभव पचवून शेवटी, कसे का असेना, 'मलाच पुन्हा पुरोहितपद द्या' असा आग्रह त्यांनी धरला. महाराज चार-पाच वर्षांमध्ये कुणाशीच सूडबुद्धीने वागले नाहीत. आपल्या हातातील राजदंडाचा वापर त्यांनी अन्यायासाठी केला नाही. शिवाजी क्लबच्या मंडळींनी महाराजांना अडचणीत आणले. या क्लबच्या काही सदस्यांनी दहशतवादी कृत्ये केली आणि त्याचा दोष महाराजांना देण्याचा प्रयत्न सुरू झाला. 'महाराज कधी इंग्रजांच्या विरुद्ध तर कधी इंग्रजांच्या बाजूचे आहेत.', असा

जमेल तो अपप्रचार करण्यात येऊ लागला. याही प्रसंगावर महाराज मात करत होते. धैर्याने आणि संयमाने प्रत्येक गोष्टीस सामोरे जात होते. त्याच वेळेला ते धर्माचा वेगवेगळ्या अंगांनी विचारही करीत होते. सिंहासनावरच्या महाराजांना इतका त्रास होतो, तर सर्वसामान्यांना पुरोहितशाहीचा किती त्रास होत असेल, असा प्रश्नही त्यांच्या मनात निर्माण होत होता. बडोद्यात महाराज सयाजीराव गायकवाड यांनी मराठा पुरोहित निर्माण करण्याचा प्रयत्न सुरू केला होता. जैन समाजात, सोनार समाजात त्यांच्या त्यांच्या जातीचेच पुरोहित होते... आपण काय करायला हवे याविषयी महाराजांचे मन अस्वस्थ होते. वेदोक्त प्रकरण सहा वर्षे गाजत राहिले. महाराजांना मुळात वेदोक्त हवेच कशाला, अशी टीकाही वाढत होती. महाराजांच्या दृष्टीने वेदाचा प्रश्न एका अर्थाने बाजूलाच पडला होता. प्रश्न होता तो महाराज म्हणून त्यांना लाभलेल्या प्रतिष्ठेचा, प्रश्न होता तो पुरोहितशाहीने चालवलेल्या मनमानीचा, प्रश्न होता तो धर्माच्या नावाखाली कोणालाही खलास करण्याच्या वृत्तीचा... धर्माच्या नावाने सारेच आपल्या पंजाखाली घेणाऱ्या आणि स्वत: वगळता सारी दुनिया शूद्र ठरवणाऱ्या वृत्तीचा. सहा वर्षे झालेली लढाई ही 'महाराज विरुद्ध राजोपाध्ये' अशी नव्हतीच. कायदा, समाजप्रबोधन आदी वेगवेगळ्या मार्गांनी महाराज लढत होते. ब्राह्मणसमाज फक्त क्षत्रिय असलेल्या महाराजांनाच शूद्र ठरवत नव्हता, तर महाराजांना मदत करणाऱ्या सेवेकरी, जोशी या आपल्या ज्ञातिबांधवांनाही बहिष्कृत, शूद्र ठरवत होता. छत्रपती शिवाजी महाराजांच्या राज्याभिषेकाच्या वेळी ज्या गोष्टीवर पडदा पडला, त्यावर पेशवाईत पुन्हा असा वाद निर्माण करण्यात आला होता.

करवीर शंकराचार्य पुढे महाराजांच्या बाजूने उभे राहिले. १९१६ मध्ये त्यांचे निधन झाले. त्यांच्या जागी उच्चविद्याविभूषित, सुधारक, बदलाला अनुकूल ठरणारे शंकराचार्य नेमावेत, असे विचार महाराजांच्या मनात येऊ लागले. धर्माने आणि त्याच्या ठेकेदारांनी समाजाचे कोणत्याही प्रकारे शोषण करू नये, असे महाराजांना वाटत होते. त्या काळात विद्वान म्हणून गणल्या जाणाऱ्या डॉ. कुर्तकोटी यांना महाराजांनी करवीर पीठाच्या शंकराचार्यपदावर बसवले. पण महाराजांचे दुर्दैव असे, की हे शंकराचार्यही पुरोहितशाही आणि जातीयवादाच्या वर्तुळातच अडकू लागले. मठात प्रवचने ऐकण्यास येणाऱ्या अस्पृश्यांना विरोध करू लागले. विधवा-विवाहाला विरोध करू लागले. दरम्यान महाराजांनी कुलकर्णीवतन नष्ट केले आणि त्या जागी तलाठी नेमण्याचे आदेश २ मार्च १९१८ ला दिले. महाराजांचा हा निर्णय म्हणजे पुरोहितशाहीवर एक जबरदस्त आघात होता. (वाचा : राजर्षी शाहू स्मारक ग्रंथातील डॉ. शेषराव मोरे

यांचा लेख.) कुलकर्ण्यांच्या बाजूने लढण्यासाठी कोल्हापुरात कुलकर्णी असोसिएशन स्थापन झाली. शंकराचार्य कुर्तकोटी यांनी या गोष्टीस पाठिंबा दिला होता. त्यांच्या अगोदरच्या शंकराचार्यांनी अशीच गोष्ट केली होती. 'डॉ. कुर्तकोटी यांनी कुलकर्णी असोसिएशनच्या गोष्टीत लक्ष घालू नये, कारण ही गोष्ट सामाजिक वा धार्मिक नसून प्रशासकीय आहे', असे महाराजांचे म्हणणे होते. पण 'ही गोष्ट ब्राह्मणांच्या प्रतिष्ठेची आहे', असे उत्तर कुर्तकोटी देत होते. १० ऑक्टोबर १९१८ ला कुर्तकोटी यांना पदमुक्त करण्यात आले. पुरोहितशाहीविरुद्ध त्यांनी लढावे आणि समाजाला दिलासा द्यावा, या हेतूने त्यांची नेमणूक होती; पण झाले भलतेच.

महाराजांनी कुर्तकोटी यांच्या नेमणुकीतून फक्त मनस्तापच मिळवला. 'आम्ही क्षत्रिय आहोत तर आमचे क्षत्रियकर्म आम्हीच करू... त्याच्यासाठी ब्राह्मणांवर अवलंबून राहण्याचे आणि जगद्‌गुरूंची आज्ञा घेण्याचे काहीच कारण नाही, आमचा अधिकार स्वयंसिद्ध आहे, तो कोणी देण्याचे कारण नाही' असे महाराजांनी ४ डिसेंबर १९१८ ला कुर्तकोटींना पाठवलेल्या पत्रात म्हटले आहे. सहा वर्षे त्यांना जी लढत द्यावी लागली, त्या लढतीचे एक फळ म्हणजे क्षात्र जगद्‌गुरूंची निर्मिती होय. १२ ऑक्टोबर १९२० ला नव्या क्षात्र जगद्‌गुरूच्या नियुक्तीचा आदेश निघाला. सदाशिव पाटील यांची या पदावर नियुक्ती करण्यात आली. 'क्षात्र जगदगुरूंनी भीक मागायची नाही, पाद्यपूजा करून घ्यायची नाही, मानवी प्राण्याच्या डोक्यावर पालखी ठेवून स्वत: तीत बसून जायचे नाही', अशा काही अटी होत्या.

वेदोक्त प्रकरण महाराष्ट्राच्या इतिहासात अतिशय क्लेशदायक होते. मूठभर मंडळी धर्माच्या जोरावर राजसत्ता कशी जेरीस आणतात, हे महाराष्ट्राने पुन्हा एकदा पाहिले. या प्रकरणाच्या शेवटी शेवटी का होईना, पुरोहितशाहीने आक्रमकपणे टाकलेली पावले तिला मागे घ्यावी लागली. महाराजांनीच नव्हे तर सर्वसामान्य समाजानेही पुरोहितशाहीची एकाधिकारशाही पुन्हा एकदा जवळून पाहिली. क्षात्र जगद्‌गुरूंची कल्पना पुढे आली. सत्यशोधकी विचारांचे वारेही करवीर संस्थानात वाहू लागले. पुरोगामी विचारांची लढाई जी महात्मा फुल्यांच्या काळात सुरू झाली आणि जिने निर्मिक, सार्वजनिक सत्यधर्मासारख्या कल्पना मांडून पुरोहितशाहीला मोठा हादरा दिला, ती पुढे येऊ लागली. ब्राह्मण पुरोहितांऐवजी जातीतल्या पुरोहिताकडून, वडीलधाऱ्यांकडून लग्न लावण्याची पद्धत महात्मा फुले यांच्याच काळात सुरू झाली होती. पुरोहितशाहीला तिने धक्का दिला होता. त्यानंतर शाहू महाराजांच्या काळात क्षात्र जगद्‌गुरूची निर्मिती झाली आणि पुढे सत्यशोधक चळवळीला आधार मिळाला. पुढे

महाराष्ट्राचा सामाजिक इतिहास वेगळा घडला.

संदर्भ

१) राजर्षी शाहू स्मारक ग्रंथ, संपादन : डॉ. जयसिंगराव पवार.

२) Rajarshi Shahu Chatrapati

  Papers - Valume III Editor - Dr. Vilas Sangave

३) विश्वकोश

४) संस्कृतिकोश

४.

डॉ. बाबासाहेब आंबेडकर : रिडल्स प्रकरण

अरुण कांबळे

"आज सर्व प्रकारची विद्वत्ता केवळ ब्राह्मणांपर्यंतच मर्यादित झालेली आहे, परंतु दुर्दैवाची गोष्ट अशी, की व्हाल्टेअरप्रमाणे बौद्धिक प्रामाणिकतेचे पालन करण्याची भूमिका पार पाडण्यासाठी कोणताही ब्राह्मण पंडित पुढे सरसावला नाही. व्हाल्टेअर हा कॅथॉलिकपंथीय चर्चच्या छायेखालीच वाढला होता. तरीसुद्धा बौद्धिक प्रामाणिकपणाला जागून त्याने कॅथॉलिक पंथाच्या विरुद्ध बंड उभारले. अशी प्रामाणिकता येथील ब्राह्मणांमध्ये सध्या तर नाहीच, परंतु भविष्यामध्येही असा कोणी उदयास येईल, असा मुळीच संभव नाही. ब्राह्मणांमध्ये एखादाही व्हॉल्टेअर निर्माण होऊ नये, ही ब्राह्मणांच्या पांडित्यातील त्रुटी आहे. ब्राह्मण पंडित हा केवळ पढीक विद्वान असतो, ही बाब लक्षात घेतली तर याबद्दल फारसे आश्चर्य वाटणार नाही. तो बुद्धिवादी नसतो. पढीक माणूस आणि बुद्धिवादी विद्वान यांमध्ये जमीन-अस्मानाचे अंतर असते. यांपैकी पहिला, आपल्या वर्गासंबंधी सतर्क असतो, व केवळ आपल्या वर्गाच्या हितासाठी जीवन जगत असतो. दुसरा मुक्त मानव असून कोणत्याही वर्गाच्या दबावाखाली न येता स्वतंत्रपणे आचरण करणारा असतो. ब्राह्मण केवळ पढीक विद्वान असल्यामुळेच ते व्हॉल्टेअर निर्माण करू शकले नाहीत.

"ब्राह्मण असा व्हॉल्टेअर का निर्माण करू शकले नाहीत, या प्रश्नाचे उत्तर केवळ दुसऱ्या प्रश्नांनीच दिले जाऊ शकते. तुर्कच्या सुलतानाने मुसलमानी जगातला धर्म रद्द का केला नाही? घाऱ्या डोळ्यांची सर्व मुले ठार मारण्यात यावी, असा कायदा ब्रिटिश पार्लमेंटने का पास केला नाही? ज्या कारणासाठी सुलतानाने, पोपने किंवा ब्रिटिश पार्लमेंटने वरील प्रकारची कार्यवाही केली नाही, त्याच कारणासाठी असा एखादा व्हॉल्टेअर निर्माण करण्यास ब्राह्मणही असमर्थ ठरले. हे ध्यानात घेतले पाहिजे, की एखाद्या व्यक्तीच्या स्वतःच्या किंवा स्ववर्गाच्या हेतूंची आंतरिक बंधने

नेहमीच त्याच्या बौद्धिक व्यवहारावर पडून तो त्या हेतूंनी नियंत्रित होत असतो. ब्राह्मणांना जी सत्ता व उच्च स्थिती प्राप्त झालेली आहे, ती पूर्णतः हिंदू संस्कृतीमुळेच प्राप्त झालेली असून तिनेच त्यांना उच्च प्रकारचा दर्जा बहाल केला आहे. याउलट, खालच्या वर्णांच्या सर्व वर्गासाठी तिने नाना प्रकारच्या असुविधा निर्माण करून ठेवल्या असून, ब्राह्मणांच्या विरोधात बंड करून त्यांच्या वर्चस्वाला त्यांना कधीही आव्हान देता येऊ नये, अशी अवस्था या संस्कृतीत करून ठेवण्यात आली आहे. परिणामतः प्रत्येक ब्राह्मणाला– मग तो पुराणमतवादी असो, विद्वान असो की नसो– ब्राह्मणांचे वर्चस्वरक्षण करण्यात आनंद वाटतो. एखादा ब्राह्मण व्हाल्टेअर होण्यासाठी सरसावेल तरी कसा? ब्राह्मणांमध्ये असा एखादा व्हाल्टेअर निर्माण झाला तर, ब्राह्मणांचे वर्चस्व कायम राखण्यासाठी हिंदू संस्कृतीच्या नावाने जो कावा रचण्यात आला आहे, त्यालाच त्याच्यापासून खराखुरा धोका निर्माण होईल.

"माझा मुख्य मुद्दा असा, की ब्राह्मणाच्या पांडित्याला त्याच्या स्वतःच्या वर्गाचे हितरक्षण करण्याच्या चिंतेची दुर्लंघ्य मर्यादा पडलेली असते. तशा प्रकारची मुक्त बुद्धिमत्ता कोणताही ब्राह्मण मुक्तपणे वापरू शकत नाही. कारण त्याच्या बुद्धिमत्तेवर स्वार्थाची मर्यादा पडलेली असते. त्यामुळे त्याच्या वर्गाच्या व पर्यायाने त्याच्या स्वतःच्या स्वार्थाला हानी पोहोचेल, अशी त्याला भीती वाटत असते.

"परंतु कोणी एखाद्याने ब्राह्मणी साहित्यातील कावा उघड करून सांगण्याचा प्रयत्न केला, तर ब्राह्मण पंडित जेथे आवश्यक आहे तेथे स्वतःही मूर्तिभंजकाची भूमिका बजावीत नाही आणि ज्या अब्राह्मणामध्ये अशी भूमिका पार पाडण्याची पात्रता असते, त्यालाही हा पंडित तसा प्रयत्न करू देत नाही. एखाद्या अब्राह्मण विद्वानाने असा प्रयत्न सुरू केला तर ब्राह्मण पंडित त्याच्याविरुद्ध गुप्तपणे कट उभारतात, त्याची उपेक्षा करतात, एखाद्या गौण स्वरूपाच्या कारणावरून त्याची निंदा करतात किंवा त्याचे कार्य निरर्थक असल्याचा शिक्का मारून टाकतात. ब्राह्मणी साहित्यातील दोष उघड करून सांगण्याचा प्रयत्न करणारा एक लेखक या नात्याने अशा प्रकारच्या नीच कटाचा मी नेहमीच बळी ठरलेलो आहे." (द अनटचेबल्स–प्रस्तावना, डॉ. बाबासाहेब आंबेडकर).

मे-जून १९८८ च्या नवभारत मासिकाच्या अंकात तर्कतीर्थ लक्ष्मणशास्त्री जोशी यांची मासिकाचे संपादक प्रा. मे. पुं. रेगे यांनी घेतलेली मुलाखत 'सुटलेली कोडी' या नावाने प्रसिद्ध करण्यात आलेली आहे. ही मुलाखत नंतर लोकसत्ता दैनिकाच्या रविवार आवृत्तीत पुनर्मुद्रित करण्यात आली. (दि. १४ ऑगस्ट १९८८)

ही मुलाखत डॉ. आंबेडकरांच्या 'रिडल्स इन हिंदुइझम' या पुस्तकाच्या संदर्भात घेण्यात आलेली आहे व 'रिडल ऑफ राम अँड कृष्ण' या परिशिष्टाच्या निमित्ताने झालेल्या वादाची पार्श्वभूमी या मुलाखतीला लाभलेली आहे. त्यामुळे या मुलाखतीला विशेष महत्त्व प्राप्त झाले आहे.

या मुलाखतीच्या प्रास्ताविकात प्रा. मे. पुं. रेगे यांनी असे म्हटले आहे, की "आंबेडकरांनी केलेल्या ह्या समीक्षेला काही मर्यादा आहेत. त्यांची अध्ययनशीलता प्रख्यात आहे, पण त्यांना संस्कृत भाषा येत नव्हती. तेव्हा त्यांना भाषांतरावर भिस्त ठेवावी लागत असे. दुसरी आणि कदाचित अधिक महत्त्वाची असलेली गोष्ट अशी, की इतर अनेक विषयांप्रमाणे भारतीय संस्कृतीचेही त्यांनी अध्ययन केलेले असले, तरी सबंध आयुष्य एखाद्या व्यासंगात आणि चिंतनात घालवलेल्या, त्या विषयात मुरलेल्या पंडिताला जसे त्याचे सूक्ष्म आणि खोल ज्ञान असते, तसे आंबेडकरांना भारतीय संस्कृतीचे असणे शक्य नव्हते. उदा., रामकृष्ण गोपाळ भांडारकर किंवा पां. वा. काणे ह्यांचा जो अधिकार होता तो काही आंबेडकरांचा नव्हता." प्रा. रेग्यांनी वरील उताऱ्यात "डॉ. आंबेडकरांना संस्कृत भाषा येत नव्हती... भारतीय संस्कृतीचे त्यांचे अध्ययन सूक्ष्म आणि खोल नव्हते.... डॉ. आंबेडकरांपेक्षा रा. गो. भांडारकर आणि पां. वा. काणे यांचा भारतीय संस्कृतीसंबंधीच्या ज्ञानाचा अधिकार मोठा होता.... असे अस्पष्टपणे दबकत-दबकत सांगितले आहे.

'आंबेडकरांची अध्ययनशीलता प्रख्यात आहे.' किंवा या परिच्छेदाअगोदर लिहिलेल्या मजकुरातील 'आंबेडकरांचे हे पुस्तक हिंदू धर्मांच्या समीक्षेच्या दृष्टीने अत्यंत महत्त्वाचे असणार ह्यात शंका नाही.... समाजसुधारक, धर्मसुधारक म्हणून त्यांनी ही समीक्षा हाती घेतली असणार.' अशी निसरडी वाक्ये आहेत. त्यांना जे म्हणावयाचे आहे ते, ते ठामपणे म्हणत नाहीत. रेग्यांना वरील विवेचनावरून डॉ. आंबेडकरांच्या अध्ययनशीलतेबद्दल (ती प्रख्यात असली तरी) संशय आहे. त्यांच्या हिंदुधर्माच्या समीक्षेच्या मुळाशी समाजसुधारक-धर्मसुधारक ही भूमिका होती किंवा काय, याबद्दल संशय आहे असा वास येतो. प्रा. रेगे यांची जी ठाम निष्ठा या उताऱ्यात व्यक्त होते ती अशी, की आंबेडकरांना भारतीय संस्कृतीचे खोल ज्ञान नव्हते. त्यांच्यापेक्षा भांडारकर, काणे ह्यांचा या विषयाचा अधिकार मोठा होता. आणखी काही गोष्टी त्यांनी ठामपणे सांगितल्या आहेत. त्या पुढील परिच्छेदात दिसतात. तर्कतीर्थ लक्ष्मणशास्त्री जोशी यांच्याशी बोलताना त्यांच्याबाबत ते म्हणतात, 'आता तुमची विद्वत्ता भांडारकर-काणे ह्यांच्या पठडीतील आहे. वेद, इतिहास, पुराणे, दर्शने,

धर्मशास्त्र ह्यांत तुम्ही मुरलेले आहात... तेव्हा आंबेडकरांनी हिंदुधर्माच्या केलेल्या समीक्षेची समीक्षा करायला तुमच्यापेक्षा अधिक अधिकारी व योग्य व्यक्ती सुचणे कठीण आहे.'

याचा अर्थ असा की भांडारकर-काणे यांच्याप्रमाणेच त्यांच्या पठडीतील तर्कतीर्थ लक्ष्मणशास्त्री जोशी हे आंबेडकरांनी केलेल्या हिंदुधर्माच्या समीक्षेची समीक्षा करायला सर्वाधिक योग्य व्यक्ती व अधिकारी व्यक्ती आहेत, अशी प्रा. रेगे यांची धारणा आहे. आंबेडकरांच्या या क्षेत्रातील अधिकाराबद्दल व ज्ञानाबद्दल संशय व शास्त्रीबुवा, काणे, भांडारकर यांच्या या क्षेत्रातील अधिकाराबद्दल व ज्ञानाबद्दल पक्की खात्री ही रेगे यांची मुलाखतकार म्हणून असलेली भूमिका आहे. त्यामुळे वादचर्चेतील त्यांची बाजू स्पष्ट झाली आहे.

आता प्रत्यक्ष प्रश्नोत्तरांकडे वळू. आंबेडकरांना हिंदूधर्मात जी कोडी सापडली आहेत, त्याच्यातील अनेक कोडी आज सुटलेली आहेत किंवा सुटण्याच्या मार्गावर आहेत असे शास्त्रीबुवांनी प्रतिपादित केले आहे. याचे उदाहरण देताना ते म्हणतात, की 'जातिसिद्ध म्हणजे जन्मसिद्ध चातुर्वर्ण्यावर आधारलेली समाजरचना. अशी समाजरचना हिंदुसमाज आता मानत नाही.'

शास्त्रीबुवा या पहिल्याच उत्तरात धडधडीत असत्य माहिती देत आहेत हे उघड आहे. जातिसिद्ध समाजरचना हिंदूसमाजात आजही अस्तित्वात आहे याची शेकडो उदाहरणे देता येतील. हिंदूंचे प्रमुख धर्मगुरू शंकराचार्य, जातिव्यवस्था व अस्पृश्यतेचा उघड पुरस्कार करीत आहेत. अस्पृश्यांना मंदिरप्रवेशास विरोध होतो आहे. अस्पृश्यांवर प्रत्येक दिवशी भारतात अस्पृश्य म्हणून अत्याचार होत आहेत. त्यांचे खून पाडले जातात, अस्पृश्य स्त्रियांना नग्न केले जाते, त्यांची विटंबना केली जाते, त्यांच्यावर बलात्कार होतात, अस्पृश्यांचे डोळे काढले जातात. सर्वच शूद्रातिशूद्रांच्या वाट्याला आलेले भारतातील हे दाहक वास्तव आहे. पण शास्त्रीबुवा मात्र म्हणतात, की 'जातिसिद्ध समाजरचना हिंदूसमाज आज मानत नाही.' त्यांच्या या विधानात केवळ अतिशयोक्तीचा दोष नाही, तर त्यांचे हे विधान तद्दन खोटे आहे.

जन्मसिद्ध समाजरचना हिंदुसमाज आता मानत नसेल, तर राखीव जागा काढून टाकणे हेही ओघाने आलेच.

शास्त्रीबुवांनी याच उत्तरात दिलेली दुसरी धक्कादायक माहिती म्हणजे 'आज जो हिंदू कायदा आहे त्याच्याप्रमाणे दोन जातींच्या व्यक्तींनी केलेला विवाह कायदेशीर म्हणून मान्य झाला आहे. वैवाहिक आणि कौटुंबिक संबंधाविषयीचे स्मृतींवर आधारलेले

धर्मशास्त्र आज टाकून देण्यात आलेले आहे.'

वस्तुत: दोन भिन्न जातींतील व्यक्तींनी केलेला विवाह कायदेशीर रीत्या मान्य झाला तरी त्याला सामाजिक मान्यता नाही, ही सर्वांना ठाऊक असलेली उघड गोष्ट (उघड गुपित) आहे. एखादी गोष्ट कायदेशीर रीत्या मान्य असली तरी ती समाजातील प्रत्यक्ष व्यवहारात मान्य असतेच असे नाही, हे मी शास्त्रीबुवांना सांगण्याची गरज नसावी. आंतरजातीय विवाह व आंतरजातीय प्रेमप्रकरणे यांतून अनेक खूनप्रकरणे जन्माला आली आहेत आणि अशा विवाहांचे प्रमाण आजही अत्यल्प आहे, हे सर्वांना ठाऊक आहे. जुन्या स्मृतींवर आधारलेले धर्मशास्त्र जर टाकून देण्यात आले असते, तर मराठवाडा विद्यापीठास डॉ. आंबेडकरांचे नाव देण्यास विरोध झाला नसता आणि या प्रश्नाचे निमित्त करून मराठवाड्यातील दलितांच्या घरा-दारांची, संसाराची आणि जीविताची होळी झाली नसती.

शास्त्रीबुवा केवळ कायदा पुढे करून समाजात अस्तित्वात असलेले 'कठोर वास्तव' नाकारीत आहेत.

'आजच्या आपल्या राज्यघटनेप्रमाणे अस्पृश्यता रद्द करण्यात आली आहे.' असे असले तरी प्रत्यक्षात वास्तवात अस्पृश्यता आहे, हे नित्य प्रत्ययास येत नाही काय?

ज्या रा. गो. भांडारकर, म. म. डॉ. पां. वा. काणे यांचा दाखला प्रा. रेगे यांनी दिला आहे व त्यांच्याच पठडीतील शास्त्रीबुवांना आंबेडकरांनी केलेल्या हिंदुधर्माच्या समीक्षेची समीक्षा करण्याचा अधिकार स्वहस्ते बहाल केला आहे, त्या पठडीतील डॉ. पां. वा. काणे यांनी जातिव्यवस्थेबद्दल, अस्पृश्यतानिवारणाबद्दल कोणते उद्गार काढले आहेत ते पाहू, म्हणजे काणे यांचा या क्षेत्रातील अधिकार ध्यानात येईल. ते म्हणतात, 'वेदकाळीदेखील निव्वळ जन्मावरून ब्राह्मणांची थोर प्रशंसा केली जाई. ब्राह्मण हे दृश्य असणारे देव असतात. पृथ्वीवर असणारी सर्व संपत्ती ब्राह्मणांच्या मालकीची आहे, ब्राह्मण परमेश्वराच्या मुखापासून उत्पन्न झालेले असल्यामुळे ते जन्मत:च सर्व काही गोष्टींना पात्र असतात, इ. स्मृतिवचने आहेत. ही प्रशंसापर वचने ब्राह्मणांनी केवळ आपले महत्त्व वाढवण्याकरिता आणि इतर वर्णांवर आपले वर्चस्व दृढ करण्याकरिताच घातली होती असे समजू नये. **त्यांना अशा प्रकारचे महत्त्व त्यांच्या गुणांनीच प्राप्त झाले होते. विस्तृत अशा वाङ्मयाचे ते जनिते आणि संस्कृतीचे संरक्षक होते. आपखुशीने ज्या देणग्या मिळतील त्यांच्यावर अवलंबून राहून हा संरक्षणाचा भार ब्राह्मणांनी आपल्या अंगावर घ्यावा, अशीच**

समाजाची अपेक्षा होती. त्यांच्यापैकी ज्यांनी हे ध्येय गाठण्याचा शक्य तितका प्रयत्न केला, त्यांची संख्याही अगदीच लहान नव्हती आणि ह्या दुसऱ्या प्रकारच्या ब्राह्मणांच्या थोरपणामुळे सर्व ब्राह्मणवर्णाचे यश वाढले. शेकडो वर्षे मानवी समाज काही थोड्या शेलक्या पुढाऱ्यांच्या गटाची सत्ता आणि राज्य मानत आला आहे. अशा रीतीने परंपरागत चालत आलेल्या धर्माला आणि सामाजिक प्रघातांना अनुसरून **समाजावर सत्ता चालविणारे पुढारी बहुधा वंशपरंपरेने आलेले असतात.**

स्मृतिकारांनी प्रतिपादन केलेली वर्णाची उपपत्ती श्रमविभागावर उभारलेली आहे. समाजातील निरनिराळ्या वर्णांच्या अधिकारापेक्षा आणि त्यांना मिळावयाच्या सवलतींपेक्षा त्यांनी करावयाच्या कर्तव्यांवर अधिक जोर दिला होता. ब्राह्मणांना जरी अतिशय उच्च स्थान दिले असले, तरी **त्यांनी ऐहिक सत्तेची हाव न धरता इतर वर्णांच्या तुलनेने दारिद्र्यात राहावे आणि आपले ज्ञान इतर वर्णांना शिकवून जो थोडासा आणि अनिश्चित असा मोबदला मिळेल, त्यावर आपला निर्वाह करावा असे ध्येयही त्यांच्यापुढे ठेवले होते.'**

(धर्मशास्त्राचा इतिहास - लेखक म. म. डॉ. पां. वा. काणे; पृ. १२९, १३०(पूर्वार्ध) द्वितीय आवृत्ती.)

डॉ. काण्यांनी वरील विवेचनात जन्मजात ब्राह्मणवर्णाचे महत्त्व व गुणगौरव कसा केला आहे, हे सांगण्याची इत:पर जरुरी नाही. वर्णगुरू ब्राह्मण हे पृथ्वीवरच्या सर्व संपत्तीचे मालक आहेत. ब्राह्मणांनी एखादी वस्तू कोणाकडून बळजबरीने घेतली, चोरली तरी ती त्यांचीच वस्तू समजावी, हे मनुस्मृतीतील नियम पाहिले म्हणजे ब्राह्मणांना मिळणारा 'थोडासा मोबदला' स्पष्ट होतो. (मनुस्मृती १.१००, १०१) ब्राह्मणांनी ऐहिक सत्तेची हाव धरली नाही, हे डॉ. काणे यांचे विधानही निखालस खोटे आणि सत्याचा अपलाप करणारे आहे. पुष्पमित्र शुंग या ब्राह्मण सेनापतीने संचलनाच्या वेळी वध करून सत्ता हस्तगत केल्याचे उदाहरण ब्राह्मणांची ऐहिक सत्तेची हाव स्पष्ट करणारे आहे. पेशवाईतील ब्राह्मणभोजने आणि रावबाजीच्या काळातील पिसाट कामांधता काय दर्शविते? ब्राह्मणांना मिळणाऱ्या थोड्याशा मोबदल्याचे हे वाल्मीकी रामायणातील उदाहरण पहा :

"वनवासास जातेवेळी राम व सीतेने ब्राह्मणांना पुढीलप्रमाणे दान केले. वसिष्ठाचा मुलगा सुयज्ञ यांस दान : सुवर्णाची बाहुभूषणे, कुंडले, सोन्याच्या सरात ओवलेल्या रत्नमाला, कडी, अंगठ्या व इतर रत्नेही रामाने त्याचा सत्कार करून दिली. सुयज्ञाच्या बायकोस देणगी : हार, सोन्याची गळसरी, सीतेचा कमरपट्टा, तिची

सर्व आभूषणे सीतेने सुयज्ञाच्या बायकोस दिली. नाना रत्नांनी सजवलेला व उत्तम आच्छादनांनी अस्तरलेला पलंग सीतेने त्या सुयज्ञाला दिला. हजार मोहरांसह आपला हत्तीही रामाने त्याला दिला. रामाने नंतर अगस्तीपुत्र व विश्वामित्राचे पुत्र यांना बोलावून त्यांनाही दान केले. प्रत्येकी सहस्त्र गाई, सुवर्ण-रजत अर्थात सोन्याचे अलंकार व चांदीची भांडी वगैरे त्याचबरोबर अनेक रत्ने देऊन अगस्त्य व कौशिक यांना संतुष्ट केले. रामचंद्राने या वेळी किमान दहा-वीस हजार गायी वाटल्या, हजारो मोहरा दिल्या. लाखो रुपयांचे जड-जवाहीर ऋषींना दिले. मोठे मोठे अलंकार ऋषीपत्नींना मिळाले. कोट्यवधी रुपयांचा दानधर्म रामाने केला (अयोध्याकांड, सर्ग ३२, श्लोक १३-१४). अश्वमेध यज्ञाच्या वेळी दशरथाने ब्राह्मणांना दहा लाख गायी, दहा कोटी सोन्याचा मोहरा आणि त्याच्या चौपट चांदीच्या मुद्रा दिल्या (बालकाण्ड, सर्ग १४, श्लोक ५०).

राज्याभिषेकाच्या वेळी सर्वात अगोदर ब्राह्मणांना १ लाख घोडे, तितक्याच दूध देणाऱ्या गायी आणि शंभर बैल दान म्हणून दिले. इतकेच नव्हे, तर त्याच्याबरोबर ३० कोटी सुवर्णमुद्रा आणि नाना प्रकारची बहुमूल्य आभूषणे आणि वस्त्रेसुद्धा ब्राह्मणांना वाटली (युद्धकांड, सर्ग १२८, श्लोक ७३-७४). एवढ्या प्रचंड देणग्या स्वीकारणारे ब्राह्मण हे प्रचंड धन-ऐश्वर्य असलेले लोक होते. त्यांना विरोध करणारा राजा ते टिकू देत नव्हते. शेवटी राजापेक्षा या भूदेवांचेच वर्चस्व त्या काळी अधिक होते असे दिसते.'

('रामायणातील संस्कृती संघर्ष', लेखक प्रा. अरुण कांबळे, पृ. ३१,३२)

ब्राह्मणांना किती 'दारिद्र्यात राहावे' लागत होते आणि आपले ज्ञान (?) इतर वर्णांना शिकवून 'जो थोडासा आणि अनिश्चित असा मोबदला मिळत होता, त्याचं दर्शन वरील उताऱ्यावरून होईल. जन्मजात ब्राह्मणवर्णाचे डॉ. काण्यांनी केलेले कौतुक आणि गौरवयुक्त समर्थन त्यांचे ब्राह्मण्य स्पष्ट करतेच; पण 'पठडी'ही स्पष्ट करते. याच पठडीतील विद्वान तर्कतीर्थ शास्त्रीबुवा आहेत असे प्रा. रेगे यांना म्हणावयाचे आहे काय?

शूद्र व अस्पृश्यांच्या प्रश्नाबद्दल डॉ. काणे यांनी जे उद्‌गार काढले आहेत, ते त्यांची 'पठडी' आणि विद्वत्तेची जात अधिक स्पष्ट करणारे आहेत. डॉ. काणे म्हणतात :

'ब्राह्मणांना असणाऱ्या सवलतींप्रमाणे शूद्रालाही अनेक सवलती होत्या आणि त्याच्या उलट अनेक निर्बंधही असत...

१) शूद्राला वेदाध्ययन करता येत नसे. तरीपण महाभारतासारखे इतिहास आणि पुराणे ब्राह्मणवक्त्याजवळून श्रवण करता येत असत. (शान्तिपर्व ३२८.४९) (धर्मशास्त्राचा इतिहास, पृ.१३२)

डॉ. काणे शूद्रांना दिलेल्या पुराणोक्ताच्या सवलतीमुळे इतके सद्‌गदित झालेले आहेत, की मनुस्मृतीने वेद वाचणाऱ्या शूद्राची जीभ कापून टाकावी व वेद ऐकले तर त्याच्या कानात जळते शिसे ओतावे, ही भयंकर अमानुष शिक्षा दिली आहे हे विसरले आहेत.

अस्पृश्यांच्या पुढाऱ्याबद्दल (डॉ. आंबेडकरांबद्दल) डॉ. काणे यांनी असे उद्‌गार काढले आहेत की, 'अस्पृश्यांच्या पुढाऱ्यांनी जर भरमसाठ मागण्या केल्या तर निदान २० कोटी सवर्ण हिंदू त्यांना निकराचा विरोध करतील आणि अस्पृश्यतेच्या रूढीतील दोष दूर करण्याच्या कार्याला अडथळा येईल' (उक्त, पृष्ठ १३७)

डॉ. काणे यांनी डॉ. आंबेडकरांनी सुरू केलेल्या दलितांच्या मानवी हक्क-प्रस्थापनेच्या लढ्याला व न्याय्य मागण्याला 'भरमसाठ मागण्या' असे म्हटले आहे व सवर्ण हिंदूंच्या निकराच्या विरोधाची भीती दाखवली आहे. त्यावरून या प्रश्नाकडे पाहण्याची त्यांची दृष्टी स्पष्ट होते. प्रा. रेगे यांनी सांगितलेली शास्त्रीबुवांची पठडी हीच आहे काय?

डॉ. काण्यांच्या विद्वत्तेची जात आणि त्यांचे भारतीय संस्कृतीचे सूक्ष्म आणि खोल ज्ञान वरील विवेचनातून स्पष्ट होते. प्रा. रेग्यांना अशाच तऱ्हेचे भारतीय संस्कृतीचे ज्ञानी पंडित हवे असल्यामुळे डॉ. आंबेडकरांसारखे रूढ पठडीबद्ध सनातनी शास्त्रीपंडितांना आव्हान देणारे व्यक्तिमत्त्व अज्ञानी (?) वाटल्यास नवल कसले.

डॉ. आंबेडकरांना संस्कृत येत नव्हते, ही वस्तुस्थिती आपण एखादे ब्रह्मज्ञान सांगत आहोत अशा थाटात प्रा. रेग्यांनी सांगितली आहे. यामध्ये त्यांनी काही विशेष गोष्ट सांगितली आहे असे नाही. आपल्या 'हू वेअर द शूद्राज' (शूद्र पूर्वी कोण होते?) या ग्रंथाच्या प्रस्तावनेत डॉ. आंबेडकरांनीच हे स्पष्ट केले आहे. ते म्हणतात, 'संस्कृत भाषेवर माझे प्रभुत्व नाही व म्हणून 'हिंदुस्थानचा धार्मिक इतिहास' या विषयावर मला चकार शब्दही बोलता येणार नाही, या हेतूने जर ती सूचना (सूचना : हिंदुस्थानच्या राजकीय प्रश्नावर बोलण्याचा तुम्हास अधिकार आहे, परंतु धर्म आणि हिंदुस्थानचा धार्मिक इतिहास हे तुमचे विषय नव्हेत व त्यासंबंधी तुम्ही चकार शब्दही काढता कामा नये.) टीकाकारांनी दिली असेल, तर मी कबूल करतो की, मला संस्कृत भाषेची चांगली माहिती नाही हा माझ्यात दोष आहे; परंतु या क्षेत्रात कार्य करण्यास मी या

दोषामुळे सर्वस्वी अपात्र कसा ठरतो, हे मला समजत नाही. इंग्रजी भाषेत ज्याचा अनुवाद झाला नाही किंवा त्या भाषेत ज्याच्यावर ग्रंथ लिहिले नाहीत, असे संस्कृतवाङ्मय थोडेच असेल. संस्कृत भाषेचे मला ज्ञान नाही म्हणून मला प्रस्तुत विषयासारखा विषय हाताळण्यास अडचण पडलीच पाहिजे, असे होत नाही. कारण मी असे छातीठोकपणे म्हणू शकतो, की मजसारखी साधारण बुद्धी ज्याला आहे अशा कोणाही माणसाने या विषयासंबंधी योग्य त्या वाङ्मयाचा, अर्थात इंग्रजी अनुवादातील वाङ्मयाचा, पंधरा वर्षे जर अभ्यास केला असला, तर त्याला या विषयासंबंधी लिहिण्याची बरीच योग्यता प्राप्त झाली आहे असे समजण्यास हरकत नाही. ('Who were the Shudras?'प्रस्तावना)

डॉ. आंबेडकरांनी आपले संस्कृत भाषेवर प्रभुत्व नाही ही वस्तुस्थिती मान्य केली आहे. परंतु इंग्रजीमध्ये संस्कृतमधील ग्रंथभांडाराचे भाषांतर झाल्याचेही स्पष्ट केले आहे. आपल्या बुद्धीचा उल्लेख त्यांनी विनयाने 'साधारण बुद्धी' असा केला आहे आणि 'विद्या विनयेन शोभते' या सुभाषिताचा सार्थ प्रत्यय आणून दिला आहे. एवढेच नव्हे, तर कोणाही माणसाला, पंधरा वर्षे जर त्याने इंग्रजीमधील भाषांतरित संस्कृत साहित्याचा अभ्यास केला तर, त्या विषयावर लिहिण्याचा अधिकार प्राप्त होतो, असे म्हटले आहे.

एका बाजूला संस्कृत पंडितालाच भारतीय संस्कृतीबद्दल लिहिण्याचा अधिकार असतो ही दर्पोक्ती आणि दुसऱ्या बाजूला कोणाही विद्वानाला पंधरा वर्षे इंग्रजीतील संस्कृत साहित्याचा अभ्यास केल्यानंतर या विषयावर लिहिण्याचा अधिकार प्राप्त होतो ही डॉ. आंबेडकरांची उदारमतवादी विचारसरणी, यांतील अंतर स्पष्ट आहे.

संस्कृत पंडितालाच भारतीय संस्कृतीबद्दल लिहिण्याचा जन्मसिद्ध अधिकार असतो ही विचारसरणी 'ब्राह्मणी' आहे. या कर्मठपणात ज्ञानासंबंधी अज्ञान तर आहेच, पण 'संस्कृती' या संज्ञेबद्दलही तीव्र अज्ञान आहे.

ज्या संस्कृतीत संस्कृत शिकण्याचा अधिकार केवळ उच्चवर्णीयांनाच होता, इतरांना तो नव्हता– नव्हे. शिकण्याचे औद्धत्य केले तर कठोर शिक्षा होती, त्या संस्कृतीत मुरलेल्या पिंडातच अशी अहंमन्यता जन्माला येऊ शकते.

डॉ. आंबेडकर संस्कृत का शिकू शकले नाहीत, याचे हृदयाला चटका लावणारे विवरण त्यांनी १३-४-१९४७ च्या 'नवयुग' विशेषांकातील मुलाखतीत दिले आहे. ते म्हणतात :

''मी संस्कृत शिकावे अशी वडिलांची फार इच्छा होती, पण ही इच्छा सफल झाली नाही. त्याला एक कारण झाले ते असे : माझा थोरला भाऊ सातारा येथे

असताना इंग्रजी चौथीत आला, तेव्हा त्यानेही संस्कृतचा अभ्यास करावा व चांगला विद्वान व्हावे, अशी त्यांची फार इच्छा होती. पण आमच्या संस्कृतच्या मास्तरांनी 'अस्पृश्यांच्या पोरांना मी संस्कृत शिकवणार नाही' असा हट्ट धरल्यामुळे माझ्या भावाला अगदी निरुपाय म्हणून पर्शियन भाषा शिकणे भाग पडले. ते मास्तर वर्गात आमची हेटाळणी करीत. त्यामुळे मनावर एक प्रकारचा वाईट परिणाम होत असे. पुढे मीसुद्धा जेव्हा इंग्रजी चौथ्या इयत्तेत आलो, तेव्हा आमच्या संस्कृत मास्तरांचा हट्ट मलाही भोवणार हे नक्की माहीत असल्यामुळे मला पर्शियन भाषेकडेच निरुपायाने धाव घेणे भाग पडले. मला संस्कृत भाषेचा अत्यंत अभिमान आहे व ती मला चांगली यावी अशी अजूनही माझी इच्छा आहे. आता स्वत:च्या मेहनतीने मी थोडेसे वाचू, समजू शकतो; नाही असे नाही. पण त्या भाषेत पारंगत व्हावे अशी माझ्या अंत:करणात तळमळ आहे.... मी जरी पर्शियन भाषेचा चांगला अभ्यास केला असला व शंभरापैकी नव्वद-पंच्याण्णव मार्क मिळत असले तरी, हे कबूल करायला हवे की, संस्कृत वाङ्मयापुढे पर्शियन वाङ्मय अगदी फिके आहे. संस्कृतचा अभिमान व संस्कृत भाषा आपल्याला चांगली अवगत असावी याविषयी माझ्या अंत:करणात विलक्षण तळमळ असताही शिक्षकांच्या कोत्या वृत्तीमुळे मला संस्कृत भाषेला मुकावे लागले.''

आपल्याला संस्कृत भाषेवर पांडित्य का प्राप्त करता आले नाही, याची डॉ. आंबेडकरांनी स्वत:च्या शब्दात दिलेली ही करुण आणि हृदयभेदक कहाणी सैतानाच्या काळजाला पाझर फोडील अशी आहे. ब्राह्मणी वर्णवर्चस्वाच्या जोखडाखाली सापडलेल्या अस्पृश्यांना संस्कृतच्या अध्ययनाचा अधिकार नव्हता. उच्चवर्णीय शिक्षक त्यांना संस्कृत शिकवण्यास तयार नव्हते ही कटू वास्तविकता ठाऊक असताना अस्पृश्यांच्या जखमेवरची खपली काढून त्यांना रक्तबंबाळ करण्यासाठी 'डॉ. आंबेडकरांना संस्कृत येत नव्हते', अशी विधाने प्रा. रेग्यांना करावयाची आहेत काय?

डॉ. आंबेडकरांचे संस्कृतवर प्रभुत्व नसले तरी कोणत्याही विद्वानाला साजेल अशा संस्कृत पंडिताचे सहकार्य घेऊन डॉ. आंबेडकर लेखन करीत असत याचे उदाहरण 'Who were the Shudras?' च्या प्रस्तावनेतच मिळेल. ते म्हणतात- ''इस्माईल युसूफ कॉलेज, अंधेरी, मुंबई, येथील प्राध्यापक कंगले यांचे मला आभार मानले पाहिजेत. त्यांनी मला परोपरीने साहाय्य केले. शिवाय या पुस्तकात जे संस्कृत श्लोक उद्धृत केले आहेत, त्यांचे भाषांतर त्यांनी तपासून पाहिले आहे. मी संस्कृतचा पंडित नसल्यामुळे त्यांच्याकडून मला जे साहाय्य मिळाले. त्यामुळे मला असे खात्रीलायक वाटू लागले आहे, की संस्कृतमधील जी सामुग्री या पुस्तकात वापरली

आहे, तिचा परामर्श घेताना मी अगदीच घसरून पडलो नाही. त्यांनी मला साहाय्य केले असा याचा अर्थ असा नव्हे, की या बाबतीत माझ्या टीकाकारांना जे दोष व ज्या चुका दाखविता येतील, त्याबद्दल प्रो. कंगले हे जबाबदार आहेत.''

आपल्याला ज्या भाषेचे ज्ञान नाही त्या भाषेतील पंडिताचे साहाय्य घेऊन लेखन करण्याची डॉ. आंबेडकरांची पद्धती होती, हे यावरून स्पष्ट होते. या आभारप्रदर्शनातील विनय त्यांच्या बौद्धिक सामर्थ्याचे दर्शन घडवतो. त्याचबरोबर टीकाकारांच्या दोष-दिग्दर्शनाचा बुरखाही फाडतो. डॉ. आंबेडकरांना संस्कृत येत नव्हते म्हणून त्यांच्या विवेचनात उणिवा राहिल्या असे म्हणणे म्हणजे मार्क्सवादाचा अभ्यास करणाऱ्याला जर्मन भाषा आली पाहिजे, अन्यथा 'दास कॅपिटल' चा अभ्यास त्याला नीट करता येणार नाही, त्याच्या अभ्यासाला मर्यादा पडतील, असे म्हणण्यासारखे हास्यास्पद आहे.

हिंदू समाजव्यवस्थेचा आणि संस्कृतीचा डॉ. आंबेडकरांनी आयुष्यभर विचार केला, त्यांच्या आयुष्यभरच्या चिंतनाचा तो महत्त्वपूर्ण भाग होता. असे असताही 'इतर अनेक विषयांप्रमाणे भारतीय संस्कृतीचेही त्यांनी अध्ययन केलेले असले तरी सबंध आयुष्य एखाद्या विषयाच्या व्यासंगात आणि चिंतनात मुरलेल्या पंडिताला जसे त्याचे सूक्ष्म आणि खोल ज्ञान असते, तसे आंबेडकरांना भारतीय संस्कृतीचे असणे शक्य नव्हते', या मल्लिनाथीला काय म्हणावे?

'डॉ. आंबेडकरांना संस्कृत येत नव्हते' या विधानाचा साधार परामर्ष घेतल्यानंतर आपण शास्त्रीबुवांच्या पुढील विवेचनाकडे वळू.

'वेद अपौरुषेय आहेत. निर्दोष परिपूर्ण आहेत' अशी श्रद्धा आणि निष्ठा असलेले कोट्यवधी हिंदू आहेत हे शास्त्रीबुवांना ठाऊक नाही काय? आर्यसमाजिस्ट आजही वेदप्रामाण्य मानतात आणि 'ज्यांना वेदांचा अधिकार आहे ते हिंदू' अशी हिंदूंची टिळकांनी दिलेली व्याख्या आजही पुढे करण्यात येते, त्याचे खरे कारण काय?

डॉ. आंबेडकर जेव्हा वेदांच्या साराबद्दल प्रश्न विचारतात आणि ऋग्वेदामध्ये तात्त्विक दृष्ट्या महत्त्वाचे असे काहीच नाही असे म्हणतात, तेव्हा शास्त्रीबुवांनी अस्वस्थ होण्यासारखे काय आहे?

शास्त्रीजींनी स्वत:च याचे उत्तर 'हिंदुधर्माची समीक्षा' या ग्रंथात १९४० साली दिले आहे. आपल्या या ग्रंथात ते म्हणतात, ''वेदातील कल्पनांनी हिंदू यापुढे अधिकच निकृष्ट बनतील. कारण वेदातील सृष्टिविषयक व समाजजीवनविषयक विचार अगदी कोते व भ्रामक स्वरूपाचे आहेत. सृष्टी व समाज यांबद्दलच्या भ्रामक विचारांच्या

स्वीकाराने मानव अधिक दुर्बलच बनेल. वेदात ऐहिक जीवनाला, प्रवृत्तिवादाला आणि भौतिक साधनांना फार महत्त्व आहे हे खरे, परंतु निसर्गशक्तीच्या ठायी अनेक देवता राहतात व त्यांच्या लहरीने सृष्टीतील घडामोडी होतात हे महान अज्ञान त्यात आहे, त्याचप्रमाणे त्यात देवतांच्या आराधनेचे शुष्क व व्यर्थ कर्मकांड किंवा यज्ञ आहेत. त्या सव्यापसव्याचा आज आपल्या संस्कृतीशी मुळीच मेळ बसणार नाही. त्यातील देवचरित्रे आजच्या ज्ञानाशी व नैतिक कल्पनांशी अगदीच विसंगत आहेत. आजची विज्ञाने व समाजशास्त्रे यांच्याशी तुलना करता असे दिसेल की, **तो वैदिक धर्म अडाणी समाजाचा होता.''** (पृ. १६४)

''वैदिक आर्यांच्या समाजसंस्थेचा ब्राह्मणवरिष्ठत्व व शूद्रदास्य हा महत्त्वाचा भाग आहे.'' (पृ. १४३)

''वैदिक धर्म हा सर्व मानवांचा धर्म नाही, तो केवळ एकाच आर्यगटाचा धर्म होता व स्वत:च्या गटाचे वरिष्ठत्व राखण्याकरिताच (त्यांनी) उपयोग केला.'' (कंस लेखकाचा) (पृ. १४३) ''वैदिकेतर प्रजेला आधिपत्याखाली आणण्याकरिता धर्मकल्पनांचा किंवा धर्मसंस्थेचा उपयोग वैदिक लोकांनी केला. वैदिक यज्ञाचा उपयोग या कामी फार झाला.

प्रजापतीने यथार्थच धन निर्माण केले आहे अशी कल्पना त्यांनी रूढ केली. त्यामुळे शूद्रधनाचा प्रसंगविशेषी अपहार करणे धार्म्य ठरविले... शूद्र प्रजेस वाटेल ती शिक्षा करण्याचा किंवा समाजातून हाकलून लावण्याचा अधिकार कोणत्याही वैदिक आर्यास होता.

वैदिक लोकांच्या व्यतिरिक्त असलेली प्रजा रानटी व वैदिक लोकांपेक्षा मागासलेली होती म्हणून वैदिकांनी त्या प्रजेला अधम किंवा कनिष्ठ दर्जा दिला, या कल्पनेला ऐतिहासिक आधार मुळीच नाही. वैदिकेतर प्रजा, कृषी, शिल्प इ. व्यवहारांत कुशल होती. वैदिकेतर संस्कृतीची मोठमोठी राष्ट्रे हिंदुस्थानात होती. त्यांतील काही राष्ट्रे वैदिक टोळ्यांनी जिंकली. तेथील प्रजेला स्वाधिपत्याखाली आणून वैदिकांनी वर्ण, धर्म उत्पन्न केले. त्यांद्वारे धन, सत्ता, मान आणि पावित्र्य यांचा मक्ता घेण्याचा त्यांनी प्रयत्न केला. कृषी व शिल्पकर्म यात प्रवीण असलेल्या बऱ्याच (तीन-चतुर्थांश) प्रजेवर शूद्रधर्म किंवा दास्यधर्म लादला.'' (उक्त, पृ. १३९)

ते पुढे म्हणतात, ''वर्णधर्माचा प्रारंभ ऋग्वेदात सापडतो. दहाव्या मंडळातील चार वर्णांचा उल्लेख ऋग्वेदाच्या शेवटच्या काळातील आहे. ब्रह्म आणि क्षत्र यांचा उल्लेख बराच पूर्वीचा आहे... आर्यवर्ण व दासवर्ण किंवा कनिष्ठ (अधर) वर्ण म्हणजे

शूद्र होय. वैदिक वाङ्मयाचे समालोचन केल्यास असे दिसते, की वैदिक लोकांनी समाजात जित दासांचा वर्ग निर्माण केला होता. जेते वैदिक आर्य हे त्यांचे स्वामी होते.'' (पृ. १३८)

याशिवाय त्यांनी असेही म्हटले आहे की, ''देवतांच्या आराधनेने म्हणजे यज्ञाने प्राप्ती करून घेणे हे यज्ञकर्माचे म्हणजे वैदिक धर्माचे मुख्य ध्येय होते. जादूटोणा हा धर्म (Magic) त्यांचाच होता. तो अथर्ववेदात मुख्यत: प्रतिपादिला आहे. यज्ञाचेही प्राथमिक रूप जादूटोण्यासारखे होते असे काम्येष्टीवरून दिसते.'' (पृ.१३४) ''अथर्ववेदातील शेकडो विधी म्हणजे जादूचे प्रयोग व जारणमारण उच्चाटनादी क्रिया बालिश व भ्रांतिकल्पित आहेत... वेदातील मुख्य प्रतिपाद्य धर्म यज्ञ होय. त्या यज्ञाच्या आधारभूत असलेल्या कल्पना म्हणजे केवळ भ्रांतीची भेंडोळीच होत. **सृष्टी विषयक कार्यकारणभावाच्या तत्कालीन गाढ अज्ञानाचे हे वैदिक यज्ञ महान प्रतीकेच होत...** हे यज्ञ व तज्जन्य फल यांचा कार्यकारणभाव सांगणारे वेद भ्रांतिमूलक आहेत असेच म्हटले पाहिजे. वेद जर मनुष्यकृत असतील तर ते भ्रांतिजन्य आहेत हे सिद्ध होण्यास मुळीच अडचण पडणार नाही व त्यामुळे **बराचसा वेदराशी भ्रांति-प्रमादाचा सागर आहे** असे सहज ठरविता येईल.''

वैदिक वाङ्मयाचे व वैदिक संस्कृतीचे शास्त्रीबुवांनी जे विश्लेषण केले आहे, ते पाहता त्यावर अधिक भाष्य करण्याची गरज आहे असे वाटत नाही. डॉ. आंबेडकरांनाही हेच म्हणायचे आहे. शास्त्रीबुवांनी आपलेच १९४० सालचे लेखन पुन्हा एकदा वाचून पाहावे म्हणजे डॉ. आंबेडकरांच्या व त्यांच्या विचारांतील (त्या काळची) समांतरता त्यांच्या ध्यानात येईल.

डॉ. आंबेडकरांचा या लेखनामागचा उद्देश कोणता आहे? डॉ. आंबेडकर या ग्रंथाच्या प्रस्तावनेत म्हणतात :

''This book is an exposition to the beliefs propounded by what might be called Brahmanic theology. It is intended for the common mass of Hindus who need to be awakened to know in what quagmire the brahmins have placed them on to the road of rational thinking.

......The second purpose of this book is to draw attention of the Hindu massses to the devices of the Brahmins and to make them think for themselves how they have been deceived and misguided by the brahmins.

बकलचे उदाहरण उद्धृत करून डॉ. आंबेडकर म्हणतात, "It is evident that until doubt began, progress was impossible" ते शेवटी म्हणतात,

"Now the Brahamins have left no room for doubt, for they propounded a most mischievous dogma which the Brahmins have spread among the masse, is the dogma of the infalliability of the Vedas. If the Hindu intellect has ceased to grow and if the Hindu civllization and culture has become a stagnant and stinking pool, this dogma must be destroyed root and branch if India is to progress."

वेदांचे बाबत डॉ. आंबेडकरांनी स्पष्टच म्हटले आहे, की

"The Vedas are a worthless set of books. There is no reason either to call them sacred or infalliable. The Brahmins have invested it with sanctity and infalliability only because by a later interpolation of what is called the Purusha Sukta, the Vedas have them the lords of the Earth. Nobody has had the courage to ask why these worthless books which contain nothing but invocation to tribal Gods to destroy the enemies, loot their property and give it to their followers...."

ब्राह्मणी संस्कृतीचे पितळ आपण उघडे पाडत असल्यामुळे आपण एक मोठे धाडस करीत आहोत याची जाणीव बाबासाहेबांना होती. मात्र हे केल्याशिवाय खऱ्या अर्थाने भारताला भवितव्य नाही याची जाणीव त्यांना होती, म्हणूनच त्यांनी परिणामाची तमा बाळगली नाही. ते म्हणतात,

But the time has come when the Hindu mind must be freed from the hold which the silly ideas propagated by the brahmins have on them. Without this liberation, India has no future. I have undertaken this task knowing fully well what risk it involves. I shall be happy if I succeed in stirring the masses."

डॉ. आंबेडकरांनी या प्रास्ताविकात आपल्या लेखनाचा उद्देश स्पष्ट केला आहे. सर्वसामान्य जनतेला धर्मदास्यातून, शास्त्रदास्यातून, ब्राह्मणदास्यातून मुक्त करणे आणि खऱ्या अर्थाने माणसाला मुक्त करून भविष्यातील समतावादी भारताची उभारणी करणे, हा या लेखनापाठीमागील उद्देश आहे. बुद्धिवादाची कास धरल्याशिवाय व

गतिहीनतेचा त्याग केल्याशिवाय प्रगती शक्य नाही, असेही त्यांनी म्हटले आहे.

प्रत्येक गोष्टीबद्दल शंका घेतली पाहिजे, कोणतीही गोष्ट प्रमादातीत नाही, तसे मानणे म्हणजे बौद्धिक-मानसिक गुलामगिरी आहे, अशी बाबासाहेबांची धारणा होती. आणि म्हणूनच त्यांची ही हिंदुत्वाची समीक्षा सद्‌हेतुमूलक आहे. या भूमिकेतूनच वेदांबद्दल ते लिहितात, "वेद म्हणजे निरर्थक पुस्तकांची बाडे आहेत. त्यांना पवित्र व प्रमादातीत मानण्याचे काहीही कारण नाही. ब्राह्मणांना त्यात पावित्र्य व प्रमादातीतता आढळते. कारण त्यांनी ऋग्वेदात नंतर घुसडलेल्या पुरुषसूक्तामुळे ते पृथ्वीचे अधिपती झाले. कोणामध्येही असे धैर्य नाही की, या निरर्थक व आशयशून्य पुस्तकांमध्ये आदिम-रानटी देवांच्या प्रार्थना, आपल्या शत्रूंना नष्ट करण्यासाठी व त्यांची मालमत्ता लुटण्यासाठी केल्या आहेत. बाकी काही नाही."

डॉ. आंबेडकरांच्या या मतांशी समांतर विधाने अनेक बुद्धिवादी-प्रगतिवादी विद्वानांनी, समाजसुधारकांनी दिलेली आहेत.

शास्त्रीबुवांनी यानंतर जे मुख्य प्रतिपादन केले आहे ते हे, की

"गेल्या दोनशे वर्षांत हिंदू समाजाचे जे श्रेष्ठ धार्मिक सामाजिक नेते आणि तत्त्वचिंतक होऊन गेले, त्यांनी श्रुति-स्मृति-पुराणोक्त धर्माच्या पलीकडे जाऊन नव्या युगाला अनुरूप अशी पावले टाकली आहेत हे आपल्या ध्यानात येईल. त्यातून बरीचशी कोडी सुटली आहेत."

हिंदू समाजाच्या ज्या श्रेष्ठ सामाजिक, धार्मिक नेत्यांचा आणि तत्त्वचिंतकांचा उल्लेख शास्त्रीजींनीं येथे केला आहे त्यांच्याबद्दल ते स्वतःच 'हिंदुधर्माची समीक्षा' या त्याच्या ग्रंथात काय म्हणतात ते पाहू.

त्यांनी 'आधुनिक भारतीय धर्ममीमांसकांचे गीतारहस्यकार लोकमान्य टिळक हे अग्रणी होत.' असे म्हटले आहे. त्यानंतर स्वामी दयानंद, राजा राममोहनराय, विवेकानंद, रामतीर्थ, रानडे, भांडारकर यांचा उल्लेख करून त्यांच्या धर्मचर्चेला 'प्रगल्भ व सुंदर' म्हटले आहे. स्वामी दयानंदांबद्दल ते म्हणतात, "स्वामी दयानंदांचे विचार हिंदुधर्माची जुजबी सुधारणा करण्यास अत्यंत उपयुक्त आहेत. पण त्यात धर्मतत्त्वांची बुद्धिवादी व मूलगामी चिकित्सा नाही." ते पुढे म्हणतात, "विवेकानंद, रामतीर्थ, रानडे, भांडारकर, इत्यादिकांचे विचार माननीय आहेत, पण ते त्यांच्या निरनिराळ्या व्याख्यानांत विखुरलेले आहेत. त्यांची त्यांनी विषयवारीने मांडणी केली नाही."

प्रो. राधाकृष्णन आज पाश्चात्त्य विद्यापीठात तत्त्वज्ञ म्हणून मान्य व प्रथितयश

झाले आहेत. परंतु 'History of Hindu Philosophy' हा ग्रंथ सोडल्यास त्यांचे ग्रंथ सैल, भोंगळ मांडणीचे आहेत. (शास्त्रीबुवांच्या बाबतीतही असेच म्हणावे लागते. त्यांच्या 'हिंदुधर्माची समीक्षा' या महत्त्वपूर्ण ग्रंथाची सर त्यांच्या बाकीच्या ग्रंथांना आलेली नाही.)

आपल्या विवेचनाच्या शेवटी त्यांनी टिळकांच्या विचारसरणीबद्दल असे लिहिले आहे, की

"लोकमान्य टिळकांच्या प्रतिपादनाचे सार असे आहे :

आत्मानात्म विवेकाने संपन्न अशी बुद्धी हेच धर्मनिर्णयाचे साधन होय. सर्वव्यापी एक आत्मा ज्याला ओळखता येतो, तो स्थितप्रज्ञ मनुष्यच आपल्या शुद्धबुद्धीने धर्मनिर्णय करण्यास समर्थ होतो.'' टिळकांच्या विवेचनाचा परामर्श घेताना तर्कतीर्थांनी स्पष्टपणे म्हटले आहे, की टिळकांचे 'गीतारहस्य' हे गीतेच्या शब्दप्रामाण्यावरच आधारलेले आहे, बुद्धिवादावर नव्हे.''

शास्त्रीबुवांनी अनेक हिंदुधर्मसुधारकांना, तत्त्वचिंतकांना स्वत:च मोडीत काढले आहे.

ते म्हणतात, "विवेकानंद, रामतीर्थ, टिळक, गांधी, प्रो. राधाकृष्णन इ. लोक अध्यात्मवादी शिक्षित होत. त्यांनी जुन्या हिंदुधर्माला व धार्मिक तत्त्वज्ञानाला उजाळा देण्याचा प्रयत्न केला. यांची बुद्धिवादी सुधारकांत गणना करणे चुकीचे आहे. कारण हे लोक ईश्वर, साक्षात्कार, योगदृष्टी, विभूतिवाद, अवतारवाद इ. गोष्टींचे समर्थक आहेत.'' (पृ. १६२, १६३)

शास्त्रीबुवांनी अशा रीतीने तथाकथित हिंदुधर्मसुधारकांना स्वत:च मोडीत काढले आहे.

डॉ. आंबेडकरांच्या ज्या विधानावर त्यांनी सर्वांत अधिक आक्षेप घेतला आहे, ते विधान आहे – डॉ. आंबेडकर म्हणतात, '(हिंदुधर्म) हा chaos आहे.' शास्त्रीबुवांचे म्हणणे असे, की 'हा केऑस (गोंधळ) नाही, तर सर्वसंग्रह आहे.'

शास्त्रीबुवांनी या संदर्भात जे विवेचन केले आहे, ते पाहिले म्हणजे डॉ. आंबेडकरांच्या विधानालाच ते पुष्टी देतात हे स्पष्ट होईलच.

"हिंदुधर्म हा एक धर्म नाही, अनेक हीनोच्च धर्मांचा संग्रह आहे. त्यात शब्दप्रामाण्य नाही हे म्हणणे अजिबात खोटे आहे. त्यात प्रत्येक संप्रदायाचे स्वतंत्र शब्दप्रामाण्य आहे. हिंदू समाज एका विशिष्ट धर्मगुरूस, विशिष्ट धर्मग्रंथास किंवा

विशिष्ट धर्मपंथास मानत नाही, म्हणून त्यास उदार म्हणावयाचे असल्यास असेही म्हणता येईल, की मानवजाती ही फार उदारमतवादी आहे; कारण ती कोणत्याही एकाच धर्मग्रंथाला व धर्मसंस्थापकाला मानत नाही... शब्द व रूढी प्रमाण नाही, अशी कोणतीही बाब हिंदुधर्मात नाही. हिंदुधर्मात शब्दप्रामाण्य भरपूर आहे. धर्मग्रंथ, गुरुपरंपरा व रूढी यांचे प्रामाण्य हिंदुधर्माच्या प्रत्येक बाबीस आहे. लहान-मोठ्या गटांचे धर्मगुरू व धर्मग्रंथ पृथक पृथक आहेत. प्राचीनतम हीनस्थितीतील अनेक नीच प्रकारच्या धार्मिक आचार-विचारांना व चालीरीतींना पावित्र्य दिल्यामुळे **हिंदुधर्म एक अजबखाना किंवा पुराण वस्तुसंग्रहालयच बनला आहे.**

...हिंदुधर्म उदार नाही, कृपण आहे... हिंदुधर्माच्या जातिसंस्था व वर्णसंस्था या अनुदारतेच्या मूर्ती आहेत. उदारता असती तर शूद्रदास्य, अस्पृश्यता, जातींची जन्मसिद्ध उच्चनीचता इ. हजारो वर्षे टिकून राहिलेले अनुदार व जुलमी कायदे हिंदुधर्माचे मुख्य भाग बनले नसते आणि वैदिक धर्माचे परिपालन करण्यास शूद्रादिकांना हरकत घेणारे व त्याकरिता देहान्त शिक्षा सांगणारे कायदे स्मृतीत सांगितले नसते. लहानमोठे अपधर्म हिंदुधर्मात टिकू शकले, याचे कारण उच्च धर्मकल्पनांना पूर्ण प्रभावी स्वरूप देणारी संघटित लोकशक्ती त्यात निर्माण झाली नाही. उदात्त धर्माच्या चैतन्याने भारलेले व उच्च-नीच सगळ्या प्रकारच्या संस्कृतींच्या पातळीत असलेल्या मानवजातीला श्रेयाचा एकमेव मार्ग दाखवून हीन प्रवृत्तींच्या व कल्पनांच्या बंधनातून मुक्त करणारे धर्मवीर हिंदुधर्माला पाहिजे तितके लाभले नाहीत किंवा जरी लाभले असले तरी विशिष्ट सामाजिक परिस्थितीमुळे ते यशस्वी झाले नाहीत.''

शास्त्रीबुवांनी केलेली हिंदुधर्माची ही चिकित्सा तलस्पर्शी आहे. डॉ. आंबेडकरांच्या यासंबंधीच्या विवेचनाचीच कास तर्कतीर्थांनी या पुस्तकात धरली आहे हे स्पष्ट आहे. डॉ. आंबेडकरांच्या १९३६ साली प्रसिद्ध झालेल्या 'Annihilation of caste' या पुस्तकातील विचारांच्या मूलबंधाशी हे विचार समांतर आहेत, असेच म्हणावे लागेल.

डॉ. आंबेडकरांनी 'Riddles in Hinduism' या ग्रंथात हिंदुधर्माबद्दल (chaos) गोंधळ असा जो शब्द वापरला आहे, त्याचा प्रतिवाद शास्त्रीजींनी मुलाखतीत केला आहे; परंतु हाच शब्दप्रयोग त्यांनी आपल्या 'हिंदुधर्माची समीक्षा' या ग्रंथात पूर्वी योजिला आहे. ते म्हणतात,

'या संकीर्ण हिंदुधर्माला जागविण्याचे कार्य पुरोहित ब्राह्मणवर्गाने दीर्घकालपर्यंत केले. त्यामुळे ऐहिकप्रधान वस्तुवादी विचारसरणीस प्रगल्भता आली नाही व तशा विचारसरणीस पोषक समाजरचनाही अस्तित्वात आली नाही. हीन धर्मावर जगणारा

पुरोहितवर्गच या **धार्मिक गोंधळास** (डॉ. आंबेडकरांनी योजिलेला शब्द religious chaos- लेखक) व जातिसंस्थेस जबाबदार आहे... हिंदुधर्माच्या अस्ताव्यस्त स्वरूपास तोच जबाबदार आहे.'

हिंदुधर्माच्या अस्ताव्यस्त स्वरूपाची व हिंदुधर्मात असलेल्या धार्मिक गोंधळाची (religious chaos) शास्त्रीबुवांनी केलेली ही मीमांसा शास्त्रपूत आहे, असेच कोणीही बुद्धिवादी म्हणेल. शास्त्रीबुवांनी डॉ. आंबेडकरांच्या लेखनावर जे आक्षेप घेतले आहेत त्याला त्यांच्याच लेखनाचा हा 'सोपपत्तिक उतारा' पुरेसा आहे. डॉ. आंबेडकरांनी आपल्या लेखनात असा प्रश्न उपस्थित केला आहे, की हिंदू कोणास म्हणावे? प्रा. रेगे शास्त्रीजींना असा प्रश्न विचारतात की, 'बाबासाहेबांचे म्हणणे असे आहे की, मुसलमान कुणाला म्हणावे, ख्रिस्ती कुणाला म्हणावे ह्याची स्पष्ट उत्तरे आहेत; हिंदू कुणाला म्हणावे ह्याचे स्पष्ट उत्तर नाही. उदा., हिंदू असण्यासाठी वेदांचे प्रामाण्य मानणे आवश्यक आहे का?'

प्रा. रेगे यांच्या या प्रश्नाला शास्त्रीबुवांनी बगल देऊन भोंगळपणे असे म्हटले आहे, की 'त्याचे असे आहे की श्रोतव्य आणि श्रुत यापलीकडे तो जातो. कोण? ज्याची सर्व आसक्ती संपलेली आहे असा निर्लेप बुद्धीचा माणूस श्रुतींच्या, वेदांच्या पलीकडे जातो, असे हिंदुधर्मच सांगतो.'

या उत्तरात डॉ. आंबेडकरांनी विचारलेल्या 'हिंदू कुणाला म्हणावे?' ह्या प्रश्नाचे स्पष्ट उत्तर शास्त्रीबुवा देत नाहीत. ते का देत नाहीत? त्यांना ते ठाऊक नाही काय? की सांगावयाचे नाही? डॉ. आंबेडकरांनी स्वत:च विचारलेल्या या प्रश्नाचे उत्तर त्यांनी पूर्वीच देऊन ठेवले आहे. ते म्हणतात, 'हिंदू म्हणजे त्याची जात. जातीशिवाय हिंदू केवळ अशक्य आहे. हिंदुधर्माचे अनन्यसाधारण वैशिष्ट्य म्हणजे जातिसंस्था. हिंदू नावाची कोणतीच गोष्ट प्रत्यक्षात अस्तित्वात नाही. अस्तित्वात आहे ती जात. हिंदुधर्मातील प्रत्येक जात म्हणजे स्वतंत्र समाज. स्वतंत्र राष्ट्र आहे.' (पहा– 'जातिभेद निर्मूलन'- डॉ. आंबेडकर)

शास्त्रीबुवांनी हिंदुधर्माच्या लक्षणांचा जो विचार 'हिंदुधर्माची समीक्षा' या ग्रंथात मांडला आहे, त्यात त्यांनी हेच केले आहे. ते म्हणतात, 'हिंदुधर्माचे वैशिष्ट्य काय आहे? म्हणजे हिंदुधर्माचे लक्षण काय आहे? हा मोठा बिकट प्रश्न आहे. कारण हिंदुधर्म हा बहुरूपी आणि परस्परविरोधी प्रवृत्तीचे संमिश्रण होऊन बनलेला आहे...हिंदुधर्माचे लक्षण निश्चित करीत असताना हा सामाजिक भागच प्रामुख्याने पुढे येतो. वर्णसंस्था, जातिसंस्था, विशिष्ट तऱ्हेचे विवाहादी संस्कार, देशजातिकुलधर्म, वारसाहक्काचे

नियम व एकत्र कुटुंबपद्धती ही हिंदुधर्माची सामाजिक बाजू आहे... ही विशिष्ट समाजसंस्था म्हणजे वर्णाश्रमसंस्था किंवा जातिसंस्था होय. गेल्या दोन हजार वर्षांतील हिंदुधर्माचे जातिधर्म हेच प्रमुख लक्षण बनले आहे. हिंदू मनुष्य विशिष्ट जातिधर्माचे पालन करीत असला म्हणजे त्याला नीट हिंदू समजतात... हिंदूंच्या समाजसंस्थेचे जातिव्यवस्था हे महत्त्वाचे लक्षण आहे.'' (हिंदुधर्माची समीक्षा, पृ. १०९, ११०, १११) हिंदू कोणास म्हणावे, याचे उत्तर देत असताना शास्त्रीबुवांनी टिळकांची हिंदुधर्माची व्याख्या उद्धृत केली आहे. टिळक म्हणतात,

'प्रामाण्य बुद्धिर्वेदेषु साधनानामनेकता ।
उपास्यानामनियमः एतद्धर्मस्य लक्षणम् ॥'

...'प्रामाण्य बुद्धिर्वेदेषु' या शब्दसमुच्चयाने असे सुचविले आहे, की वेद हा सगळ्या हिंदूंचा प्रमाणग्रंथ आहे. ज्यांना वेदाधिकार नाही आणि ज्यांच्या चालीरीती वैदिक धर्मावर आधारलेल्या नाहीत, असे शेकडा सत्तर लोक हिंदू समाजात आहेत. त्या लोकांना वेदश्रवणाचाही अधिकार नाही; एवढेच नव्हे, तर श्रवणाने महापातकाचे व नरकाचे धनी व्हावे लागते, त्या लोकांची वेदावर प्रामाण्यबुद्धी म्हणजे श्रद्धा आहे या म्हणण्यात काहीच अर्थ नाही...'

ते पुढे म्हणतात, 'यावरून एवढेच सिद्ध होते की सगळ्या हिंदूंचा हिंदूधर्म म्हणून एक विशिष्ट सर्वसाधारण धर्म नाही, हिंदूंचे धर्म अनेक आहेत, हिंदूंच्या धर्मांत एकसूत्रीपणा नाही.'

शास्त्रीबुवांचे प्रतिपादन डॉ. आंबेडकरांच्या प्रतिपादनाशीच समांतर आहे असे म्हणावे लागेल. 'हिंदू कोणास म्हणावे?' हे कोडे मात्र या सगळ्या विवेचनानंतरही तसेच शिल्लक राहते.

शास्त्रीबुवा अलीकडे गीताधर्माचा प्रकट पुरस्कार करतात. याही मुलाखतीत गीतेचा उल्लेख झाला आहे. या संदर्भात त्यांनी स्वतःच जे उद्‌गार काढले आहेत, ते अन्वर्थक आहेत. (अर्थात 'हिंदुधर्माची समीक्षा' या ग्रंथात!) ते म्हणतात, 'गीतेतील प्रवृत्तिमार्गाने व अध्यात्मयोगाने बऱ्याच शिक्षितांचे लक्ष खेचून घेतले आहे... गीतेतील तत्त्वज्ञान, गीता सांगते म्हणून प्रमाण आहे, की ते विचारांच्या कसोटीस उतरते म्हणून प्रमाण आहे? तसेच गीतेतील सर्व विचारांची परस्पर-संगती नीट लागते काय? गीतेतील विचारात अनेक गुंतागुंतीचे विषय आहेत. पुनर्जन्म, निर्विकार गुणातीत आत्मा, परमेश्वर, कर्मविपाक हे गीतेचे मूलभूत सिद्धांत तर्कशास्त्राच्या नियमानुसार मानवबुद्धीने निश्चित करता येत नाहीत. गीतेवर ज्यांची श्रद्धा आहे, त्यांना ते सिद्धांत

आपोआप मान्य आहेत किंवा ज्यांना तसा अलौकिक अनुभव येतो असे वाटते त्यांना ते मान्य आहेत; पण शब्दप्रमाणावर ज्यांची श्रद्धा नाही किंवा ज्यांच्यात 'आपणास तसा अलौकिक अनुभव येतो' असे म्हणण्याचे धाडस नाही, त्यांना गीतेतील हे मूलभूत सिद्धांत कसे पटणार?... गीतेत प्रवृत्तिवाद असो की निवृत्तिवाद असो, त्याच्या मुळाशी पुनर्जन्मवाद, कर्मविपाक म्हणजे दैववाद, ईश्वरवाद इत्यादी महत्त्वाचे सिद्धांत आहेत. ज्यांना गीतामूलक नवा हिंदूधर्म स्थापावासा वाटतो, त्यांनी गीतेचे स्वत:प्रामाण्य श्रद्धेने धरलेच पाहिजे. गीतेचे शब्दप्रामाण्य ज्यांस कबूल नाही, ज्यांस बुद्धिवादानेच चालावयाचे आहे व ज्यांस बुद्धिवादी धर्म पाहिजे आहे, त्यांना गीतेतील अनेक अध्यात्मविषयक व देवताविषयक प्रश्न बुद्धीने सिद्ध करण्यास मार्कंडेयाचे आयुष्यही पुरावयाचे नाही.' (पृ. १६५) आपल्या विवेचनाच्या शेवटी शास्त्रीजी म्हणतात. 'दोन-अडीच हजार वर्षांपूर्वीची गीता आजच्या प्रश्नांपुढे काय करणार? समाजाचे गतिशास्त्र व सामाजिक शक्तींच्या आघात-प्रत्याघातांचे नियम शोधणारे शास्त्र आज पाहिजे आहे. गीतेतील वेदांती चर्चेने तेथे काही भागणार नाही... या कामी सामाजिक शास्त्रेच उपयोगी पडतील. गीता नव्हे. दुसरा मुद्दा असा की, गीतेची मांडणी पौराणिक पद्धतीची आहे, त्यात स्वाभाविक तर्कशुद्धता व प्रमाणबद्धता नाही. ती खटपट करून त्यातून काढावी लागते, त्यामुळे गीतेचे अनेक अर्थ होतात. अशा या गीतेचा या बुद्धिवादी विज्ञाननिष्ठ युगात काय उपयोग होणार?' (पृ. १६५-१६६)

शास्त्रींजीचे हे विवेचन बुद्धिवादी विज्ञाननिष्ठ स्वरूपाचे आहे असे म्हणावे लागेल. डॉ. आंबेडकरांनी भगवद्गीतेवर जी टीका केली आहे ती याच मर्यादांमुळे. डॉ. आंबेडकर भगवद्गीतेबद्दल म्हणतात, की Bhagavatgeeta is a joint manifesto of Chaturvarna (भगवद्गीता हा चातुर्वर्ण्याचा संयुक्त जाहीरनामा आहे.) आपल्या एका भाषणात तर त्यांनी भगवद्गीतेला 'एका गवळ्याच्या पोराचा पोवाडा' म्हटले आहे.

आता प्रश्न आहे तो हा, की एवढे बुद्धिवादी, समाजशास्त्रीय, विज्ञाननिष्ठ भूमिका १९४० च्या दरम्यान घेणारे शास्त्रीजी आज असे 'गोंधळलेले' का आहेत? हा वयाचा (वृद्धापकाळाचा) प्रभाव म्हणावा का? त्यांची परागती का व्हावी? पुढे जाण्याऐवजी त्यांनी मागे का यावे? की सगळ्या उच्चवर्णीय विचारवंतांचा पराभव नेमका इथेच होतो?

डॉ. आंबेडकरांनी म्हणूनच त्यांच्या 'द अनूटचेबल्स' या ग्रंथात म्हटले आहे, की 'ब्राह्मण व्हाल्टेअर निर्माण करू शकत नाहीत.'

आजपर्यंतच्या उच्चवर्णीय सुधारकांच्या मर्यादा या अवतरणात स्पष्ट होतात. स्वत:च्या हितसंबंधांचे रक्षण त्याला अधिक महत्त्वाचे वाटते. त्याला धर्मापेक्षाही दक्षिणा-स्वार्थ महत्त्वाचा वाटतो. डॉ. आंबेडकर, 'Riddles or no religion in Hinduism' या ग्रंथात म्हणतात, 'Religion or no religion what Brahmin wants is Dakshina' ही दक्षिणाप्रधान ब्राह्मणी संस्कृती व्हाल्टेअर निर्माण करू शकत नाही हेच खरे.'

शास्त्रीजींनी व रेग्यांनी डॉ. आंबेडकरांच्या या लेखनावर एवढा कडाडून हल्ला करण्याचे कारण काय? याचे उत्तर या मुलाखतीत शेवटच्या प्रश्नोत्तरात मिळते.

प्रा. रेगे विचारतात, "ब्राह्मणांनी ह्यांतील काही कोडी मुद्दाम आपल्या स्वार्थासाठी लोकांना आपल्या अंकित करून ठेवण्यासाठी रचलेली आहेत असे अनेक मानतात. उदा., जोतीराव फुल्यांनी असे मांडले आहे. ह्या आरोपात किती तथ्य आढळते?" (डॉ. आंबेडकर, फुले आणि त्यांची परंपरा ह्यांची ही भूमिका आहे.)

शास्त्रीबुवा उत्तरतात, 'ब्राह्मण हे लोकांचे साधन आहे. म्हणजे असे की जी समाजव्यवस्था असते तिच्या वैधतेचे, लेजिटिमसीचे संरक्षण करणारा पुरोहितवर्ग ही सामाजिक गरज होती. इथली उच्चनीच अवस्था एका अर्थाने लादलेली नाही; एका अर्थाने लादलेली आहे. उच्चनीच अवस्था नाही अशी समाजव्यवस्था कल्पिता येते, दाखविता येत नाही. जगाच्या इतिहासात अशी स्थिती निर्दिष्ट नाही. आजच्या जगात ती कुठे दिसत नाही.'

या उत्तरात शास्त्रीबुवा हे विसरतात, की ते ब्राह्मण्याचे समर्थन करीत आहेत. ब्राह्मणांनी जातिसंस्थेच्या आणि उच्च-नीचतेच्या नावाखाली समाजात सर्वोच्च अधिकार भोगले. या व्यवस्थेचा सगळ्यात अधिक फायदा या भूदेवांना मिळाला. ते या व्यवस्थेचे निर्माते आणि संरक्षक आहेत. राजालासुद्धा नमविण्याचे सामर्थ्य या ब्रह्मवृंदांजवळ होते आणि दुसरी सगळ्यात महत्वाची गोष्ट म्हणजे 'उच्च-नीच' अवस्था नाही अशी समाजव्यवस्था कल्पिता येते, दाखविता येत नाही. जगाच्या इतिहासात अशी स्थिती निर्दिष्ट नाही.' असे सांगून ते उच्च-नीचतेचे समर्थन करतात वा विषमतावाद्यांना बौद्धिक खाद्य पुरवितात.

'उच्च-नीचता नाही अशी समाजव्यवस्था अस्तित्वात नाही' असे म्हणत असताना ते हे विसरतात, की समतावाद्यांना पूर्णपणे समता प्रस्थापित करणे शक्य नाही याचे भान आहे. विषमतेचे अंतर कमी करणे, दरी बुजवणे व सगळी माणसे जन्मत:च समान आहेत या तत्त्वाचा प्रसार करणे ही समतावाद्यांची उद्दिष्टे आहेत.

शास्त्रीबुवा उच्चनीच अवस्था नाही असा समाज अस्तित्वात नाही, असे म्हणून स्थितिशील समाजव्यवस्थेचे समर्थन करतात व जगाच्या अंतापर्यंत विषमता अस्तित्वात राहणारच, असा आशावादही व्यक्त करतात.

ब्राह्मण्याचे व वर्णीय उच्चनीचतेचे समर्थन करतात ते म्हणतात,

"भारतातील ब्राह्मण पुरोहितवर्गाने स्वत:ला एकंदर समाजावर लादलेले नाही. समाजाने त्याला लादून घेतले. समाजाला पाहिजे होता म्हणून पुरोहितवर्ग जो लादला गेला तो दमनावाचून, दंडावाचून, शारीरिक इजा न करता लादला गेला. ह्याचे कारण समाजाला, सर्वांना त्याची गरज होती."

शास्त्रीबुवानी पुरोहितवर्णवर्चस्व हे समाजानेच स्वत:वर लादून घेतले हे सांगून श्रेष्ठ वर्णीयांची केवढी सोय केली!

धिग बलं क्षत्रिय बलं । ब्रह्म तेजोबलं बलम् (बालकाण्ड, सर्ग ५६, श्लोक २३) असे रामायणात विश्वामित्राच्या तोंडून वदवून ब्राह्मणांनी आपला तपप्रभाव सिद्ध केला आहेच.

हेच समीकरण पुढे नेऊन असेही म्हणता येईल, की भांडवलदारी टिकली, कारण सर्वहारा वर्गाने त्यांचे आधिपत्य मान्य केले. त्यांनाच भांडवलदारांची गरज होती. समाजस्वास्थ्याच्या दृष्टीने हे आवश्यक होते.

शास्त्रीबुवांची ही विचारसरणी अतार्किक आहे. अनैतिहासिक आहे. ब्राह्मण हे वर्णव्यवस्थेचे निर्माते तर आहेतच; पण संरक्षक आणि पोशिंदेही आहेत. ही संपूर्ण व्यवस्था त्यांच्या बाजूची आहे. सर्व विशेष सवलती (राखीव जागा) त्यांच्यासाठीच आहेत.

शास्त्रीजींप्रमाणेच इरावती कर्वे यांनीही ब्राह्मणांनी जातिव्यवस्था निर्माण केलेली नाही, हे सांगण्यातच आपले बौद्धिक सामर्थ्य खर्ची घातलेले आहे.

(पहा : 'हिंदू समाज- एक अन्वयार्थ', लेखिका : इरावती कर्वे, पृ. १२)

शेवटी शास्त्रीजी म्हणतात, " 'पुरोहितवर्ग' लादला गेला तो दमनावाचून, दंडावाचून, शारीरिक इजा न करता लादला गेला, कारण समाजाला त्याची गरज होती."

ब्राह्मणांनी आपले वर्णवर्चस्व टिकवण्यासाठी ज्या कठोर शिक्षा योजिल्या, त्याने स्मृतींची पाने भरली आहेत. ब्राह्मणासमोर अशुभ शब्द उच्चारणाराची जीभ मुळापासून उपटली जात असे.

एखादा राज्यकर्ता ब्राह्मणास नको असला तर ब्राह्मण त्याचे राज्य उलथवीत, वेळप्रसंगी शस्त्र हाती घेऊन. परशुरामाने पृथ्वी नि:क्षत्रिय कशी केली? वामनाने बळीला पाताळात कसे लोटले? पुष्यमित्र शुंगाने बृहद्रथ मौर्यास सत्तेवरून खाली कसे खेचले,

आणि मराठ्यांची सत्ता पेशव्यांनी कशी हडप केली, हे सुज्ञांना सांगण्याची गरज नाही.

एकलव्याचा अंगठा आणि शंबुकाचा शिरच्छेद ही प्रातिनिधिक उदाहरणे काय सिद्ध करतात? शूद्र शंबुकाच्या शिरच्छेदानंतर रामावर आकाशातील देवांनी पुष्पवृष्टी केली व त्यानंतर दोन ब्राह्मण बालके जिवंत झाली ही कथा काय दर्शवते? शूद्राच्या हननानंतरच ब्राह्मणी संस्कृती जिवंत राहू शकते हेच सत्य ना? पुराणकथा आणि वास्तवता यांचा संबंध असा आहे.

ऋग्वेदात 'आर्य' आणि 'दस्यू' यांच्या संघर्षाचे पडसाद पाहावयास मिळतात. इंद्राला केलेल्या प्रार्थना – दस्यूंची पुरे उद्ध्वस्त करण्याचे सामर्थ्य दे, त्यांची बायकामुले पळवण्याचे सामर्थ्य दे, शत्रूच्या स्त्रियांवर बलात्कार करण्याचे बळ दे, त्यांची संपत्ती लुटण्याचे बळ दे- अशा आहेत.

(पहा : सिंधु संस्कृती, ऋग्वेद व हिंदू संस्कृती, लेखक : प्र. रा. देशमुख, पृ. ७३ ते ९२)

यातील सौंदर्य आमच्या प्रत्ययाला येण्याऐवजी त्यातील क्रौर्य आणि रानटीपणाच आमच्या डोळ्यांत भरतो, हे शास्त्रीजींना सांगावे का लागावे?

डॉ. आंबेडकरांच्या लेखनातील ज्या चुका शास्त्रीबुवांनी दाखवल्या आहेत, त्याच चुका त्यांच्या अगोदर आणि त्यांच्यानंतर अनेक सनातनी विद्वानांनी दाखवल्या आहेत. वाचकांनी या संदर्भात 'सोबत' मध्ये आलेले प्रा. बाळ गांगल यांचे लेखन वाचावे. याच चुकांचा उल्लेख प्रा. शंकर वैद्यांनी 'घोडचुका' असा माझ्या उपस्थितीत 'मॅजिस्टिक गप्पा' त समारोपाच्या भाषणात केला व 'नवभारत' च्या उपरोक्त अंकातच (मे-जून १९८८) म. अ. मेहेंदळे यांनाही बाबासाहेबांच्या या लेखनात 'किरकोळ चुकीची विधाने' आढळली आहेत.

या चुका (?) कोणत्या आहेत ते पाहू. शास्त्रीजी या चुकांबाबत बोलताना म्हणतात, 'अयोध्या म्हणजे आधुनिक वाराणसी असे विधान आहे. अयोध्या वाराणसीहून वेगळी आहे. (सध्या तेथे रामजन्मभूमी- बाबरी मशीद हा वाद आहे.) डॉ. आंबेडकरांनी अशा तऱ्हेचा उल्लेख 'The Riddle of Rama & Krishana' मध्ये केला आहे. Ayodhya the modern Benares (Page 323) असे त्यांनी म्हटले आहे. वस्तुत: हा पुरातत्त्वीय संशोधनाचा विषय आहे. अयोध्या नेमकी कोठे होती, याबद्दल विद्वानांत वाद आहेत. आजची वाराणसी म्हणजे पूर्वीची अयोध्या, या बाबासाहेबांच्या विधानाकडे त्या दृष्टीने पाहिले पाहिजे. शिवाय साकेत, फैजाबाद या शहरांनाही अयोध्या मानण्याचा प्रघात आहे. नेमकी अयोध्या कोठे आहे यासंबंधीचा पुरातत्त्वीय पुरावा आजही मिळू

शकलेला नाही. शास्त्रीबुवांनी ज्या बाबरी मशिदीच्या वादाचा उल्लेख केला आहे याबद्दल एवढेच म्हणावे लागेल, की रामाच्या जन्माचा कोणताही ऐतिहासिक वा पुरातत्त्वीय पुरावा अस्तित्वात नाही. त्यामुळे यासंबंधात निश्चित असे काहीच बोलता येत नाही. राम प्रत्यक्षात झाला की नाही, याबद्दलच विद्वानांत वाद आहेत. (यात शास्त्रीबुवाही सहभागी आहेत.) डॉ. आंबेडकर आज हयात असते, तर त्यांची यासंबंधीची निश्चित भूमिका ध्यानात आली असती.

(एक गोष्ट मात्र सांगावीशी वाटते, की बौद्धांच्या दशरथ जातकातील, म्हणजे आदीरामकथेतील, रामाचा पिता दशरथ हा वाराणसीचा राजा असतो.)

शास्त्रीबुवांनी सांगितलेली दुसरी मोठी चूक म्हणजे, 'रामाला बारा वर्षे वनवासात पाठविले असे ह्या पुस्तकात सांगितले आहे. बारा नव्हे, चौदा वर्षे.' असे ते म्हणतात. शास्त्रीजी हे तैलबुद्धीचे विद्वान असल्याने बारीकसारीक चूकही त्यांना खपत नाही. हे त्यांच्या विद्वत्तेला साजेसेच आहे. परंतु शास्त्रीजींनी हे ध्यानात ठेवावयास हवे, की डॉ. आंबेडकरांच्या मृत्यूनंतर तीस वर्षांनंतर हे लिखाण प्रसिद्ध होते आहे. शासनाकडून आम्हाला ते मिळाले तेच विस्कळीत स्वरूपात. त्यात त्रुटी आहेत. अपुरेपणा आहे. परंतु डॉ. आंबेडकरांचे सर्व लेखन प्रसिद्ध करावयाचे या भूमिकेतून हे लेखन प्रसिद्ध होत आहे.

वस्तुत: हा त्यांच्या लेखनाचा कच्चा खर्डा आहे. कदाचित हेच लेखन पक्क्या स्वरूपात कालांतराने उपलब्ध होईलही. परंतु आज हे लेखन आहे त्या स्वरूपात संपादक मंडळाने शासनाद्वारा प्रसिद्ध केले आहे. (अशाच प्रकारे कार्ल मार्क्स यांचे वा इतर अनेक विद्वानांचे कच्चे लेखन प्रकाशित झाले आहे.)

मूळ प्रश्न आहे तो डॉ. आंबेडकरांच्या लेखनातील सैद्धान्तिक बाजूवर, तत्त्वविवेचनावर हल्ला करावयाचा? त्यांच्या सिद्धांताची समीक्षा करावयाची की किरकोळ गोष्टींचा बाऊ करावयाचा? आमची विद्वान मंडळी त्या बाबतीत फारच पक्की आहेत. राम बारा वर्षे वनवासात गेला हे डॉ. आंबेडकरांचे विधान दशरथ जातकावर आधारित आहे. दशरथ जातकातील राम बारा वर्षे वनात जातो.

अशा गोष्टींना किती महत्त्व द्यायचे (आणि पुन्हा कच्च्या लेखनाच्या संदर्भात... ग्रंथकारांच्या मृत्यूनंतर तीस वर्षांनी) हे तारतम्याने ठरवले पाहिजे.

डॉ. आंबेडकरांची भूमिका समाजशास्त्रज्ञाची, धर्मसुधारकाची, तत्त्वचिंतकाची आहे. त्यांच्या बुद्धिवादी, विज्ञाननिष्ठ विचारसरणीस, द्रष्टेपणास बाजूस सारून विष्णुशास्त्र्यांनी जशा महात्मा जोतिबा फुल्यांच्या लेखनातील व्याकरणाच्या चुका दाखवल्या, तशा

चुका दाखवणाऱ्या धाकट्या शास्त्रीबुवांच्या पातीतील विद्वान आजही अस्तित्वात आहेत. डॉ. आंबेडकरांच्या विचारातील 'युगप्रवर्तकत्व' त्यांना दिसत नाही, त्यांचा द्रष्टेपणा त्यांच्या बुद्धीला स्पर्श करीत नाही. धुळीतून हिमशिखराकडे गेलेले डॉक्टर आंबेडकरांचे गगनभेदी व्यक्तिमत्त्व त्यांना क:पदार्थ वाटते.

भारताच्या भवितव्याची अहर्निश चिंता करणारे घटनाकार आंबेडकर, समाजवादी विचारांची मुहूर्तमेढ रोवून राज्य समाजवादाचे दिग्दर्शन करणारे अर्थशास्त्रज्ञ आंबेडकर, त्यांच्या वर्णजन्य अहंतेचे वडसे वाढलेल्या डोळ्यांना दिसत नाहीत. स्वातंत्र्य, समता, बंधुत्व आणि न्याय या मूलभूत मानवी मूल्यांवर उभारलेल्या भारताचे स्वप्न डॉक्टर आंबेडकरांच्या डोळ्यांत होते म्हणून त्या स्वप्नाला शाप देणाऱ्या ब्राह्मण्यावर- वर्णजन्य विषमतेवर ते कळिकाळाप्रमाणे तुटून पडतात व ढोंगाचा बुरखा फाडून त्याची आतडी बाहेर काढतात.

त्यांच्या लेखनाची समीक्षा करताना म्हणूनच राम वाराणसीत जन्मला की अयोध्येत जन्मला, बारा वर्षे वनात राहिला की चौदा वर्षे वनात राहिला, ऋष्यशृंग बरोबर की शृंग ऋषी बरोबर, सीता राजवाड्यात राहिली की अशोकवनात राहिली, ब्रह्मसूत्राचा निर्देशक्रमांक बरोबर की चूक, असल्या गोष्टींना गौणत्व प्राप्त होते आणि त्यांनी प्रतिपादिलेला सिद्धांत हा महत्त्वपूर्ण ठरतो. अशी सैद्धान्तिक, तात्त्विक चर्चा करण्याचे सामर्थ्य या गोंधळलेल्या, घटापटाची शुष्क चर्चा करणाऱ्या सनातनी पठडीबद्ध पंडितमंडळीत नाही, हेच या वादचर्चेने स्पष्ट झाले आहे. डॉ. आंबेडकरांना संस्कृत येत नव्हते हे उच्चरवाने सांगणारे विद्वान आपल्या वर्णश्रेष्ठत्वाची, जन्मजात विद्वत्तेची शेखी मिरवताना हेही सांगावयास विसरत नाहीत, की डॉ. आंबेडकरांना इंग्रजीही येत नव्हते. (तसा आरोप त्यांच्या 'Thoughts on Pakistan' या ग्रंथाच्या प्रसिद्धीनंतर एका श्रेष्ठवर्णीय परीक्षणकाराने केला होता.) प्रकरण एवढ्यावर संपत नाही. त्यांना मराठीही धड येत नव्हते हाही मुद्दा आहे. कारण त्यांचे उच्च शिक्षण मराठीतून झाले नव्हते. या विद्वानांची विद्वत्ता, डॉ. आंबेडकर मुळी विद्वानच नव्हते, तर ते चक्क अडाणी होते, हेच सांगण्याचा प्रयत्न हस्ते-परहस्ते करते. यात विशेष ते काय? त्यांच्या वर्णगुरुत्वाला ते साजेसेच आहे. ज्या दुर्गाबाईंनी आंबेडकरांच्या लेखनावर आपण रामायण लिहावयास बसलो आहोत अशा थाटात टीका केली, त्या दुर्गाबाईंनी 'शंबूक कोळी होता' असा केलेला त्याचा चुकीचा (घोडचुकीचा) उल्लेख कोणाला खटकला नाही. कारण त्या जन्मजात उच्चकुलोत्पन्न विदुषी आहेत आणि ज्या शास्त्रीजींनी आंबेडकरांच्या लेखनातील किरकोळ चुका दाखवून पुन:पुन्हा या

लेखनात 'सर्वसाधारण लोकांच्या ध्यानात येणार नाहीत अशा अनेक चुका आहेत.' ही ध्वनिफीत लावली आहे त्या शास्त्रीबुवांना आपल्या 'शीख पंथाचा इतिहास' या पुस्तिकेतील अगणित घोडचुका दुरुस्त करण्याचे भान राहत नाही. (तरी त्यांच्या विद्वत्तेला कोठेही बाधा येत नाही.) 'शिखांचा तर्कविसंगत इतिहास', अरविंद गोडबोले, महाराष्ट्र टाइम्स, ७ जुलै १९८५

डॉ. आंबेडकरांच्या धर्मांतरांच्या घोषणेवर प्रतिक्रिया व्यक्त करताना शास्त्रीजी म्हणाले होते, 'आंबेडकरांचे अवतारकार्य संपले.' आज शास्त्रीजींचे हेच विधान त्यांच्याच बाबतीत उच्चारण्याची वेळ आली आहे.

पुनरुज्जीवनवादी शक्ती संपूर्ण भारतात आणि महाराष्ट्रात जोमाने उफाळून आल्या असताना शास्त्रीबोवांनी त्यांना उपयोगी पडतील, त्यांच्या गोटात समाविष्ट करता येतील, असे विचार मांडावेत, यापरता त्यांच्यासारखा विचारवंताचा दुसरा पराभव कोणता?

('रिडल्स इन हिंदूइझम' या आंबेडकरांच्या ग्रंथावरील तर्कतीर्थ लक्ष्मणशास्त्री जोशी यांच्या मुलाखतीचा परामर्श. नवभारत, मे १९८९)

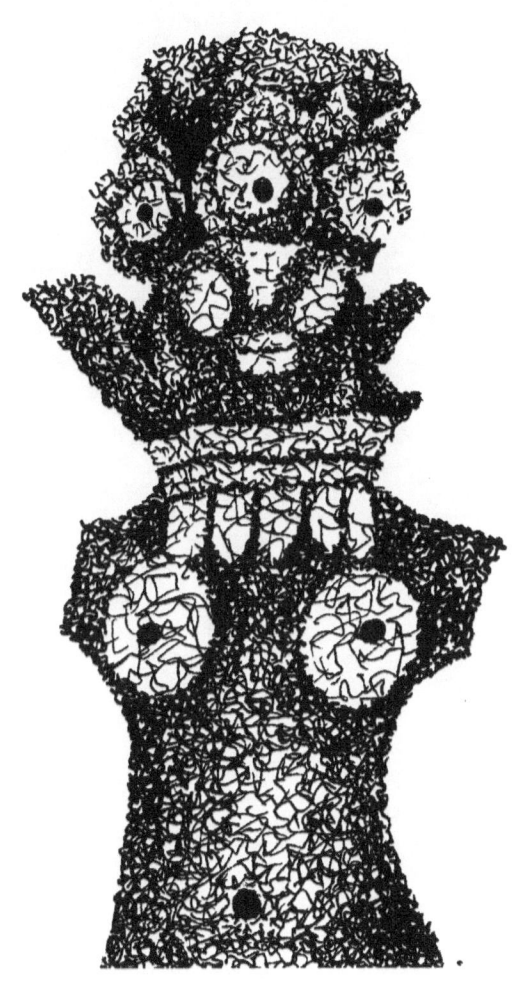

५.

संत तुकाराम : संतसूर्य तुकाराम प्रकरण

श्रीमंत कोकाटे

डॉ. आनंद यादव हे मराठी साहित्य विश्वातील मोठं नाव, ग्रामीण साहित्यामध्ये त्यांनी फार मोठं योगदान दिलेलं आहे. त्यांच्या 'झोंबी'नं तर त्यांची संवेदनशीलता घराघरांत नेली. 'पाटी आणि पोळी' या पाठानं तर अनेक विद्यार्थी, शिक्षक रडले. अशा महान साहित्यिकाने तुकाराम महाराजांवर 'संतसूर्य तुकाराम' ही चरित्रात्मक कादंबरी लिहिली आहे. ही कादंबरी संशोधनपूर्ण व वास्तववादी आहे, असा दावा त्यांनी केला आहे. ही कादंबरी मेहता पब्लिशिंग हाऊसनं प्रकाशित केली आहे. ही कादंबरी वाचल्यानंतर आनंद यादवांनी जी संदर्भ ग्रंथनामावली दिली आहे, ती त्यांनी खरंच वाचली आहे का, असा संशय येतो.

डॉ. यादवांची ही कादंबरी केवळ आक्षेपार्हच नव्हे, तर दखलपात्र गुन्हा आहे. इतकी अनैतिहासिक विकृत आणि बदनामीकारक आहे. याचा आढावा आपण पुढील काही मुद्द्यांच्या आधारे घेणार आहोत.

डॉ. यादव प्रास्तविकात पृष्ठ क्र. नऊ व दहा वर म्हणतात की, ''तुकारामांचे चिंतन, ज्ञान, कर्म, भक्ती, अभंग लेखन इत्यादी बाबींचा आवाका लक्षात घेता (त्यांना ते) केवळ चाळीस वर्षांत आत्मसात झाले असेल, असे मानसशास्त्रीयदृष्ट्याही वाटत नाही.'' डॉ. यादव हाच नियम संत ज्ञानेश्वरांबद्दल लावतात का? वयाच्या एकविसाव्या वर्षी समाधिस्थ होणाऱ्या ज्ञानेश्वरांबद्दल यादवांचं मत काय? पृष्ठ क्र. ३ वर 'संत तुकारामाचे ज्येष्ठ बंधू सावजी हे 'महिंद' होते, ते गांजा, चरस ओढायचे.' (पृष्ठ क्र. ४, २६, २७, २८) असे लिहिले आहे. सावजी हे व्यसनी, बेजबाबदार, ऐतखाऊ, सतत तंबाखू चघळणारे होते, असे यादवांनी लिहिले आहे. पण सावजी हे विद्वान, अत्यंत नीतिमान, महान रचनाकार होते. त्यांचा लढा संत तुकारामांप्रमाणेच वैदिक ब्राह्मणी परंपरेविरुद्ध होता. त्यामुळेच वयाच्या पंचविसाव्या वर्षी त्यांचा तुकारामांप्रमाणेच

शेवट झाला असण्याची शक्यता आहे. सावजींच्या व्यासंगाबाबत बा. सी. बेंद्रे यांनी त्यांच्या ग्रंथात लिहिलेलं आहे. अशा व्यासंगी सावजीबाबत डॉ. यादव लिहितात "गांजा-भांगेचं त्यांचं (सावजीचं) व्यसन हळूहळू सुटलं, मात्र तंबाखूचा तोबरा दाढवणात धरू लागला" (पृष्ठ क्र. २८)

संत तुकारामांचा धाकटा भाऊ कान्होजी यांचा उल्लेख डॉ. यादवांना कान्होबा, कान्हा असा करता आला असता पण त्यांचा उल्लेख ते 'कान्ह्या' असा एकेरीवर करतात. (पृष्ठ क्र. २९)

अत्यंत क्लेशदायक बाब म्हणजे ज्या संत तुकारामांनी समाजाला नैतिकतेचा धडा शिकवला, त्यांचे असंख्य अभंग नैतिकतेचे, चारित्र्याचे महत्त्व सांगणारे आहेत. 'पराविया नारी रखुमाई समान' सांगणाऱ्या तुकारामांना यादवांनी व्याभिचारी ठरवलं आहे. ज्याप्रमाणे संभाजीराजांशी कमळा, गोदावरी, मंजुळा ही काल्पनिक नावं जोडून संभाजीराजांचे चारित्र्यहनन करण्यात आलं, तशाच प्रकारची घाण यादवांनी 'पारूचं' नाव तुकारामांशी जोडून संत तुकारामांची आणि गरिब गवंड्याची मुलगी 'पारू' या दोघांचंही चारित्र्यहनन केलेलं आहे. यादवांची विकृती किती टोकाची आहे, ते पाहा. "पारू दुकानी आली की तुका सुखावून जाई... दोघं एकमेकांवर खुश होते... (पृष्ठ क्र. ३२) तुका वरचेवर या (पारूच्या) घरात येतो. त्यावेळी घरात पारू आणि तुका दोघेच असतात... (शेजारी) नसते अंदाज करून तेच घडत असणार असं ठासून सांगू लागले." (पृष्ठ क्र. ३४) "... तीनही पोरी तुकाशी दुकानात गुलूगुलू बोलत असत... वस्तू देता-घेता एकमेकांचा हस्तस्पर्श एकमेकांना होई... तुका पोरीची हात धरे" (पृष्ठ क्र. ४०) असे बरचंसं यादवांनी घाणेरडं लिहिलेलं आहे. या लिखाणावरून यादव किती असंस्कृत, विकृत आहेत हे प्रकर्षानं जाणवतं. असं लिहिण्यातून यादवांना काय साध्य करायचं आहे? ही संत तुकारामांची जेवढी बदनामी आहे, तेवढीच पारूसह इतर दोन मुलींचीदेखील बदनामी आहे. काल्पनिक पात्र रंगवून स्त्री जातीची बदनामी करण्याच्या विकृतीचा कळस चढवलेला आहे. हेच या यादवांचे संशोधन? हीच का यादवांची वास्तविकता? देहूतील पारूसह दोन मुलींच्या संदर्भानं यादव लिहितात- "देहूतील मुलगीच आपल्या घरी आणायची नको" (पृष्ठ क्र. ४०) "देहूगावातील मुलगी करायची नाही" (पृष्ठ क्र. ४१) अशी वाक्यं यादवांनी कनकाईच्या मुखी घालून देहूगावातील मुली चारित्र्यहीन असतात, असं यादवांना सुचवायचं आहे का? तुकोबाच्या देहूला बदनाम करण्याचा हा कट आहे. स्त्रियांबद्दल यादवांच्या डोक्यात किती विकृती आहे, हे त्यांच्या स्वैर लेखनात दिसतं. स्त्रियांची बदनामी करणाऱ्या यादवांची बाजू

घेणाऱ्या अभिव्यक्ती स्वातंत्र्याच्या नावानं टाहो फोडणाऱ्या लेखिका माधवी वैद्य यांची ह्यासाठीच कीव कराविशी वाटते.

यादवांच्या डोक्यात किती विकृती आहे हे कादंबरीतील काही वाक्यांवरून लक्षात येतं. लफडी, भानगडी असे शब्द लिहिल्याशिवाय त्यांची लेखणीच चालत नाही का? पाहा यादव काय लिहितात, “त्याला (तुकाला) गावातल्या अनेक गोष्टी, घटना, भानगडी, कुलंगडी, लफडी कळत, ती ऐकताना बरं वाटे” (पृष्ठ क्र. ३१, ५०) “एकमेकांच्या घरची अंडीपिल्ली, उणीदुणी, एकमेकाला माहिती झालेली असतात” (पृष्ठ क्र. ४०) असे विकृत लिखाण करणारे यादव मनोरुग्ण तर नाहीत ना? त्यांची मानसोपचार तज्ज्ञांकडून तपासणी करावी लागेल. त्यांच्या विकृतीमुळे संतश्रेष्ठ तुकारामांसारख्या महापुरुषाची आणि देहूसारख्या तीर्थक्षेत्राची त्यांनी यथेच्छ बदनामी केलेली आहे.

संत तुकाराम महाराज अत्यंत चारित्र्यसंपन्न निर्व्यसनी होते, त्यांनी व्यसनीपणा विरुद्ध लढा दिला. तंबाखू ओढणं शरीराला व घराला हानिकारक आहे, असं त्यांनी स्वत: अभंगाद्वारे सांगितलं.

तंबाखू ओढुनी काढिला जे धूर ।
बुडेल ते घर । तेणे पापे ।।

तंबाखू ओढणे पाप आहे, त्याने घर बुडते असे सांगणाऱ्या तुकोबारायांना यादवांनी कसे रंगविले, ते वाचा. “तोंडात रंगलेल्या पानाचा विडा ओठ मिटून धरलेला” (पृष्ट क्र.३८) “तुका विडा तोंडात धरून एखाद्या वतनदारासारखा अचानक दारात उभा राहिलेला बघून तिला (पारूला) आश्चर्य वाटलं” (पृष्ट क्र.३३) “(तुकोबाचे मित्र) त्याच्या भोवतीनं पान खाण्याच्या निमित्तानं पिंगा धरत होते...” (पृष्ट क्र.६७) यादवांनी तुकोबाच्या मुखात पुढील वाक्ये घातलेली आहेत. “तंबाखू खाणार काय? म्हणून शेवटी तंबाखूची चिमूट त्यांच्या (लोकांच्या) तळव्यावर ठेवली पाहिजे... त्याला खूश करण्याची ही त्याची पूजाच आहे...”(पृष्ट क्र.३१,१९) ज्या तुकोबारायांनी आयुष्यभर तंबाखू विरोधी काम केले, त्या तुकोबारायांना यादवांनी तंबाखू वाटणारे ठरवलेले आहे.

संत तुकाराम महाराज आंबटशौकिन होते, असे अकलेचे तारे यादवांनी तोडलेले आहेत, “...बाया-बापड्यांच्या घरी जाण्याचा आंबटशौकही त्यानं (तुकानं) बंद केला...” (पृष्ट क्र.४९)

एका बाजूला तुकारामाला ‘संतसूर्य’ म्हणायचं आणि त्या सूर्यावर थुंकायचं हे

काम यादवांनी कादंबरीद्वारे केलं आहे.

संत तुकाराम बालपणी शेतात जनावर राखायला जायचे तेव्हा त्यांच्या मित्रांनी त्यांची प्रेतयात्रा काढून त्यांना जिवंतपणी पुरले आणि घरी पळून आले, अशी कथा यादवांनी (पृष्ठ क्र. १६ ते १८ वर) रंगवलेली आहे. यामध्ये यादवांचा तुकारामांना नेभळट ठरविण्याचा कट आहे.

संत तुकारामांचे घर, इतर मोरे घराण्यापेक्षा हलके आहे, असंही यादव पृष्ठ क्र. ६२ वर सुचवतात व मोरे कुटुंबात फूट पाडण्याचा प्रयत्न करतात.

संत तुकाराम महाराजांच्या वडिलांचे दात आणि दाढा सुपारी खाऊन पडले (पृष्ठ क्र. ६९ व ७०) म्हणजे तुकाराजांचे वडील कसे बेजबाबदारपणे वागत, असं यादव सूचित करतात.

यादवांची मनोविकृती किती टोकाची किळसवाणी आहे हे त्यांच्या पुढील स्वैर लिखाणातून दिसते. तुकोबांची आजारी पत्नी, सासू कनकाईला सांगते, "गेली दोन वर्ष ह्यांना (तुकोबांना) मी माझ्या अंगाला हात लावू दिला नाही" (पृष्ठ क्र. ५८) "अहो माझी पाळी चुकलीय... मी आता आई होणार" (पृष्ठ क्र. ७७) "पटकन मुका घेतला. आवडी लाजून चूर झाली" (पृष्ठ क्र. ७७) "आवडीची कूस सुपीक आहे" (पृष्ठ क्र. ७७) या बाबी खाजगी जीवनातील शरीरधर्माच्या आहेत, लिहिण्याच्या नाहीत.

आनंद यादवांची मनोविकृती किती खालच्या स्तरावरची आहे, हे वरील त्यांच्या लिखाणावरून लक्षात येतं. यादवांनी हे अनवधानानं, सहजपणे नव्हे तर तुकोबांची व त्यांच्या कुटुंबाची बदनामी करण्याच्या हेतूनं जाणीवपूर्वक लिहिलेलं आहे.

संत तुकाराम श्रीमंत होते. जमीनदार, दुकानदार, सावकार व महाजनकीचे अधिकार त्यांना होते, त्यांची कधीही अन्नानदशा झालेली नाही. पण त्यांचे केविलवाणे चित्रण करण्यासाठी त्यांना राजवाडेपासून वि. ल. भावेपर्यंत अनेक कथाकारांनी दरिद्री दाखवलेलं आहे. यादव लिहितात "... निकृष्ट अन्न, तेही पुरेसं की वेळेवर मिळत नाही... रुक्मिणीला (तुकोबांची पहिली पत्नी) जगणं असह्य झालं... ती अखेर देवाघरी निघून गेली" (पृष्ठ क्र. ८०) जगाला तत्त्वज्ञान सांगणाऱ्या तुकोबांच्या पत्नीला अन्न मिळाले नसल्यानं ती वारली असं यादवांना सुचवायचं आहे.

संत तुकाराम महाराजांनी ज्योतिष, भविष्य, पंचांग, नवस करणं याविरुद्ध आयुष्यभर प्रबोधन व अभंग लेखन केलं.

नवसे कन्यापुत्र होती ।
तरि का करणे लागे पती ।।

म्हणजे नवसानं पुत्रप्राप्ती होत नाही, असा विचार तुकारामांनी ठासून सांगितला. तुकोबांच्या या विचाराला तिलांजली देण्याचं काम यादवांनी आवडीच्या मुखात वाक्यं घालून केलं आहे. "घराजवळ असलेल्या मंदिरातील सिद्धेश्वराला नवस केला होता." देवा मला मुलगा होऊ दे, मी तुझं सोळा सोमवारांचं व्रत करीन आणि तुझं नाव त्याला ठेवीन. "त्यामुळे बाळाचं नाव त्यांनी 'महादेव' असं ठेवलं होतं" (पृष्ठ क्र. ८१) नवसाला विरोध करणाऱ्या तुकारामाला नवसानंच पुत्र झाला, असं यादवांनी सुचवून तुकोबांच्या विचारांचा खून केला आहे.

संत तुकाराम महाराज प्रयत्नवादी होते, दैववादी नव्हते, त्यांना कार्यकारण भाव माहीत होता, हे त्यांच्या पुढील अभंगावरून स्पष्ट होतं.

असाध्य ते साध्य करिता सायास ।
कारण अभ्यास तुका म्हणे ।।

अभ्यासानं (प्रयत्नाने) जगात सर्व काही शक्य आहे, असं तुकाराम महाराज सांगतात.

तुमच्या स्वाधीन दैवत असती ।
तरी का मरती तुमची पोर ।।

देवाच्या ठेकेदारांना त्यांनी प्रश्न केला की, तुमच्या ताब्यात देव आहेत तर आजारानं, साथीच्या रोगानं तुमची मुलं का मरतात?

आहे ऐसा देव वदवावी वाणी । नाही ऐसा मनी अनुभवावा ।।

देव आहे असं जरूर सांगा पण अभ्यासाअंती, अनुभवाअंती देव नाही, अशी मनाची खूणगाठ बांधा, असं सांगणाऱ्या तुकोबारायांना आनंद यादवांनी पानोपानी दैववादी ठरवलेलं आहे. त्याचा काही भाग पुढीलप्रमाणे ".... मग कुठं त्याच्या (तुकोबाच्या) लक्षात आलं की परमेश्वराची लीला अगाध आहे" (पृष्ठ क्र. ८७)

देहूगावची आणि तुकोबांची यथेच्छ निंदा नालस्ती करताना यादव पुढे लिहितात, "देहूच्या पंचक्रोशीनं केलेलं पाप तीन वर्षांचा दुष्काळ सहन करून निस्तरलं" (पृष्ठ क्र. ८८) "आपण (तुकोबा). ढोंगी, मायावी, क्षुल्लक गोष्टींसाठी खोटं बोलणारे आहोत" (पृष्ठ क्र. ८८) ".... इतके आपण स्त्रैण आणि कामांध झालो" (पृष्ठ क्र. ८८) "कधी कुणाला व्यापारात खड्यात घालायचं आणि कुणाला कसं थापा मारून फसवायचं, याचे मायावी आणि आसुरी बेत त्यांच्या (तुकोबाच्या) मनात उग्र रूप धारण करत असत" (पृष्ठ क्र. ९२) "कामातुर होऊन दोनही बायकांत रमणं,...

श्रीमंतीची मस्ती आणि अहंकार यांतच जीवनाचं सर्वस्व मानून त्यांचा (तुकोबांचा)... काळ निघून गेला'' (पृष्ठ क्र. ९२) ''उडाणटप्पूसारखं वागू लागलो (तुकोबा). दारूड्याची बडबड ऐकण्यात, त्यांना चेतवण्यात, भांडण लावून देण्यात मजा वाटू लागली. जुगाराच्या अड्यावर जाऊन बघत बसू लागलो. तरुणाचं टोळकं बघून त्यात रमू लागलो. त्यांच्यातल्या भानगडी बघून त्यात रमू लागलो. कोण कुठल्या बाईच्या भानगडीत आहे त्याला भेटून गमज्या ऐकण्यात मला (तुकोबाला) गंमत वाटू लागली.'' (पृष्ठ क्र. ९४) म्हणजे तुकोबाला भानगडीच आवडायच्या, असं यादव रंगवतात.

यादवांच्या डोक्यातील विकृती त्यांनी कादंबरीत तुकोबांच्या पात्रात ओतप्रोत भरलेली आहे. एका अत्यंत चारित्र्यसंपन्न नीतिमान संताला सुपारी घेऊनच यादवांनी बदनाम केलेले आहे, हे स्पष्ट होते. ते मी लेखाच्या उत्तरार्धात सांगेनच.

संत तुकाराम महाराज श्रीमंत होते, त्यांनी एका उदात्त हेतूने लोकांचे कर्ज माफ केलं. श्रीमंत व्यक्तींच लोकांना कर्जमुक्त करू शकते. दरिद्री व्यक्ती कर्ज माफ करणं शक्य नाही. गरिबांची कर्ज माफ करणाऱ्या तुकारामांनी त्या काळात समाजाच्या उच्च स्थानी असणाऱ्या आणि ज्यांची धार्मिक, सामाजिक दहशत होती, अशा ब्राह्मणाच्या विरुद्ध लढा दिला. सतराव्या शतकात ब्राह्मणांच्या विरुद्ध लढणारे तुकाराम महाराज सामर्थ्यशाली संत होते. हे निर्विवाद सत्य आहे. पण डॉ. यादव यांनी कर्जदारांनी तुकारामांना कर्ज परत दिलं नाही म्हणून त्यांनी वैतागून ते मागण्याचा नाद सोडून दिला (पृष्ठ क्र. ९५). याद्वारे तुकाराम महाराज बंडखोर, क्रांतिकारक, निर्भीड, विद्रोही, सामर्थ्यशाली नव्हे, तर नेभळट होते, असं यादव त्यांच्या कादंबरीतून रेखाटतात. ते पुढीलप्रमाणे आवडीच्या मुखाद्वारे रंगवतात. ''मग असं पळपुट्यासारख काय बोलता?... धाडसानं तोंड द्यायला शिका'' (पृष्ठ क्र. १०२) ''बसून काय तुम्हाला शहाणपणाची शिंग फुटणार आहेत?'' (पृष्ठ क्र. १०६) आवडीच्या तोंडात तुकोबाला शिव्या घातल्यानंतर मंबाजी भटाने तुकोबाला म्हैस वांग्यात शिरल्याची कथा रचून मंबाजीद्वारे तुकोबाला यादवांनी बेदम मारल्याची कथा रचली आहे (पृष्ठ क्र. १२२ ते १२७). या कथेतील मंबाजी तुकारामाला असंख्य शिव्या देतो (लिहू वाटत नाहीत) तुकोबाला मंबाजी पालथं पाडून मारतो. आवडी सोडवायला येते, तेव्हा आवडीच्या मुखात तुकोबाला नामर्द ठरवण्याचा विकृतपणा यादवांनी केला आहे. ते पण ''त्या भटूड्यानं हातात काट्याचं शिर घेऊन तुम्हांला झोडपलं, तेव्हा तुमचे हात काय माशा मारत होतं काय? तुमच्या हातात नेट नव्हतं? हातानीच शिरी उपटत होता नव्ह? मग त्याला

एक शिर घेऊन तुम्ही का नाही त्याला दणकं दिलं? बामणाच्या हातानं एक धडधाकट कुणबी मार खातोय. हे जगाला तरी खरं वाटेल का?... तुम्हाला अंगातला मर्दानीपणा कुठं चुलीत गेला होता. का दळायला बसला होता भागूबाईसारखा? (पृष्ठ क्र १२६ ते १२७) बामणाचा मार खाणारे तुकाराम महाराज क्रांतिकारक नव्हे, तर ते नेभळट होते, असा संदेश यादव याद्वारे देतात.

यादवांच्या या विकृतीला कशानं उत्तर द्यावं? संत तुकारामांबद्दल यादवांच्या व त्यांना साथ देणाऱ्यांच्या मनात किती मळमळ आहे, हे त्यांच्या विकृत मांडणीवरून लक्षात येतं. दळण दळणाऱ्या स्त्रियांबद्दल यादवांच्या मनात किती घृणा, विकृती आहे. पाहा. अहो, यादवसाहेब तुम्ही देखील कधीतरी मायमाऊलीनं हातानं दळलेल्या पिठाची भाकरी आणि पोळी खाल्ली असेलच ना? त्या भाकरीला तर किमान जागायला पाहिजे होतं.

यादवांनी आवडाईच्या मुखात तुकोबाला शिव्या, तर तुकोबाच्या मुखात आवडाईला शिव्या देऊन आपली विकृती कादंबरीच्या उत्तरार्धातदेखील कायम ठेवली आहे. आवडाई बहिणाबाई शिऊरकराकडे तक्रार करते असा प्रसंग यादवांनी रेखाटून तुकोबांना कसं बदनाम केलं, ते पाहा. ''कसला दादला नि काय ।... मला संसारात दुःखच सोसावं लागतंय... सोळा सतराव्या वर्षी मला पदर आला. तेव्हा हे तिशी बत्तीशीत होते... कधी अलंकार घेतला नाही. जत्रेला नाही... माझ्या तरुण जिवाला काय वाटल असेल? 'रांड' म्हणून मलाच शिव्या द्यायला लागतात... नरकात जाशील... '' (पृष्ठ क्र. २५३ ते २५५). तुकारामांचं पत्नीशी पटतं नव्हतं, हे यादव याद्वारे सुचित करतात.

यादवांची विकृती कादंबरीच्या पानापानांवर भरलेली आहे. नमुन्यादाखल काही बाबी आपल्यापुढे अत्यंत जड अंतःकरणानं ठेवलेल्या आहेत.

ज्या तुकोबारायांनी मोठ्या जोमानं संसार केला, प्रबोधन केलं. पाच हजार अभंग लिहिले. अशा तुकोबारायांच्या पत्नीला त्यांच्याबद्दल किती अभिमान वाटत असेल, याची कल्पना तरी करा. तुकोबाराय श्रीमंत होते, त्यांचा संसार सुखी होता, त्यांच्या पत्नीला तुकोबांबद्दल नितांत अभिमान, आदर होता. अहो, एखादा लेख, कविता, पुस्तक लिहिलं, तर पत्नीला किती अभिमान वाटतो. विकृत कल्पना विस्तारापेक्षा उदात्त कल्पनेवर यादवांना खूप चांगलं लिहीता आलं असतं. पण यादव हे वि. का. राजवाडे, वि. ल. भावे, ब. मो. पुरंदरे या विकृताच्याच परंपरेचे पाईक झाले.

यादवांनी तुकोबांच्या मुखातून आवडाईला पुढीलप्रमाणे शिव्या दिलेल्या आहेत. ''रांड म्हणून मलाच शिव्या द्यायला लागतात... कातावलेल्या कुत्रीसारखी...'' (पृष्ठ क्र. २५४ ते २५५). कोणतातरी सुसंस्कृत पती आपल्या पत्नीला रांड, कुत्री असे म्हणेल का? तुकोबाच्या मुखातून यादवांनी आवडाईला रांड, कुत्री अशा शिव्या दिलेल्या आहेत.

डॉ. यादव यांनी संत तुकाराम महाराजांच्या चारित्र्यहननाबरोबरच त्यांच्या विचारांचेदेखील विकृतीकरण केलेले आहे. संत तुकाराम महाराज म्हणजे राष्ट्रीय स्वयंसेवक संघाचा कार्यकर्ता, अशी यादवांनी त्यांची प्रतिमा उभी केलली आहे.

संत तुकारामांना प्रेरणा त्यांच्या वाडवडिलांकडून, त्यांचा मोठा भाऊ सावजी आणि सभोवतालच्या परिस्थितीतूनच मिळाली. ते स्वतंत्र, स्वावलंबी, स्वाभिमानी, स्वयंप्रकाशित, प्रतिभासंपन्न आणि धैर्यशाली महापुरुष होते. लौकिक अर्थाने त्यांना कोणीही गुरू नव्हता.

तुका म्हणे झरा । मुळचाची आहे खरा ।। असे ते म्हणतात. याउलट त्यांनी गुरू-शिष्य परंपरा नाकारलेली आहे. ते म्हणतात,

एक करिती गुरू गुरू । भोवंता भारू शिष्यांचा ।।
पूस नाही पाय चारी । मनुष्य परी कुतरी ती ।।

सारांश गुरू-शिष्य परंपरा ही ब्राह्मणी परंपरा आहे. संत तुकोबांची स्वतंत्र प्रतिभा होती. त्यासाठी त्यांनी समाज वाचला, प्राचीन वाङ्मय वाचलं, पण शेवटी त्यांच्याच शब्दांत सांगायचं तर-

सत्य असत्याशी मन केले ग्वाही ।
मानियले नाही बहुमता ।।

त्यांचा एक ठाम विचार होता, ठाम भूमिका होती, ती ब्राह्मणी, तर नव्हतीच पण प्रवाहपतितदेखील नव्हती. डॉ. आनंद यादव यांनी मात्र तुकोबांना बाबाजी चैतन्य या गुरूच्या पायी वाकवलं आहे (पृष्ठ क्र. १४३). बाबाजी चैतन्य हे तुकोबांचे गुरू नव्हते, हे डॉ. आ. ह. साळुंखे यांनी 'विद्रोही तुकाराम' (ऑगस्ट २००७) या संशोधनपर ग्रंथात (पृष्ठ क्र. १३७ ते १७०) सविस्तरपणे संदर्भासह लिहिलं आहे.

संत तुकाराम महाराजांनी ज्ञानदेव, नामदेव, एकनाथ यांचे साहित्य वाचलंही असेल, पण कादंबरीच्या पानोपानी तुकाराम सतत त्यांचे साहित्य वाचूनच कीर्तन, प्रवचन, अभंग, लेखन करायचे असं बिंबवण्याचा खटाटोप यादवांनी केला आहे. म्हणजे तुकाराम प्रतिभावान नव्हते, ते परप्रकाशित होते, असं यादवांना सूचित

करायचं आहे. तुकोबारायांनी व्रतवैकल्याला विरोध केला. त्यांनी—

नको सांडू अन्न । नको सेवू वन ।।

असं सांगितलं. तुकोबारायांना यादवांनी व्रत-वैकल्यानं-समर्थक बनविलं आहे. "एक तर आपणास सहजपणे झेपत असतील तरच व्रत-वैकल्य उपास-तपास करावेत, असं तुकोबा हसत हसत म्हणाले" (पृष्ठ क्र. १६१). तुकोबारायांच्या विचारांचं विकृतीकरण यादवांनी केलं आहे.

संत तुकोबारायांनी आयुष्यभर तीर्थयात्रा, पूजाअर्चा यावर वाभाडे ओढले.

जाऊनिया तीर्था काय तुवां केले ।
चर्म प्रक्षाळिले वरी वरी ।।
तीर्थी धोंडा पाणी । देव रोकडा सज्जनी ।।

तीर्थक्षेत्राच्या ठिकाणी दगड-धोंडे आहेत. त्या ठिकाणी जाऊन तुम्ही फक्त त्वचा स्वच्छ कराल, पण मन स्वच्छ होणार नाही, त्या ठिकाणी जाऊन तुमचे प्रश्न सुटणार नाहीत, असं सांगणाऱ्या संत तुकोबांबद्दल यादवांनी पुढीलप्रमाणे लेखन केलं आहे. "... पंढरीच्या मायबापाला भेटून आलेली वारीची माणसं त्यांना (तुकोबांना) स्वत:च्या मायबापासारखीच वाटू लागली, त्यांच्या पायांवर त्यांनी मस्तक ठेवलं. पायांवर पाणी ओतून त्याचे चार थेंब तीर्थ म्हणून प्राशन केलं" (पृष्ठ क्र. २७६). ज्या तुकोबारायांनी जन्मभर तीर्थयात्रा व तीर्थाला विरोध केला, त्या तुकोबारायांच्या मुखात यादवांनी पायांवरील पाणी तीर्थ म्हणून टाकलं व तुकारामाचा अवमान व विचारांचं विकृतीकरण केलेलं आहे.

संत तुकोबारायांनी 'भिक्षा मागून जगण्यापेक्षा कष्ट करून जगा' असं सतत सांगितलं.

भिक्षा पात्र अवलंबिणे ।
जळो जिणे लाजिरवाणे ।।

अशा तुकोबारायांना 'भिक्षा देणारे' यादवांनी पुढील वाक्यात ठरविले. "दारात कुणी भीक मागायला आला आणि हे (तुकोबा) घरात असले, तर त्याला भसाभसा सुपली भरून जोंधळं घालतात. जणू अन्नछत्रच घातल्यासारखं करत असतात." (पृष्ठ क्र. २५४). यादवांनी संत तुकोबारायांच्या विचारांचा खून पानोपानी केलेला आहे.

रामदासांचा विषय आता चघळून चोथा झालेला आहे. असा चोथा पुन्हा यादवांनी या कादंबरीत आणलेला आहे. रामदास हे शिवरायांचे कधीही गुरू नव्हते हे कृ. अ. केळुस्कर, बा. सी. बेंद्रे, डॉ. जयसिंगराव पवार, चंद्रशेखर शिखरे इ.

संशोधकांनी पुराव्यानिशी सिद्ध केलेले असताना रामदासांना शिवरायांचे गुरू करण्याचा केविलवाणा प्रयत्न यादवांनी केला आहे का? रामदासी परंपरेतील अनैतिहासिक कथा रंगवून यादवांनी रामदासांच्या उदात्तीकरणाचा प्रयत्न केला आहे. शिवाजीमहाराज ज्या वेळेस लोहगाव येथे संत तुकोबा यांना भेटायला येतात, तेव्हा यादव तुकोबारायांच्या मुखात पुढील वाक्यं घालतात ''राजधर्माचं उत्तम शिक्षण देणारा मला आज तरी एकच योगी दिसतो आहे, आणि तो म्हणजे 'स्वामी रामदास'. ते आपल्यावर योग्य ते संस्कार करतील आणि योग्य ती दिशा दाखविण्याचा उपदेशही आपणाला करू शकतील. म्हणून आपण त्यांना जेवढ्या लवकर भेटता येईल तेवढ्या लौकर भेटावं आणि मार्गदर्शन घ्यावं'' (पृष्ठ २२३) यादवांनी तुकारामांना कमी लेखून रामदासांचा उदात्तीकरण करण्याचा अनैतिहासिक प्रयत्न केला आहे. अहो, यादव हेच का तुमचे संशोधन? तुम्ही अलीकडच्या काळात प्रकाशित झालेला चंद्रशेखर शिखरे यांचा 'प्रतिइतिहास' हा शिवइतिहासाचे सत्य स्वरूप सांगणारा ग्रंथ वाचा म्हणजे संशोधन काय असते, हे तुम्हाला समजेल. उचलला पेन आणि लावला कागदाला म्हणजे संशोधक किंवा साहित्यिक होणे नव्हे. तुम्ही 'संतसूर्य तुकाराम' या बदनामीकारक कादंबरी लेखनामुळे तुम्ही सर्व मातीमोल केलं आहे. तुम्ही नैतिक अधिष्ठान गमावलेलं आहे.

यादवांनी वास्तुशांती (पृष्ठ क्र. ११०) गुढीपाडवा (पृष्ठ क्र. १८४ ते १८५) यांचेही उदात्तीकरण केलेले आहे. या ठिकाणी याबाबत विस्तारानं लिहिण्याची गरज नाही. डॉ. यादवांना अश्लील, विकृत, भानगडीवाला प्रसंग कादंबरीत आणल्याशिवाय चैनच पडत नाही. असा प्रसंग वाघोलीच्या (पुणे नगर रोडवरील सातवांची) इनामदाराचा यादवांनी रंगवलेला आहे. तो प्रसंग तुकाराम महाराज आपल्या भक्तगणांना/सहकाऱ्यांना सांगतात असं यादवांनी रेखाटलेलं आहे, ''तुम्हाला दादोजी इनामदाराची कथा सांगतो. वाघोलीत तो... त्याचा चांगला वाडा. हा दिवाणखाण्यात बसून सावकारी करायचा. गप्पा, कुचाळक्या, गावातल्या भानगडी उसासारखा चघळायचा.. (त्याला) दोन बायका होत्या. दोघींची मिळून 'खंडीवर पेंढी' म्हणजे एकवीस पोरं झालेली... तरी (तो) रातीला मुमताज नायकिणीकडं जायचा... सांजेचं मुमताज... कबुतरासारखी वाट बघत बसली असायची'' (पृष्ठ क्र. १४५ ते १४९). अशीच बरीच लांबलचक कथा यादवांनी तुकोबांच्या मुखावाटे कथन केलेली आहे. म्हणजे तुकाराम सतत थिल्लर, अश्लील कथा सांगायचा, असं यादवांना सुचवायचं आहे. या कथेतून यादवांनी वाघोलीच्या सातव-पाटलांची आणि संत तुकोबारायांचीदेखील बदनामी केलेली आहे.

संत तुकोबारायांनी स्वर्ग, नरक, वैकुंठ नाकारले. तसे त्यांचे अनेक अभंग

आहेत. वैकुंठच अस्तित्वात नाही असे लिहिणारे, सांगणारे तुकाराम वैकुंठला जातील का? या ठिकाणी विस्तारानं लिहिण्याची गरज नाही. पण वैदिकांनी तुकारामांचा शेवट अनैसर्गिक पद्धतीनं केला आहे. संत तुकोबारायांच्या मृत्यूचं वर्णन यादवांनी अत्यंत किळसवाणे केलेलं आहे.

यादव मंबाजीनं केलेल्या कृत्याला 'कृष्णकृत्य' म्हणतात (पृष्ठ क्र. २४६). मंबाजीनं केलेलं वाईट कृत्य हे मंबाजीकृत्य असू शकतं. ते कृष्णकृत्य नव्हे. यादवांच्या कृत्याला बदनाम करण्यासाठी वैदिकांनी 'कृष्णकृत्य' हा शब्द प्रचलित केलेला आहे. जकातेंच्या आनंदनंही यादवांना बदनाम करण्यासाठी आनंद रत्नाप्पा जकातेंचं आनंद रत्नाप्पा यादव असं नामांतर केलेलं दिसते. ग्रामीण समाजाची दुःख घेऊन यादव पुढे आले. आता ते राष्ट्रीय स्वयंसेवक संघाच्या समरसत्ता या मंचाचं काम करतात. १९९८ साली जळगाव या ठिकाणी भरलेल्या समरसता साहित्य संमेलनाचे ते अध्यक्ष होते. यादवांना पुढे करून संघाने संत तुकाराम महाराजांच्या चौथ्या जन्मशताब्दी वर्षीच्या अनुषंगानं त्यांचं चारित्र्यहनन केलेलं आहे. मेहता पब्लिशिंगने सदर कादंबरी प्रकाशित केलेली आहे. डॉ. यादवांबरोबरच मेहता पब्लिशिंगवर देखील शासनाने कारवाई करावी.

आनंद यादवांच्या अभिव्यक्ती स्वातंत्र्यावरून टाहो फोडणाऱ्या लेखककंपूला आम्ही विचारतो की, संत तुकाराम महाराजांच्या, देहूगावच्या बदनामीची भरपाई तुम्ही देणार आहात का? अभिव्यक्ती स्वातंत्र्य म्हणजे स्वैराचार आहे काय? अभिव्यक्ती स्वातंत्र्याचे आम्ही समर्थक आहोत. पण अभिव्यक्ती स्वातंत्र्य विचाराला आहे, विकृतीला नव्हे. यादवांच्या कादंबरीत विचार आहे की विकृती? यादवांची कादंबरी म्हणजे एखाद्या मनोविकृत विद्यार्थ्यानं स्वच्छतागृहात लिहिलेला विकृत मजकूर आहे, यापलीकडे या कादंबरीला मूल्य नाही. विचाराचे उत्तर विचाराने पण विकृतीचं उत्तर कशानं द्यायचं? म्हातारी मेल्याचं दुःख नाही. पण काळ सोकावता कामा नये. आता आम्हाला म्हातारीही मरू द्यायची नाही आणि काळही सोकाऊ द्यायचा नाही. त्यामुळे डॉ. आनंद यादव व मेहता पब्लिशिंग यांना शासनानं कठोर शिक्षा करावी.

◆◆◆